ഒരു വടക്കൻ കൊറിയൻ യാത്ര

Oru Vadakkan Koriyan Yathra
Travelogue

Dr. N J Natarajan

CHINTHA PUBLISHERS
Thiruvananthapuram

First Edition
July 2023

Published & Typesetting
Chintha Publishers, Thiruvananthapuram

Printed at
Repro India Ltd, Mumbai

Cover Design
Vinod Mangoes

ISBN : 978-81-19131-17-4

CO - 3372 / 6657

Email: chinthapublishers@gmail.com
Website: www.chinthapublishers.com

A version is available at National Libraries
Kolkata, Mumbai, Chennai and Delhi

Distribution
DESHABHIMANI BOOKHOUSE
H O Thiruvananthapuram 695035

Branch
Head Office Kunnukuzhi • Statue Thiruvananthapuram
KSRTC Bus Terminal Thampanoor • Saphalyam Complex Thiruvananthapuram
KSRTC Bus Station Alappuzha • KSRTC Bus Station Ernakulam
Machingal Lane Thrissur • IG Road Kozhikode
Mavoor Road Kozhikode • NGO Union Building Kannur
Central Bus Terminal Complex Thavakkara Kannur

ഒരു വടക്കൻ കൊറിയൻ യാത്ര

ഡോ. എൻ ജെ നടരാജൻ

ചിന്ത പബ്ലിഷേഴ്സ്
തിരുവനന്തപുരം-695 035

ഡോ. എൻ ജെ നടരാജൻ

ജനനവും താമസവും കൊച്ചിയിൽ. വൈദ്യശാസ്ത്രത്തിൽ ബിരുദാനന്തര ബിരുദം. പ്രധാന താല്പര്യങ്ങൾ യാത്ര, സാമൂഹ്യനരവംശശാസ്ത്രം (Social Anthropology), ചരിത്രം.

അന്റാർട്ടിക്ക, ടിബറ്റ്, ഉത്തര കൊറിയ, ക്യൂബ, സിറിയ, കൊളംബിയ, ഇറാൻ തുടങ്ങി ഏഴു ഭൂഖണ്ഡങ്ങളിലെയും 73 രാജ്യങ്ങളിൽ സഞ്ചരിച്ചു.

2014 ൽ ചിന്ത പബ്ലിഷേഴ്സ് പ്രസിദ്ധീകരിച്ച *വെൺശംഖൊലികളുടെ പ്രണയതീര*ത്തിന് 2015 ലെ സി അച്യുതമേനോൻ ഫൗണ്ടേഷന്റെ കെ വി സുരേന്ദ്രനാഥ് അവാർഡ് ലഭിച്ചു.

കൃതികൾ: *മെക്കോങ്ങിലെ മത്സ്യം, ദക്ഷിണായനകാലം, സംക്രമസൂര്യന്റെ നിഴൽ, വെൺശംഖൊലികളുടെ പ്രണയതീരം.*

വിലാസം : ഡോ. എൻ ജെ നടരാജൻ
കൊച്ചി - 682 006
Email : dr.natarajan@gmail.com

ഉള്ളടക്കം

സ്നേഹപൂർവ്വം
അനിയൻ കിഷോറിനും
അനിയത്തി ലാലിക്കും

പ്രസാധകക്കുറിപ്പ്

അതിരുകൾ ഏറെ മാഞ്ഞുപോയ ഒരു ലോകത്താണ് നാമിന്നു ജീവിക്കുന്നത്. വാണിജ്യത്തിനും വിനോദയാത്രകൾക്കുമായി ലോകരാഷ്ട്രങ്ങൾ വാതിലുകൾ മലർക്കെ തുറന്നിട്ട ഈ കാലത്ത്, ടെലിവിഷൻ ചാനലുകളും സാമൂഹ്യമാധ്യമങ്ങളും ഭൂഗോളത്തിന്റെ ഏതു കോണിൽ നടക്കുന്ന സംഭവങ്ങളും തത്സമയം ലോകത്തെവിടെയും എത്തിക്കുന്ന ഈ കാലത്ത് പൊതുവെ ഈ മുഖ്യധാരയിൽ നിന്ന് വേറിട്ടുനില്ക്കുന്ന രാജ്യമാണ് വടക്കൻ കൊറിയ. ചരിത്രപരമായിത്തന്നെ കിഴക്കനേഷ്യൻ രാജ്യങ്ങൾ ഭരണപരമായും രാഷ്ട്രീയമായും പാശ്ചാത്യ സങ്കല്പങ്ങളിൽ നിന്നും ഏറെ വ്യത്യസ്തമാണ്. പാശ്ചാത്യ ലിബറൽ ഡെമോക്രാറ്റിക് സങ്കല്പങ്ങളുമായി ഇത് പലപ്പോഴും കൊമ്പുകോർക്കുന്നുണ്ട്. ഈ വിഭിന്നത പല വികല വ്യാഖ്യാനങ്ങൾക്കും വഴിതെളിക്കാറുമുണ്ട്. നിരന്തര യാത്രികനായ ഡോ. നടരാജന്റെ വടക്കൻ കൊറിയൻ യാത്ര ഏറെ താല്പര്യമുണർത്തുന്നത് അതിനാലാണ്. പാശ്ചാത്യ ആഖ്യാനങ്ങൾക്കുപരിയായി വടക്കൻ കൊറിയൻ സാമൂഹിക ജീവിതത്തിൽ അദ്ദേഹം കണ്ടെത്തിയതെന്ത്? വടക്കൻ കൊറിയ ഏതു ദിശയിലേക്കാണ് സഞ്ചരിക്കുന്നത്? പതിവ് വഴികൾ മറികടന്നുപോകുന്ന ഈ സഞ്ചാരക്കുറിപ്പുകൾ അതിനുത്തരം നല്കും.

ചിന്ത പബ്ലിഷേഴ്സ്

നന്ദി

തൃശ്ശൂർ അവിനിശ്ശേരി അച്യുതത്തിലെ ശ്രീ. ടി വി വേണു ഗോപാലനോടുള്ള നന്ദിയും കടപ്പാടും ചെറുതല്ല. ആദ്യ പുസ്തകമൊഴിച്ചുള്ള മറ്റെല്ലാ സൃഷ്ടികളിലും ആദ്യാവസാനം ആ സാന്നിദ്ധ്യമുണ്ട്. എഴുത്തുകാരനും ചെറുകഥാകൃത്തു മായ വേണുവിന്റെ നിർബ്ബന്ധമില്ലായിരുന്നുവെങ്കിൽ ഞാൻ വെറുമൊരു സഞ്ചാരി മാത്രമായി അവശേഷിക്കുമായിരുന്നു. സാഹിത്യനിരൂപകനായ വൈക്കം മുരളി സർ എഴുത്തിന്റെ പുരോഗതി അന്വേഷിച്ചതും അലംഭാവങ്ങളിൽ അല്പം അധികാരത്തോടെ ഇടപെട്ടതും നന്ദിപൂർവ്വം ഓർക്കുന്നു. കൈയെഴുത്തുകൾ ഡി ടി പി ചെയ്തുതന്ന പി സുജിൽകു മാറിനും നന്ദി.

പിന്നെ ലതയ്ക്കും.

North Korea

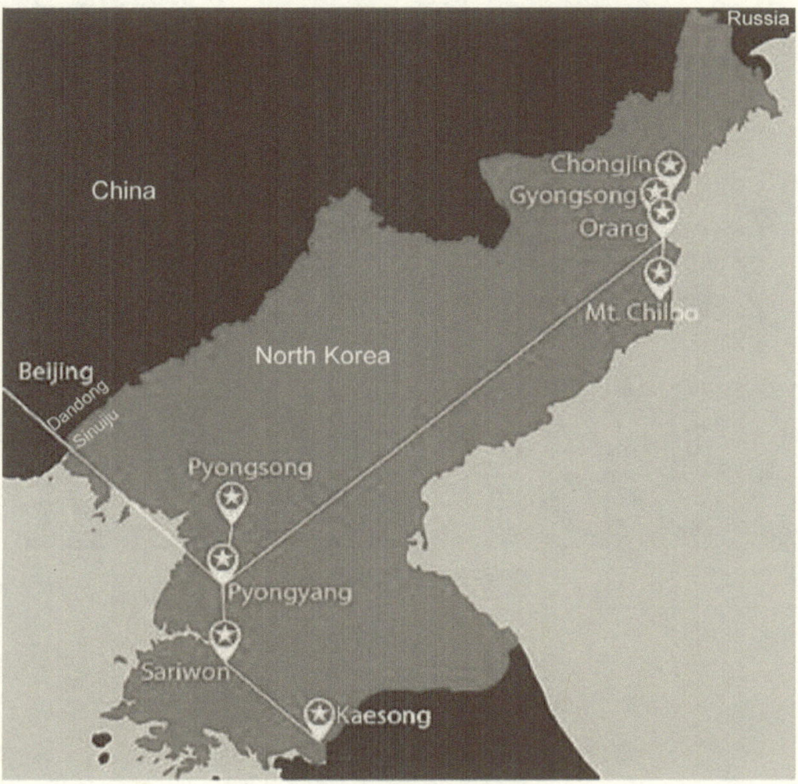

ഉത്തര കൊറിയയിലെ എന്റെ യാത്രാപഥം

Korean Peninsula

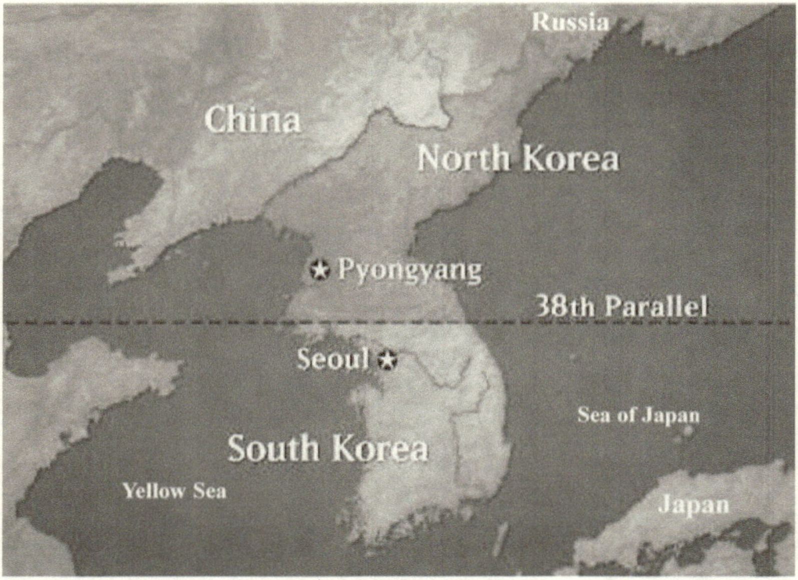

കൊറിയൻ ഉപഭൂഖണ്ഡം

ആമുഖം

രണ്ടായിരത്തി പതിനെട്ട് സെപ്തംബറിലാണ് 10 ദിവസത്തെ സന്ദർശനത്തിനായി (The Hermit Kingdom എന്നും Socialist Utopia എന്നുമൊക്കെ അറിയപ്പെടുന്ന) Democratic Peoples Republic of Korea എന്ന ഉത്തര കൊറിയയിൽ എത്തുന്നത്.

ഞാൻ സഞ്ചാരങ്ങൾ തുടങ്ങിയിട്ട് 35 കൊല്ലത്തോളമായി. ഇതിനകം അന്റാർട്ടിക്ക ഉൾപ്പെടെ 7 ഭൂഖണ്ഡങ്ങളും 73 രാജ്യങ്ങളും കണ്ടുകഴിഞ്ഞു. എന്നാൽ മറ്റുരാജ്യങ്ങളിൽ നിന്നുമൊക്കെ വ്യത്യസ്തമായിരുന്നു നോർത്ത് കൊറിയ. അവിടെ എത്തിയപ്പോൾ ഉണ്ടായ ഏറ്റവും വലിയ പ്രയാസം കമ്യൂണിക്കേഷന്റെ അഭാവമായിരുന്നു. ഫോണും ഇന്റർനെറ്റും സന്ദർശകന് വിലക്കപ്പെട്ടിരുന്നു. വീടും നാടുമായി ബന്ധപ്പെടാൻ സാധിക്കാത്തതിന്റെ അസ്വസ്ഥത കഠിനമായിരുന്നു. ഞാൻ യാത്ര തുടങ്ങിയ കാലം, 1990 കളുടെ ആദ്യം ഇന്നുകാണുന്ന വാർത്താവിനിമയ സൗകര്യങ്ങളൊന്നുമില്ലായിരുന്നു. വലിയ ചെലവുവരുന്ന അന്തർദ്ദേശീയ ഫോൺവിളികൾ ഒഴിച്ചാൽ അന്നൊക്കെ കുറച്ചു ദിവസം നിത്യസമ്പർക്കം ഇല്ലായിരുന്നെങ്കിൽപ്പോലും പ്രത്യേകിച്ച് ഒന്നും തോന്നുമായിരുന്നില്ല.

വിവരവിനിമയത്തിനുള്ള വിപുലശൃംഖലയുള്ള ഇക്കാലത്ത് അവയൊന്നുമില്ലാതെ പത്തുദിവസം കഴിച്ചുകൂട്ടിയത് എന്നെ അടിമുടി പിടിച്ചുലച്ചിരുന്നു.

ഒരു സ്വതന്ത്രയാത്ര ഉത്തര കൊറിയയിൽ അസാദ്ധ്യമാണ്. നമ്മൾ ഉത്തരകൊറിയയിൽ കാലുകുത്തുന്ന നിമിഷം മുതൽ രാജ്യം വിടുന്നതുവരെ രണ്ടു ഗൈഡുകൾ നിഴൽപോലെ നിങ്ങളോടൊപ്പമുണ്ടാകും. ഈ രാജ്യത്ത് സന്ദർശനത്തിനെത്തിയ നാം എവിടെ പോകണം,

എന്തൊക്കെ കാണണം, എവിടെ അന്തിയുറങ്ങണം എന്നുതുടങ്ങി ഭക്ഷണകാര്യങ്ങൾ വരെ പൂർവ്വനിശ്ചിതമാണ്. നേരിയ ചില വ്യത്യാസങ്ങൾ സാന്ദർഭികമായി വന്നേക്കാമെന്നതല്ലാതെ.....

ഉത്തര കൊറിയയിലേക്ക് പുറപ്പെടുംമുന്നെ തന്നെ നമ്മളെ അങ്ങോട്ട് കൊണ്ടുപോകുന്ന ടൂർ കമ്പനികൾ ആ രാജ്യത്ത് ചെയ്യാൻ പാടുള്ളതും അല്ലാത്തതുമായ കാര്യങ്ങളെക്കുറിച്ച് വിശദമായ ഒരു സ്റ്റഡി ക്ലാസ് തരും. അതിൽ നമുക്ക് അനുവാദമില്ലാത്തതും അരുതാത്തതുമായ കാര്യങ്ങളാണ് ബഹുഭൂരിപക്ഷവും. അനുവദിക്കപ്പെട്ടവയാകട്ടെ മുൻകൂട്ടി നിശ്ചയിക്കപ്പെട്ടതും. അവയൊക്കെ അറിഞ്ഞാലും അറിഞ്ഞില്ലെങ്കിലും വലിയ വ്യത്യാസമൊന്നും ഇല്ലതാനും.

നമുക്ക് അനുവദിച്ചുതന്നിട്ടുള്ള രണ്ടു ഗൈഡുകളാണ് ഈ രാജ്യത്തെ നമ്മുടെ ചെറു ചലനങ്ങൾ പോലും നിയന്ത്രിക്കുന്നത്. എന്തിനാണ് രണ്ടുപേർ? ഒരാൾ എന്തെങ്കിലും അനുവദനീയമല്ലാത്തത് ചെയ്യുകയാണെങ്കിൽ ആ കാര്യം മുകളിലേക്ക് റിപ്പോർട്ട് ചെയ്യാനാണ് മറ്റേയാൾ. ഒരുതരം ചാരവൃത്തി (Spy Work).

എന്റെ സമ്പൂർണ്ണ വഴികാട്ടികൾ ചോയ്‌യും പാർക്കും ആയിരുന്നു. അതിൽ ചോയ് പ്രധാന ഗൈഡും പാർക്ക് അവളുടെ അസിസ്റ്റന്റുമായിരുന്നു. എന്റെ പലകാലങ്ങളിലുണ്ടായ ഭൂഖണ്ഡാന്തര സഞ്ചാരങ്ങളിൽ ഞാൻ പരിചയപ്പെടാനും അറിയാനും ഇടവന്നവരിൽ ഏറ്റവും പരിപൂർണ്ണതയുള്ള ഗൈഡായിരുന്നു ചോയ്. വളരെ സൗഹൃദഭാവമുള്ള ഒരു ജനതയാണ് വടക്കൻ കൊറിയക്കാർ എങ്കിലും ഒരു പരിധിയിൽ കൂടുതൽ അവർ വിദേശികളുമായി അടുപ്പമോ സൗഹൃദമോ സ്ഥാപിക്കാറില്ല, അവരുടെ സമൂഹം അത് പ്രോത്സാഹിപ്പിക്കാറുമില്ല എന്നൊക്കെയാണ് ഞാൻ കേട്ടിരുന്നത്. ചോയ് പക്ഷേ, ആ ധാരണകളെ മാറ്റിമറിച്ചു. ഒരു ഗൈഡ് എന്ന നിലയിൽനിന്ന് തന്റെ സ്വന്തം ഒരാൾ എന്ന അവസ്ഥയിലേക്ക് വളർന്നു അവളുടെ പെരുമാറ്റം. പാർക്ക് ആകട്ടെ തന്റെ ബോസിന് സ്വീകാര്യമായതൊക്കെ തനിക്കും സ്വീകാര്യം എന്നൊരു മട്ടുകാരനും.

പൊതുവെ ടൂറിസ്റ്റുകളുടെ നോർത്ത് കൊറിയ വാസം 45 ദിനങ്ങളാണ്. അതിൽ കൂടുതൽ ദിവസങ്ങൾ ഒരേ ആളോടൊപ്പം ചെലവഴിക്കുമ്പോൾ ഉടലെടുക്കുന്ന ആത്മബന്ധമായിരിക്കണം ചോയ്ക്ക് എന്നോടു തോന്നിയ മമതയുടെ അടിസ്ഥാനം. ഞാൻ രാജ്യതലസ്ഥാനത്തുണ്ടായിരുന്ന ദിവസങ്ങളിലെല്ലാം ഉറങ്ങുന്ന ഇടവേളകളൊഴിച്ച് അവൾ എന്നോടൊന്നിച്ചായിരുന്നു.

ഉത്തര കൊറിയയിൽ കർശന നിയന്ത്രണമുള്ള ഒരു കാര്യം ഫോട്ടോ എടുക്കുന്നതാണ്. സൈനികരുടെയും മിലിട്ടറി സ്ഥാപനങ്ങളുടെയും ഒഴിച്ച് മറ്റെന്തിന്റെയും ഫോട്ടോ എടുത്തുകൊള്ളാൻ ചോയ് എനിക്ക് മൗനാനുവാദം തന്നിരുന്നു. ചിലപ്പോഴെങ്കിലും രാജ്യം വിടുന്ന സമയത്ത് റെയിൽവേ സ്റ്റേഷനിലും എയർപോർട്ടിലുംവച്ച് നമ്മൾ എടുത്ത ഫോട്ടോകൾ പരിശോധിക്കപ്പെട്ടേക്കാം എന്നു കേട്ടിരുന്നു.

അങ്ങനെ സംഭവിച്ചാൽ, ആ ഫോട്ടോകളിൽ അനുവദനീയമല്ലാത്തവ കണ്ടുപിടിക്കപ്പെട്ടാൽ, സ്വാഭാവികമായും കുറ്റം ഗൈഡിന്റെ തലയിൽ വന്നുവീഴും, അയാൾ ഉത്തരം പറയാൻ ബാദ്ധ്യസ്ഥനാവുകയും ചെയ്യും. രാജ്യം ഉത്തര കൊറിയ ആയതുകൊണ്ട് അതിനുള്ള ശിക്ഷ അത്ര മൃദുവൊന്നുമായിരിക്കുകയുമില്ല.

മറ്റൊരു കാര്യത്തിലും എനിക്ക് ചോയ്-യുടെ ഉദാരസമ്മതം ധാരാളമായിട്ടുണ്ടായിരുന്നു. അത് അവിടത്തെ സാധാരണ ജനങ്ങളുമായി ഇടപഴകുന്നതിലായിരുന്നു. ഉത്തരകൊറിയയിൽ സന്ദർശകർക്ക് നാട്ടുകാരുമായി ഒരു തരത്തിലുമുള്ള ഇടപഴകലുകൾ കർശനമായി വിലക്കപ്പെട്ടിരിക്കുന്നു. എന്നാൽ ഈ യാത്രയിൽ എത്രയോ തവണ, പലയിടങ്ങളിലും വച്ച് ഞാൻ ഈ നാട്ടിലെ സാധാരണക്കാരുമായി ഊഷ്മള സൗഹൃദം പങ്കുവച്ചിരിക്കുന്നു. എനിക്ക് കൊറിയൻ ഭാഷയും അവർക്കു ഇംഗ്ലീഷും അറിയില്ല എന്നതായിരുന്നു ഞങ്ങളുടെ വാമൊഴിക്കുള്ള ഒരേയൊരു വിഘ്നം. എന്നാലും ആപ്പിൾ ഫോണിലും ഐ- പാഡിലുമുള്ള തർജ്ജമ ആപ്പുകൾവഴി ആശയവിനിമയം ഒട്ടൊക്കെ സാദ്ധ്യമായിരുന്നു. പക്ഷേ, ഇതിനുള്ള പ്രത്യുപകാരമായി ഒരു കാര്യം മാത്രമേ ചോയ് ആവശ്യപ്പെട്ടുള്ളു. അത് ഈ സംഭാഷണങ്ങളുടെയൊന്നും ഫോട്ടോ എടുക്കരുത്, വീഡിയോ പകർത്തരുത് എന്നതായിരുന്നു. തികഞ്ഞ സങ്കടത്തോടെയാണെങ്കിലും അവൾക്കു കൊടുത്ത വാക്ക് പാലിച്ചു. ഇത്രയൊക്കെ ഇളവുകളനുവദിച്ച അവളെ ഒരു വിഷമവൃത്തത്തിലാക്കാൻ ഞാൻ കാരണമാവരുതല്ലോ. വടക്കൻ കൊറിയയിലെ സാധാരണക്കാരുമായുള്ള എന്റെ അഭിമുഖങ്ങൾ ഫോട്ടോകളും വീഡിയോകളും ആക്കുവാൻ എനിക്കായിരുന്നു എങ്കിൽ ആരും കാണാത്ത അറിയാത്ത ഉത്തര കൊറിയയുടെ മറ്റൊരുമുഖം വായനക്കാർക്കു മുന്നിൽ അവതരിപ്പിക്കാൻ എനിക്കാകുമായിരുന്നു.

ഞാൻ ഉത്തര കൊറിയയിൽനിന്നു മടങ്ങിയശേഷം എന്റെ ആ രാജ്യത്തെ യാത്രയൊക്കെ ഏർപ്പാടാക്കിത്തന്ന ബെയ്ജിങ്ങിലെ എന്റെ സുഹൃത്തായ മാറ്റ്-മായി ഇക്കാര്യങ്ങളൊക്കെ സംസാരിച്ചിരുന്നു. അനേകം തവണ ആ രാജ്യം സന്ദർശിച്ച അദ്ദേഹം ഒരു നോർത്ത് കൊറിയ എക്സ്പെർട്ട് ആയിട്ടാണ് അറിയപ്പെടുന്നത്. മാറ്റിനും, ചോയ് എന്നോട് കാണിച്ച സൗമനസ്യങ്ങൾ അത്ഭുതമായിരുന്നു. അദ്ദേഹം ഇത്രമാത്രം പറഞ്ഞു, “വലിയ Risk ആണ് നിനക്കുവേണ്ടി, അവർ എടുത്തത്.”

ഇന്ത്യക്കാർ ഉത്തര കൊറിയ സന്ദർശിക്കുന്നത് അപൂർവ്വമാണ്. അതിലുള്ള മലയാളി സാന്നിദ്ധ്യമാകട്ടെ, ഉണ്ടെങ്കിൽത്തന്നെ അത്യപൂർവ്വവും.

പുറത്ത് പ്രചരിപ്പിക്കപ്പെടുന്നപോലെ ക്രൂരന്മാരായ ഭരണാധികാരികളും അവരുടെ ഉപജാപകവൃന്ദങ്ങളും സൈന്യവും പൗരധർമ്മങ്ങളെല്ലാം കാറ്റിൽപറത്തി ഉരുക്കുമുഷ്ടിയോടെ ഭരിക്കുന്ന രാജ്യമാണോ ഉത്തര കൊറിയ?

എന്നാൽ ഒരു സഞ്ചാരിയുടെ സാധാരണ കാഴ്ചകൾക്കപ്പുറം കാണാനും അറിയാനും എനിക്കായിട്ടുണ്ട്. ചോയ്-യെപ്പോലെ ഒരു ഗൈഡിന്റെ, സ്നേഹ വാത്സല്യത്തിന്റെ നിറവിൽ ഈ നാട്ടിൽ ഒരു കേവല സഞ്ചാരിക്ക് അപ്രാപ്യമായ പലതും കാണാനും അറിയാനും അനുഭവിക്കാനും കഴിഞ്ഞു എന്നത് തികഞ്ഞ ചാരിതാർത്ഥ്യത്തോടു കൂടിയാണ് ഞാൻ ഓർക്കുന്നത്.

ഒരുപക്ഷേ, മറ്റു പല രാജ്യങ്ങളിലും പോയപ്പോൾ സംഭവിച്ചതു പോലെ ഭരണാധികാരികളെ ലവലേശം ഭയമില്ലാതെ അടച്ചാക്ഷേപി ക്കുന്നവരെ ഇവിടെ കണ്ടില്ല എന്നത് സത്യമാണ്, അതിന്റെ കാരണമെ ന്തായാലും.

ഞാൻ വായിച്ചതിൽനിന്നും അറിഞ്ഞതിൽനിന്നും തികച്ചും വ്യത്യ സ്തമായൊരു ലോകമാണ് ഞാനവിടെ കണ്ടത്, അനുഭവിച്ചത്.

ചൈനയിൽനിന്നും ഉത്തര കൊറിയയിലേക്ക്

ഒരു സെപ്തംബറിൽ, ഗ്രീഷ്മർത്തുവിന്റെ മൂർദ്ധന്യത്തിൽ ഹിരണ്മയമായ മഞ്ഞവെയിലിന്റെ മദ്ധ്യാഹ്നത്തിൽ, അല്പ ദിവസത്തേക്കെങ്കിലും എനിക്ക് ലോകം വിമൂകവും നിശ്ചലവുമായി. ഞാനെന്ന മനുഷ്യജീവി, ലോകത്തിന്റെ വാർത്താവിനിമയ വലയ്ക്കകത്തുനിന്ന് പൂർണ്ണമായി അപ്രത്യക്ഷനായി. ഉറ്റവരും ഉടയവരുമായി അശരീരിബന്ധം നിലനിർത്തിയിരുന്ന എന്റെ ആപ്പിൾ ഐഫോണിൽ സിഗ്നൽ നിശ്ശേഷം നിലച്ചു. ഉത്തര കൊറിയയിലേക്കുള്ള പ്രവേശന നഗരമായ സിനുയിജുവിലേക്കുള്ള ട്രെയിനിൽ യാലുനദി മുറിച്ചുകടക്കുകയാണെന്ന സത്യവുമായി പൊരുത്തപ്പെടാൻ, എനിക്ക് പരിസരബോധം വീണ്ടുകിട്ടാൻ ഏതാനും നിമിഷമെടുത്തു. ചൈനയുടെ വടക്ക് കിഴക്കൻ നഗരമായ ഡാൻഡോങ്ങും ഉത്തര കൊറിയയുടെ സിനുയിജു നഗരവും യാലുനദിയുടെ ഇരുകരകളിലുമാണ്. ട്രെയിനിൽ ഈ നഗരങ്ങൾ തമ്മിലുള്ള ദൂരമാകട്ടെ വെറും എഴു മിനിറ്റുമാത്രവും.

ട്രെയിനിലെ ആൾക്കൂട്ടത്തിനിടയിലും ഒരു ക്ലോസ്ട്രോഫോബിക് (Claustrophobia അടഞ്ഞ സ്ഥലങ്ങളോടുള്ള അകാരണമായ കൊടും ഭീതി) അനുഭവം എന്നിൽ വന്നുനിറയുകയാണ്. ശബ്ദവും വെളിച്ചവും ഇല്ലാത്ത ഒറ്റമുറിയിൽ അടയ്ക്കപ്പെട്ട ഏകാന്തത്തടവുകാരന്റെ മനോനില. പറഞ്ഞറിയിക്കാനാവാത്ത വല്ലാത്തൊരുതരം ഭയമാണ് മനസ്സിൽ. ഹൃദയത്തിന്റെ ഓരോ മിടിപ്പിനുമൊപ്പം ഞാനും നിന്നു വിറയ്ക്കുന്നതുപോലെ. എയർകോണിന്റെ തണുപ്പിലും നെറ്റിയിലും മുഖത്തും വിയർപ്പുമണികൾ ഉരുണ്ടുകൂടുന്നു. ഇട്ടിരുന്ന ടിഷർട്ട് നനഞ്ഞു കുതിർന്നു കഴിഞ്ഞു. ഒരു തളർച്ചപോലെ!

ഏതാനും നിമിഷം മുമ്പുമാത്രമാണ്, ഡാൻഡോങ് റെയിൽവേ സ്റ്റേഷനിൽവച്ച്, ഈ ട്രെയിനിൽ കയറുംമുമ്പ് കൊച്ചിയിലെ വീട്ടിൽ വിളിച്ച് ലതയുമായി സംസാരിച്ചത്. ഇനി കുറച്ചു ദിവസത്തേക്ക് എന്റെ മുന്നിലെ ലോകം, എനിക്ക് പ്രിയപ്പെട്ടവരാരുമില്ലാത്ത, കറുപ്പിലും വെളുപ്പിലും ഛായാഗ്രഹണം ചെയ്യപ്പെട്ട കഴിഞ്ഞ നൂറ്റാണ്ടിലെ ചലച്ചിത്രം പോലെയാവുകയാണ്.

ഇനിയുള്ള പത്ത് ദിവസം ഞാൻ ഉത്തര കൊറിയയിലാണ്. ഇന്റർനെറ്റില്ല, ഫോൺ സൗകര്യമില്ല, എന്തിന്, പത്രംപോലും ആഴ്ചയിൽ ഒരിക്കൽ പ്രസിദ്ധീകരിക്കുന്ന *Pyongyang Times* മാത്രം. ഇനി എന്റെ മുന്നിൽ ഈ ലോകം മാത്രമേയുള്ളൂ - ഒരുതരം പരലോകം! ഉറ്റവരാരുമായും സമ്പർക്കമില്ല. അവർക്ക് ഞാൻ നോർത്ത് കൊറിയയിൽ എത്തിയിട്ടുണ്ടാകും എന്നുമാത്രമേ അറിയുകയുള്ളു. പത്ത് ദിവസങ്ങൾക്കു ശേഷം ചൈനയിൽ എത്തുമ്പോൾ മാത്രമേ ഞാൻ ജീവിച്ചിരിപ്പുണ്ടായിരുന്നു എന്ന് അവർക്ക് ബോദ്ധ്യമാവുകയുള്ളു. ഉത്തര കൊറിയയിൽ എവിടെയെങ്കിലും ഞാൻ ഉണ്ടെന്ന് അറിയാവുന്ന, പറയാനാവുന്ന ഒരേ ഒരാൾ മാത്രമേ ഈ ഭൂമുഖത്തുള്ളു. അത് ആ രാജ്യത്തിന്റെ പരമാധികാരിയായ കിം ജോങ്-ഉൺ മാത്രം.......

ചൈനയുടെ തലസ്ഥാനമായ ബെയ്ജിങ്ങിൽനിന്നാണ് എന്റെ ഉത്തര കൊറിയ യാത്ര ആരംഭിക്കുന്നത്. അവിടെ, സുഹൃത്തായ Matt, ഉത്തര കൊറിയ വിസയ്ക്ക് അപേക്ഷിക്കുന്നതിനുമുമ്പ് പലവട്ടം എന്നോട് ചോദിച്ചതാണ്, "ഡോക്ടർ ഇത്രയും ദിവസം അവിടെ തങ്ങണോ? ഒരു നാലഞ്ചുദിവസം പോരെ! അറിയാമല്ലോ, ഒരിക്കൽ ആ രാജ്യത്ത് പ്രവേ

ശിച്ചുകഴിഞ്ഞാൽ വിസ കാലാവധി കഴിയും മുമ്പുള്ള തിരിച്ചുവരവ് അസാദ്ധ്യമാണ്. അതാണ് വീണ്ടും വീണ്ടും ചോദിക്കുന്നത്."

സാധാരണ ഓരോ രാജ്യത്തേക്കുമുള്ള എന്റെ യാത്രകൾ പത്തു മുതൽ പതിനാല് ദിവസങ്ങൾ നീളുന്നതാണ്. ഒരു രാജ്യത്തെക്കുറിച്ച് എന്തെങ്കിലും അറിയണമെങ്കിൽ ചുരുങ്ങിയത് അത്രയും ദിവസങ്ങളെങ്കിലും വേണമെന്നതാണ് അനുഭവം.

മാറ്റ് എന്റെ സ്നേഹത്തിനും നിർബ്ബന്ധത്തിനും മുന്നിൽ മുട്ടുമടക്കി. പക്ഷേ, ഈ നിമിഷം, ഫോൺ നിശ്ശബ്ദമായ ഈ നിമിഷം മനസ്സ് ഉൽക്കടമായി മന്ത്രിക്കുന്നു, 'മാറ്റ് പറയുന്നതു കേൾക്കാമായിരുന്നു എന്ന്. അറിഞ്ഞുകൊണ്ട് ഈ ശിക്ഷ ഏറ്റുവാങ്ങേണ്ടിയിരുന്നില്ല.'

നിരവധി ഉൽക്കണ്ഠകളോടെയും വിഹ്വലതകളോടെയും ആണ് ഞാൻ ഏകാധിപത്യം മാത്രമല്ല, കടുത്ത ആഭ്യന്തര പ്രശ്നങ്ങളും യുദ്ധവും നിലനില്ക്കുന്ന പല രാജ്യങ്ങളിലും എത്തിപ്പെട്ടത്. ക്യൂബ, സിറിയ, ഇറാൻ, ലാവോസ്, കൊളംബിയ തുടങ്ങിയ പ്രശ്നകലുഷിതമായ അനേകം രാജ്യങ്ങളിൽ വിശാലമായി സഞ്ചരിച്ചു. പക്ഷേ, ഉത്തര കൊറിയയുമായി താരതമ്യപ്പെടുത്തുമ്പോൾ ആ യാത്രകൾ എത്രയോ സാധാരണം. സമഗ്രാധിപത്യം അതിന്റെ പരിപൂർണ്ണതയിൽ ഉത്തര കൊറിയയിലെപോലെ മറ്റെങ്ങും ഞാൻ കണ്ടിട്ടില്ല.

ബെയ്ജിങ്ങിൽവച്ച് മാറ്റിന്റെ കൈയിൽ നിന്നും ഉത്തര കൊറിയയുടെ വിസയും തലസ്ഥാന നഗരമായ പ്യോങ്യാങ്ങിലേക്കുള്ള ട്രെയിൻ ടിക്കറ്റും വാങ്ങുമ്പോൾതന്നെ, ആ രാജ്യത്ത് ചെയ്യാൻ പാടില്ലാത്തതിന്റെ, (dont's) ഒരു വിശദവിവരണംകൂടി തന്നിരുന്നു. അരുതാത്തതുകളെവച്ചു നോക്കുമ്പോൾ ആവാവുന്നവ (do's) അധികമൊന്നുമില്ലായിരുന്നു. അവയാകട്ടെ മുൻകൂട്ടി തീരുമാനിക്കപ്പെട്ടുകഴിഞ്ഞിരിക്കുന്നതുമാണ്. അതുമാത്രം തല്ക്കാലം അറിഞ്ഞാൽ മതി, മാറ്റ് പറഞ്ഞുനിർത്തി.

പോക്കുവെയിൽ പരന്ന മഞ്ഞൂഴത്തിൽ, വൈകുന്നേരം 5.27 നാണ്, ബെയ്ജിങ്ങിൽനിന്നും ഡാൻഡോങ്ങിലേക്കുള്ള K27 നമ്പർ രാത്രി വണ്ടി. അവിടെയെത്തി യാലുനദി കടന്നാൽ ഉത്തര കൊറിയ ആയി.

ഇന്ത്യൻ നഗരങ്ങളിലെ റെയിൽവേ സ്റ്റേഷന് സമാനമാണ് ചൈനയിലെ റെയിൽവേ സ്റ്റേഷനുകളും. എങ്ങും തിക്കും തിരക്കും ബഹളവും. പെട്ടിയും തൂക്കി, ട്രെയിൻ പുറപ്പെടുന്ന 4-ാം നമ്പർ പ്ലാറ്റ്ഫോമിലെത്താൻ അല്പം സാഹസപ്പെടുക തന്നെവേണം. ഇതിനിടയിൽ ടിക്കറ്റ് ചെക്കിങ്, ലഗ്ഗേജ് സ്ക്രീനിങ് എന്നിവ വേറെ. എല്ലാത്തിനും നീണ്ട, മടുപ്പിക്കുന്ന ക്യൂ ആണ്. ട്രെയിൻ പുറപ്പെടുന്നതിന് ഏതാനും നിമിഷം മുമ്പുമാത്രമെ പ്ലാറ്റ്ഫോമിലേക്ക് യാത്രക്കാരെ പ്രവേശിപ്പിക്കുകയുള്ളു. ഒരു ചെറിയ ഹാളിൽ ആളുകൾ ട്രെയിൻ കയറാനായി തിങ്ങി നിറഞ്ഞു നില്ക്കുന്നു. 6-ാം നമ്പർ ബോഗിയിലെ 11-ാമത് സീറ്റാണ് എന്റേത്.

ഓരോ കൂപ്പയിലും ഇരുവശത്തുമായി മൂന്നു മൂന്നു ബർത്തുകൾ. Hard Sleeper, Yingwo- എന്നാണിതിന്റെ ചൈനീസ് ഓമനപ്പേര്. നമ്മുടെ ത്രി ടയർ എ സി കംപാർട്ടുമെന്റിന്റെ തല്സ്വരൂപം. സൈഡ് ബർത്തുകൾ ഇല്ലായെന്നുമാത്രം. ഇതാണ് ചൈനീസ് ട്രെയിനുകളുടെ ബെയ്സിക് അക്കോമഡേഷൻ. ഓരോ ബോഗിയിലും നമ്മുടെ ടി ടി ഇ പോലെ ട്രെയിൻ കണ്ടക്ടർ ഉണ്ട്. അതുപോലെതന്നെ ചൂടുവെള്ളത്തിനുള്ള സംവിധാനവും. ചൂടുവെള്ളം ചൈനാക്കാരുടെ ജീവിതത്തിന്റെയും ഭക്ഷണത്തിന്റെയും അവിഭാജ്യ ഘടകമാണ്. ചായ തിളപ്പിക്കാനും നൂഡിൽസ് ഉണ്ടാക്കാനുമൊക്കെ ഇതു കൂടിയെ കഴിയൂ.

വളരെ സുഖപ്രദമാണ് ചൈനയിലെ ട്രെയിൻ യാത്രകൾ. നല്ല കിടക്ക. ഇടയ്ക്കിടെ എത്തുന്ന സുലഭമായി ലഭിക്കുന്ന ഭക്ഷണ പാനീയങ്ങൾ, ഡൈനിങ് കാറിലെ സുന്ദരൻ ഭക്ഷണം.

ട്രെയിൻ കണ്ടക്ടറുടെ സാന്നിദ്ധ്യം എപ്പോഴും ഉണ്ട്. രാത്രിയായപ്പോൾ അവർ വന്ന് എന്റെ ടിക്കറ്റ് വാങ്ങി പകരം ഒരു കാർഡ് തന്നിട്ടു പോയി. പിറ്റേന്നു രാവിലെ വീണ്ടും വന്ന് കാർഡ് തിരിച്ചുവാങ്ങി, ടിക്കറ്റ് തന്നു. എന്തിനാണിങ്ങനെ എന്ന് എനിക്ക് മനസ്സിലായില്ല. രാത്രി ട്രെയിനിൽനിന്നും ചാടിപ്പോകാതിരിക്കാനോ മറ്റോ ആണോ?

സഹയാത്രികരായി ഏതാനും സായിപ്പു കുഞ്ഞുങ്ങൾ കൂടിയുണ്ട്. ബാക്കിയൊക്കെ ചീനൻമാർതന്നെ. എന്റെ രാത്രി ഭക്ഷണം നൂഡിൽസ് ആയിരുന്നു. 10 ചൈനീസ് യുവാൻ (ചൈനയുടെ നാണയം), ഏകദേശം 60 രൂപ, കൊടുത്ത് ഒരു കപ്പ് നൂഡിൽസ് വാങ്ങി ചൂടുവെള്ളം ഒഴിച്ചപ്പോൾ അത്താഴം റെഡി. മേമ്പൊടിക്ക് ഒരു ബീറും.

സിനുയിജുവിലേക്ക്

സുഖമായി ഉറങ്ങി എഴുന്നേല്ക്കുമ്പോൾ ട്രെയിൻ ഏതോ മലയുടെ അടിവാരത്തിലൂടെ കുതിച്ചുപായുകയാണ്. ഹരിതാഭമായ പ്രകൃതി. നമ്മുടെ പശ്ചിമഘട്ടത്തിന്റെ പ്രതീതി. ഇടയ്ക്കിടയ്ക്ക് മിന്നിമറയുന്ന ഗ്രാമങ്ങൾ, ചെറുപട്ടണങ്ങൾ, പുഴകൾ, അരുവികൾ, വിളഞ്ഞ് സമൃദ്ധമായ പാടങ്ങൾ.

വടക്കുകിഴക്കൻ ചൈനയിൽ സെപ്തംബറിൽ വേനൽക്കാലമാണ്. അഞ്ചുമണിക്കു തന്നെ സൂര്യനുദിക്കും. ട്രെയിൻ ഏഴരയ്ക്ക് ഡാൻഡോങ്ങിലെത്തുമ്പോൾ നേരം നല്ലവണ്ണം പുലർന്നുകഴിഞ്ഞിരുന്നു.

ഈ ട്രെയിൻ യാത്ര ഇവിടെ അവസാനിക്കും. ഇനി മറ്റൊരു തീവണ്ടിയിലാണ് തുടർയാത്ര. ഉത്തര കൊറിയയ്ക്കുള്ള അടുത്തവണ്ടി പുറപ്പെടാൻ ഒന്നരമണിക്കൂർ താമസമുണ്ട്. മാറ്റ് പറഞ്ഞിരുന്നു, റെയിൽവേ സ്റ്റേഷനിൽനിന്നും അധിക ദൂരമില്ല യാലുനദിക്കരയിലേക്ക്. അത് കാണാതിരിക്കേണ്ട!

ഞാൻ ലഗ്ഗേജ് ഒക്കെ ക്ലോക്ക് റൂമിൽ ഏല്പിച്ചു പുറത്തിറങ്ങി. സ്റ്റേഷനു മുന്നിൽത്തന്നെ ആധുനിക ചൈനയുടെ പിതാവായ ചെയർമാൻ മാവോ സേ തൂങ്ങിന്റെ ആകാശത്തേക്ക് കൈ ഉയർത്തി നില്ക്കുന്ന നിലയിൽ പണിത ഭീമമായ ഒരു പ്രതിമയുണ്ട്.

അരക്കിലോമീറ്റർ കിഴക്കോട്ടു നടന്നാൽ യാലു സെനിക് ഏരിയ ആയി. ഉത്തര കൊറിയക്കാർക്ക് യാലുനദി, ആംനോക് ആണ്. നദീതീരം അതിമനോഹരമായി സംരക്ഷിച്ചിരിക്കുന്നു. പൂന്തോട്ടങ്ങൾ, വിശാലമായ വീതിയേറിയ നടപ്പാതകൾ, കുട്ടികൾക്കുള്ള കളിസ്ഥലങ്ങൾ. ചൈനയിലെ വലിയൊരു ടൂറിസ്റ്റ് ആകർഷണമാണ് ഈ സ്ഥലം.

ഏകദേശം 800 കിലോമീറ്റർ നീളമുള്ള യാലുനദി, വടക്ക് ചാങ്

ബായ് മലനിരകളിൽനിന്നും ഉത്ഭവിച്ച് തെക്കു പടിഞ്ഞാറോട്ട് ഒഴുകി കൊറിയൻ ഉൾക്കടലിൽ പതിക്കുന്നു. ഈ നദിയാണ് ചൈനയെയും വടക്കൻ കൊറിയയെയും വേർതിരിക്കുന്ന പ്രധാന അതിർത്തി.

ഡാൻഡോങ്ങിൽ നിന്ന് വടക്കൻ കൊറിയയിലേക്ക് പ്രവേശിക്കാൻ യാലുനദിയിൽ രണ്ടു പാലങ്ങളുണ്ട്. പഴയ പാലം 1911 ൽ പണിതതാണ്. Yalu River Broken Bridge എന്നാണിത് ഇപ്പോൾ അറിയപ്പെടുന്നത്. 1950–51 കാലത്ത്, കൊറിയൻ യുദ്ധത്തിന്റെ മൂർദ്ധന്യാവസ്ഥയിൽ, ചൈനയിൽനിന്ന് കൊറിയയിലേക്ക് യുദ്ധ സാമഗ്രികൾ എത്താതിരിക്കാൻ അമേരിക്കൻ യുദ്ധവിമാനങ്ങൾ ബോംബിട്ട് ഈ പാലം തകർത്തിരുന്നു. അമേരിക്കയുടെ യുദ്ധ അതിക്രമങ്ങൾ ലോകത്തിനുമുന്നിൽ അവതരിപ്പിക്കാനായി, ചൈനക്കാർ തങ്ങളുടെ ഭാഗത്തുള്ള പാലം റിപ്പയർ ചെയ്ത് യുദ്ധ സ്മാരകമായി സൂക്ഷിച്ചിരിക്കുന്നു. പഴയ ഈ പാലത്തിൽനിന്നും നൂറു മീറ്റർ മുകളിലായി പുതിയൊരു പാലം 1943 ൽ ഇംപീരിയൽ ജപ്പാൻ ആർമി, കൊറിയ കീഴടക്കിയ സമയത്ത് പണിതതാണ്. ഈ പാലമാണ് റെയിൽ, റോഡ് ഗതാഗതത്തിന് ഇപ്പോൾ ഉപയോഗപ്പെടുത്തുന്നത്. പക്ഷേ, പൊതുജനങ്ങൾക്ക് ഇതിലൂടെ നടന്ന് ഉത്തര കൊറിയയിൽ പ്രവേശിക്കാൻ അനുവാദമില്ല.

30 ചൈനീസ് യുവാൻ, (ഏകദേശം 200 രൂപ) കൊടുത്താൽ യാലു ബ്രോക്കൺ റിവർ ബ്രിഡ്ജ് സന്ദർശിക്കാം. പാലത്തിലൂടെ നടന്ന് നദിയുടെ മദ്ധ്യഭാഗത്ത് എത്തി, മറുകരയിലെ ഉത്തര കൊറിയയെ കൺകുളിർക്കെ കാണാം. ചൈനക്കാർക്കും തങ്ങളുടെ അതിർത്തിയായ ഈ രാജ്യം കൗതുകം തന്നെയായിരിക്കണം. അതുകൊണ്ടാണല്ലോ ധാരാളം നാട്ടുകാരും പാലം കാണുവാൻ എത്തുന്നതും ഉത്തര കൊറിയയുടെ ബാക്ക് ഡ്രോപ്പിൽ ഫോട്ടോകൾ എടുത്തു കൂട്ടുന്നതും. യാലുനദിയിലൂടെ ബോട്ട് യാത്ര ചെയ്തും ധാരാളം പേർ തങ്ങളുടെ അയൽ രാജ്യത്തിന്റെ ചെറിയൊരേടെങ്കിലും കാണാൻ ശ്രമിക്കുന്നതും, മറ്റൊരു കാഴ്ചയാണ്.

യാലുനദീ മദ്ധ്യത്തിലെ പാലത്തിൽ നിന്നുകൊണ്ട് രണ്ടു കരകളിലെ രാജ്യങ്ങൾ കാഴ്ചയുടെ താരതമ്യം കമ്യൂണിസത്തിലെ രണ്ടു ഭരണപ്രയോഗങ്ങളുടെ താരതമ്യത്തിൽ അവസാനിക്കും. ചൈനയുടെ ഡാൻഡോങ് നഗരം പകൽപോലും നിയോൺ പ്രസര ദീപ്തിയിൽ പ്രസന്ന പ്രത്യക്ഷമാണ്. അംബരച്ചുംബികളായ മന്ദിരങ്ങൾ, കൃത്യതയാർന്ന ട്രാഫിക് സംവിധാനങ്ങൾ, തെരുവു നിറയെ ജനങ്ങളും വാഹനങ്ങളും. വർണ്ണപ്പകിട്ടിന്റെ ലോകമാണ് ചൈന.

മറുകരയിലെ, ഉത്തരകൊറിയൻ നഗരമായ സിനുയിജു ആകട്ടെ, നരച്ച, ചായം തേയ്ക്കാത്ത കുറെ അപ്പാർട്ടുമെന്റ് സമുച്ചയങ്ങളുടെ കൂട്ടം മാത്രം. പലായനം ചെയ്യപ്പെട്ട ജനതയുടെ ഉപേക്ഷിക്കപ്പെട്ട ഒരു നഗര ഛായ. നദിക്കരയിൽ വിജനമായൊരു പാർക്കും അതിൽ ചെറിയൊരു ജയന്റ് വീലും. കമ്യൂണിസ്റ്റ് ഭരണവ്യവസ്ഥയുടെ താരതമ്യങ്ങൾ മനസ്സിന് അസ്വസ്ഥതവരുത്തും.

പതിവുപോലെ ഓർമ്മയ്ക്കായി ഏതാനും ഫോട്ടോകൾ എടുത്ത് ഞാൻ റെയിൽവേ സ്റ്റേഷനിലേക്ക് മടങ്ങി. ഈ സ്റ്റേഷനകത്തുവച്ചു

തന്നെയാണ് ചൈനയുടെ കസ്റ്റംസ് ഇമിഗ്രേഷൻ പരിശോധനകളൊക്കെ. അതൊക്കെ കഴിഞ്ഞുമാത്രമേ ഉത്തര കൊറിയയ്ക്കുള്ള ട്രെയിൻ പുറപ്പെടുന്ന പ്ലാറ്റ്ഫോമിലേക്ക് പ്രവേശനമുള്ളൂ. ഡാൻഡോങ്ങിൽ നിന്ന് പ്യോങ്യാങ്ങിലേക്ക് ട്രെയിൻ സർവ്വീസ് ആഴ്ചയിൽ നാലുദിവസം മാത്രം. ചൈനയിൽ എവിടേയുമുള്ള തിരക്കിന് ഇവിടെയും വ്യത്യാസമൊന്നുമില്ല. ചൈനക്കാരും നാട്ടിലേക്കു മടങ്ങുന്ന ഉത്തര കൊറിയക്കാരുമാണ് പ്രധാന യാത്രക്കാർ. പേരിന് ഏതാനും വെള്ളക്കാരും പിന്നെ ഞാനും. ഇവിടുത്തെ ഇമിഗ്രേഷൻ പരിശോധനയ്ക്ക് നിന്നാൽ ഭ്രാന്ത് പിടിക്കും. അത്രയ്ക്കും സാവധാനത്തിൽ, ഒച്ച് ഇഴയുന്ന വേഗത്തിലാണ് കാര്യങ്ങൾ നീങ്ങുന്നത്. പ്രത്യേകിച്ചും വിദേശികളുടെ പേരുകൾ ഇവിടുത്തെ ഉദ്യോഗസ്ഥർക്ക് പ്രശ്നമാണ്. അവർ പാസ്പോർട്ടിലെ പേരും ചൈനവിസയിലെ പേരും ഒത്തുനോക്കി, അതുതന്നെയാണോ തങ്ങളുടെ മുന്നിലെ കമ്പ്യൂട്ടറിൽ വരുന്നതെന്ന് അക്ഷരം പെറുക്കി പെറുക്കി വായിച്ചു നോക്കി ഉറപ്പുവരുത്തി, പാസ്പോർട്ട് തിരിച്ചും മറിച്ചും നോക്കി അവസാനം Exit Seal അടിച്ചുവരുമ്പോഴേക്കും ഒരു രാത്രി പുലർന്നിട്ടുണ്ടാകും.

ഈ കടമ്പകടന്ന് പ്ലാറ്റ്ഫോമിൽ എത്തുമ്പോഴേക്ക് ചൈന റെയിൽവേയുടെ 95-ാം നമ്പർ ട്രെയിൻ പ്യോങ്യാങ്ങിലേക്ക് യാത്ര പുറപ്പെടാനായി തയ്യാറായി നില്ക്കുന്നു. ഞങ്ങൾ വിദേശികൾ ഈ ട്രെയിനിൽ കയറി, യാലുനദി കടന്ന്, ഉത്തര കൊറിയയുടെ ആദ്യ സ്റ്റേഷനായ സിനുയിജുവിൽ ഇറങ്ങും. ഞങ്ങൾക്ക് ഈ ട്രെയിനിൽ പ്യോങ്യാങ് വരെ പോകാൻ അനുവാദമില്ല. യാലുനദി കടക്കാൻ എടുക്കുന്ന വെറും ഏഴു മിനിറ്റ് മാത്രമാണ് ഈ ട്രെയിനിലെ യാത്ര.

ഈ ട്രെയിനിൽ യാലുനദി മുറിച്ചു കടക്കൽ എന്നെ സംബന്ധിച്ചിടത്തോളം ബഹിരാകാശത്തേക്കോ ചന്ദ്രനിലേക്കോ ചൊവ്വയിലേക്കോ പോകുന്നത്ര അനുഭൂതിഭരിതമാണ്.

നദികടന്നതും ട്രെയിൻ ഒന്നുനിന്നു. ഔദ്യോഗിക യൂണിഫോം ധരിച്ച ഏതാനും പട്ടാള ഓഫീസർമാർ ഞങ്ങളുടെ അടുത്തേക്കു വന്നു. അവർ ഓരോ യാത്രക്കാരന്റെയും പാസ്പോർട്ടും ഉത്തര കൊറിയ വിസയും വാങ്ങി സൂക്ഷിക്കുകയാണ്. ഈ രാജ്യത്തിന്റെ വിസ നമ്മുടെ പാസ്പോർട്ടിൽ മുദ്രണം ചെയ്യുകയൊന്നുമില്ല. രണ്ടായി മടക്കിയ ഒരു നീല കടലാസ് ആണത്. അതിന്റെ പുറംചട്ടയിൽ, Tourist Card എന്നും, Democratic Peoples Republic of Korea എന്നും ഇംഗ്ലീഷിലും കൊറിയൻ ഭാഷയിലും ആലേഖനം ചെയ്തിരിക്കുന്നു.

അകത്തെ രണ്ടാം പേജിൽ യാത്രികന്റെ ഫോട്ടോ, പേര്, ജനനത്തീയതി എന്നിവ കൊറിയൻ ഭാഷയിൽ രേഖപ്പെടുത്തിയിരിക്കുന്നു. കൂട്ടത്തിൽ വിസയുടെ കാലാവധിയും. ഉത്തര കൊറിയക്കാർ പിൻതുടരുന്ന കലണ്ടർ, പക്ഷേ, നമ്മുടെ ഗ്രിഗോറിയൻ കലണ്ടർ അല്ല. ജൂച്ചെ കലണ്ടർ എന്നാണിതിന്റെ പേര്. ഉത്തര കൊറിയയുടെ രാഷ്ട്രപിതാവായ

കിം ഇൽ സുങ് ജനിച്ച വർഷം, ഒന്നാം വർഷമായി കണക്കാക്കിയാണ് ഇതിന്റെ സംവിധാനം. അതനുസരിച്ച് 2021, ജൂച്ചെ വർഷം 110 ആണ്. പക്ഷേ, ദിവസങ്ങളും മാസങ്ങളുമൊക്കെ, ഇപ്പോഴും ഇംഗ്ലീഷ് കലണ്ടർ രീതിതന്നെ.

പൊതുവെയുള്ള വിശ്വാസം ഉത്തര കൊറിയയിൽ സന്ദർശകരെ പ്രവേശിപ്പിക്കില്ല എന്നാണല്ലോ. എന്നാൽ എല്ലാ വർഷവും 4000 നും 6000 നും ഇടയിൽ വിദേശ സഞ്ചാരികൾ ഈ രാജ്യം സന്ദർശിക്കാറുണ്ട്. ഇതിനും പുറമെയാണ് ധാരാളം ചൈനീസ് ടൂറിസ്റ്റുകളും. ചൈനക്കാർക്ക് ഈ രാജ്യത്ത് പ്രവേശിക്കാൻ വിസയ്ക്ക് യാതൊരു ബുദ്ധിമുട്ടുമില്ല, പോരാത്തതിന് സ്വതന്ത്രമായി സഞ്ചരിക്കാനുള്ള പരിപൂർണ്ണ സ്വാതന്ത്ര്യവും. മറ്റുവിദേശികൾക്ക് ബാധകമായ കർശന നിയന്ത്രണങ്ങളൊന്നും ചൈനീസ് സഞ്ചാരികൾക്കില്ല.

പട്ടാള ഭരണവും സമഗ്രാധിപത്യവും നിലനില്ക്കുന്ന പലരാജ്യങ്ങളേയും അപേക്ഷിച്ച് ഉത്തര കൊറിയൻ വിസ കിട്ടാനും അവിടം സന്ദർശിക്കാനും എളുപ്പമാണ്. കാര്യമായ കുറച്ച് മുന്നൊരുക്കങ്ങൾ വേണമെന്നുമാത്രം. അതിൽ ഏറ്റവും പ്രധാനമായി മനസ്സിലാക്കേണ്ട കാര്യം വിദേശികൾക്ക് സ്വന്തമായി, സ്വതന്ത്രമായി സഞ്ചരിക്കാൻ സാദ്ധ്യമല്ല എന്നതാണ്. ഏതെങ്കിലും ഒരു ടൂർ ഗ്രൂപ്പിന്റെ ഭാഗമായി മാത്രമേ ആ രാജ്യത്ത് പ്രവേശിക്കാനും സഞ്ചരിക്കാനും സാദ്ധ്യമാകുകയുള്ളു.

ഉത്തര കൊറിയയിലേക്ക് സഞ്ചാരികളെ കൊണ്ടുപോകുന്ന ടൂർ കമ്പനികളുണ്ട്. അവയുടെ എണ്ണം പരിമിതമാണെന്നുമാത്രം. അത്തരം സ്ഥാപനങ്ങൾ, മിക്കവാറും എല്ലാംതന്നെ ചൈനയുടെ തലസ്ഥാനമായ ബെയ്ജിങ് ആസ്ഥാനമായാണ് പ്രവർത്തിക്കുന്നത്. അതിന്റെ പ്രധാന കാരണം, ചൈനവഴിക്കുമാത്രമേ ഉത്തര കൊറിയയിൽ, അത് കരമാർഗ്ഗമായാലും വായുമാർഗ്ഗമായാലും പ്രവേശിക്കാൻ സാദ്ധ്യമാവുകയുള്ളു എന്നതുകൊണ്ട് കൂടിയാണ്. മറ്റൊരു കാരണം DPRK-യുടെ ബെയ്ജിങ് കോൺസുലേറ്റ് ആണ് വിദേശികൾക്ക് അവരുടെ രാജ്യത്ത് പ്രവേശിക്കുന്നതിനുള്ള വിസകൾ നല്കുന്നത്. ഇന്ത്യ ഉൾപ്പെടെ ഏകദേശം 50 രാജ്യങ്ങളിൽ ഉത്തര കൊറിയയ്ക്ക് എംബസികൾ ഉണ്ട്. തത്ത്വത്തിൽ ഇവിടെ നിന്നൊക്കെ ആ രാജ്യത്ത് പ്രവേശിക്കാൻ വിസ ലഭ്യമാണെങ്കിലും പലപ്പോഴും ഇത് മലർപ്പൊടിക്കാരന്റെ സ്വപ്നം മാത്രമായി അവശേഷിക്കും.

നമ്മുടെ ധനസ്ഥിതി അനുസരിച്ച് ഒരു ടൂർ കമ്പനിയെ കണ്ടെത്തിയാൽ ആദ്യത്തെ കടമ്പ കഴിഞ്ഞു. അവരുടെ ടൂറിന്റെ ഭാഗമായാൽ, വിസ സംഘടിപ്പിക്കലും, ബാക്കിയുള്ള കാര്യങ്ങളുമൊക്കെ അവർ നോക്കിക്കോളും. ഉത്തര കൊറിയയുടെ വിസ ചാർജ്ജ് 50 യൂറോ ആണ്. ടൂറിനുള്ള തുകയോടൊപ്പം ഒരു ഫോട്ടോയും, പാസ്പോർട്ടിന്റെ കോപ്പിയും, വിസ ഫീസും സംഘാടകർക്ക് അയച്ചുകൊടുക്കുക. സംഗതി ശുഭം. മറ്റു പ്രശ്നങ്ങളൊന്നുമില്ലെങ്കിൽ വിസ റെഡി. ഇതല്ലാതെ മറ്റു

പല രാജ്യങ്ങളിലേയും എംബസികൾ വിസയ്ക്കായി നിഷ്കർഷിക്കുന്ന നമ്മുടെ സ്ഥാവരജംഗമ ആസ്തി വിവരങ്ങളും, ബാങ്ക് രേഖകളുമൊന്നും ഉത്തര കൊറിയക്കാർക്ക് ഏതായാലും വേണ്ട.

ഞങ്ങൾ സിനുയിജു നഗരത്തിലെത്തിയതും വാച്ചിലെ സമയം മാറ്റി ചൈനയുടെ സമയത്തേക്കാൾ ഒരുമണിക്കൂർ കൂടി മുന്നോട്ടാണ് നോർത്ത് കൊറിയ സമയം. അതായത് ഇന്ത്യയും ചൈനയും തമ്മിലുള്ള സമയ വ്യത്യാസം രണ്ടര മണിക്കൂർ ആണെങ്കിൽ, ഉത്തര കൊറിയയിൽ എത്തുമ്പോൾ അത് മൂന്നര മണിക്കൂർ ആയി മാറും. ഈ രാജ്യം ജപ്പാനും ദക്ഷിണകൊറിയയും ഉൾപ്പെടുന്ന Time Zone ൽ ആണ് വരുന്നത്. അതാണ് ഈ സമയവ്യത്യാസത്തിന്റെ കാരണം. 2015 ൽ ഉത്തര കൊറിയ, ജപ്പാൻ ഉൾപ്പെടുന്ന സമയ മേഖലയിൽ നിന്നുമാറി, സമയം അര മണിക്കൂർ കൂടി മുന്നോട്ടാക്കി പുനഃക്രമീകരണം നടത്തി. പക്ഷേ, പിന്നീടുണ്ടായത് പ്രശ്നങ്ങളുടെ ഘോഷയാത്രയായിരുന്നു. ഈ ചെറിയൊരു സമയമാറ്റം ഇത്രയധികം പ്രശ്നങ്ങളുണ്ടാക്കുമെന്ന് അവർ സ്വപ്നേപി വിചാരിച്ചുകാണില്ല. സഹികെട്ട്, 2018 ൽ, സമയക്രമം പഴയതുപോലെയാക്കാൻ ഉത്തര കൊറിയൻ സർക്കാർ നിർബ്ബന്ധിതമായി.

നാടിന്റെ നട തുറക്കുന്ന നേരം

ട്രെയിൻ സാവധാനത്തിൽ സിനുയിജു റെയിൽവെ സ്റ്റേഷനിൽ എത്തിനിന്നു. ആർഭാടങ്ങൾ ലവലേശം ഇല്ലാത്ത, നമ്മുടെ നാട്ടിലെ സ്റ്റേഷനു സമാനമായ ഒന്ന്. ഇവിടെ ആകെയുള്ള ഒരു കാഴ്ച മഹാനായ നേതാവ് സഖാവ് കിം ഇൽ സുങ്-ന്റെയും മകനും പ്രിയപ്പെട്ട നേതാവുമായ കിം ജോങ് ഇൽ-ന്റെയും വലിയ ചിത്രങ്ങളാണ്. അതിനിരുവശത്തും കടും ചുവപ്പിന്റെ ബാക്ക്ഗ്രൗണ്ടിൽ കൊറിയൻ ഭാഷയിൽ വെളുത്ത അക്ഷരങ്ങളിൽ എഴുതിവച്ചിരിക്കുന്ന വിപ്ലവ സൂക്തങ്ങളുടെ ബാനറുകൾ.

ഞാനും, എന്നോടൊപ്പമുള്ള ഏതാനും വെള്ളക്കാരും മാത്രമാണ് സിനുയിജു സ്റ്റേഷനിൽ ഇറങ്ങിയത്. ബാക്കിയുള്ള യാത്രക്കാരൊക്കെ ട്രെയിനിൽത്തന്നെ ഇരിക്കുകയാണ്. ഞങ്ങൾ ഒഴിച്ച് പ്ലാറ്റ്ഫോമിൽ ആകെ യുള്ളത് അവിടവിടെ കൂടിനില്ക്കുന്ന ഏതാനും പട്ടാളക്കാരും ഉന്തുവണ്ടിയിൽ സോഡാസർബത്ത് വില്ക്കുവാൻ നില്ക്കുന്ന അതിസുന്ദരികളായ കൊറിയൻ തരുണീമണികളും മാത്രം.

കുറച്ചുകഴിഞ്ഞപ്പോൾ ഒരു പട്ടാള ഉദ്യോഗസ്ഥൻ വന്ന് കസ്റ്റംസ് പരിശോധന ആരംഭിക്കുകയാണെന്നറിയിച്ചു. ഞങ്ങൾ യാത്രക്കാർ, താന്താങ്ങളുടെ പെട്ടികൾ തുറന്നു മലർത്തി പ്ലാറ്റ്ഫോമിൽത്തന്നെ വയ്ക്കണം. പരിശോധനയുടെ ആദ്യപടി ഏതാനും ചോദ്യങ്ങളാണ്. ഇതിനകംതന്നെ രണ്ട് ഉത്തര കൊറിയൻ ഗൈഡുകൾ പ്രത്യക്ഷപ്പെട്ടു കഴിഞ്ഞിരുന്നു, അവരാണ് പട്ടാളക്കാർ പറയുന്ന കൊറിയൻ ഭാഷയിലെ കല്പനകൾ ഇംഗ്ലീഷിലേക്ക് പരിഭാഷപ്പെടുത്തുന്നത്. ആദ്യ ചോദ്യം, കൈവശം പുസ്തകങ്ങൾ, CD കൾ എന്നിവയുണ്ടെങ്കിൽ പരിശോധനയ്ക്കായി സമർപ്പിക്കുക. പുസ്തകങ്ങൾ കൈവശം വയ്ക്കാൻ വിരോധ

മില്ല, പക്ഷേ, അവ *ബൈബിളോ* ഉത്തര കൊറിയയെക്കുറിച്ചുള്ള പുസ്തകങ്ങളോ ദക്ഷിണ കൊറിയയിലോ, അമേരിക്കയിലോ അച്ചടിച്ചതോ ആവരുത് എന്നു മാത്രം. അശ്ലീല സാഹിത്യം പോയിട്ട്, അശ്ലീലം പേരിലുണ്ടെങ്കിൽപ്പോലും വടക്കൻ കൊറിയയുടെ നാലയലത്തുപോലും അടുപ്പിക്കില്ല എന്നത് മറ്റൊരു കസ്റ്റംസ് പ്രമാണം.

പരിശോധനയൊക്കെ പേരിനുമാത്രമായിരുന്നു. പത്തുമിനിറ്റിൽ കാര്യങ്ങൾ കഴിഞ്ഞു, ഞങ്ങൾ പെട്ടി അടച്ചു. ഉത്തര കൊറിയൻ ഉദ്യോഗസ്ഥരുടെ മുഖത്ത് സൗഹൃദ ഭാവമോ പുഞ്ചിരിയോ ഒന്നുമുണ്ടായിരുന്നില്ല. പക്ഷേ, പ്രതീക്ഷിച്ചതിൽനിന്നും വ്യത്യസ്തമായി, ഒരു ഏകാധിപത്യ രാജ്യത്തെ സർവ്വശക്തനായ പട്ടാളക്കാരന്റെ ധാർഷ്ട്യമോ കാർക്കശ്യമോ ഒട്ടും അവരുടെ പെരുമാറ്റത്തിലുണ്ടായിരുന്നില്ല എന്നത് ലേശം അത്ഭുതപ്പെടുത്തുകതന്നെ ചെയ്തു.

കസ്റ്റംസ് പരിശോധനയുടെ കൗതുകങ്ങൾ പലതുമുണ്ട്. കമ്യൂണിസത്തിലും നോർത്ത് കൊറിയയിലും മതം മനുഷ്യനെ മയക്കുന്ന കറുപ്പ് തന്നെ. പക്ഷേ, യഥാർത്ഥ കറുപ്പും കഞ്ചാവും കൈവശംവയ്ക്കുന്നതോ ഉപയോഗിക്കുന്നതോ ഉത്തര കൊറിയയിൽ ഒരു കുറ്റമേയല്ല. എന്തിന്, കഞ്ചാവ് ലഹരിമരുന്നിന്റെ നിർവ്വചനത്തിൽ വരികപോലുമില്ല. ചൈനയിലാവട്ടെ കഞ്ചാവ് കൈവശം വച്ച് പിടിക്കപ്പെട്ടാൽ അഴിയെണ്ണാൻ കാലതാമസമൊന്നും വേണ്ടിവരില്ല.

എന്നാൽ മതവുമായി ബന്ധപ്പെട്ട എല്ലാം നിഷിദ്ധമാണ് ഉത്തരകൊറിയയിൽ. അതിൽ ഏറ്റവും കൂടുതൽ പക വച്ചുപുലർത്തുന്നത് വിശുദ്ധ ഗ്രന്ഥമായ *ബൈബിളി*നോടാണ്. *ബൈബിൾ* കൈവശം വയ്ക്കുന്നതും മതപ്രചരണം നടത്തുന്നതുമൊക്കെ ശിഷ്ടകാലം ജയിലിൽ ജീവിച്ചു തീർക്കാൻ മതിയായ കുറ്റങ്ങളാണ്. ഇനി, *ഭഗവദ്ഗീത*യും *ഖുറാനു*മൊക്കെ നിരോധിത ഗ്രന്ഥങ്ങളുടെ പട്ടികയിൽ ഉണ്ടാകുമോ? അതേക്കുറിച്ച് ആരും പറഞ്ഞു കേൾക്കുകയോ വായിച്ചറിയുകയോ ചെയ്തിട്ടില്ല. മതമില്ലാത്ത രാജ്യക്കാർക്ക് അറിയാവുന്ന ഒരേയൊരു മതഗ്രന്ഥം ഒരുപക്ഷേ, *ബൈബിൾ* മാത്രമായിരിക്കണം.

ഇതിലും വലിയ തമാശ *ബൈബിൾ* നിരോധനത്തിന്റെ മറുവശമാണ്. ഈ വിശുദ്ധ ഗ്രന്ഥം കൈവശം വയ്ക്കുന്നതുപോലും വധശിക്ഷയ്ക്ക് അർഹമായ ഒരു അപരാധമായി കണക്കാക്കുന്ന ഈ രാജ്യത്ത്, മതവുമായി ബന്ധപ്പെടുന്ന യാതൊന്നുമുണ്ടാവില്ല എന്നാണല്ലോ കരുതുക. എന്നാൽ നമുക്ക് തെറ്റി. ഉത്തര കൊറിയയുടെ തലസ്ഥാനമായി പ്യോങ് യാങ്ങിൽ ദൈനംദിന ശുശ്രൂഷകൾ നടക്കുന്ന രണ്ടു പ്രൊട്ടസ്റ്റന്റ് പള്ളികളും ഒരു കത്തോലിക്ക ദേവാലയവുമുണ്ട്. ഈ പ്രൊട്ടസ്റ്റന്റ് പള്ളിയായ Chilgol Church സമർപ്പിച്ചിരിക്കുന്നത് രാഷ്ട്രപിതാവായ സഖാവ് കിം-ന്റെ അമ്മ കാങ് പാൻ സോക്നാണ്. അവരാകട്ടെ വലിയ ക്രിസ്തുമത വിശ്വാസി ആയിരുന്നു എന്നുമാത്രമല്ല പ്രസ്ബിറ്റേറിയൻ ചർച്ചെന്ന ക്രിസ്ത്യൻ വിഭാഗത്തിലെ ഡീക്കനെസ് (പള്ളിയിലെ

ശുശ്രൂഷകൾക്ക് അച്ചനെ സഹായിക്കാൻ തെരഞ്ഞെടുക്കപ്പെട്ട കാര്യക്കാരി) പോലുമായിരുന്നു. കോമ്രേഡ് കിം ആകട്ടെ പള്ളി സ്കൂളിൽ പഠിച്ചു, പള്ളി ഗായക സംഘത്തിലെ ഓർഗൺ വായനക്കാരനും ഒക്കെയായിരുന്നു.

എന്നിട്ടും എവിടെവച്ചാണിങ്ങനെ മതവിരോധം തലയ്ക്കു പിടിച്ചത് എന്നതാണ് അത്ഭുതം.

ഇതൊന്നും പോര, അമേരിക്കൻ ഇവാഞ്ചലിസ്റ്റും പ്രശസ്ത സുവിശേഷകാരനുമായ ബില്ലി ഗ്രഹാമിന്റെ ഉത്തര കൊറിയൻ ബന്ധം പ്രസിദ്ധമാണ്. അദ്ദേഹം പലതവണ ഈ രാജ്യം സന്ദർശിച്ചിട്ടുണ്ട്. എന്തിന്, കിം ജോങ് ഉൺ എന്ന ഇപ്പോഴത്തെ ഭരണാധികാരിക്ക് ഒരു *ബൈബിൾ* സമ്മാനിക്കുന്നതിന്റെ വാർത്തയും പടവും ലോക മാധ്യമങ്ങളിൽ വന്നതുമാണ്.

കസ്റ്റംസ് പരിശോധന പ്രതിസന്ധികളില്ലാതെ കഴിഞ്ഞു. ഇനി മുന്നോട്ടുള്ള യാത്രയ്ക്ക് പാസ്പോർട്ടും വിസയും തിരിച്ചെത്തണം.

ഞങ്ങൾ, റെയിൽവെ പ്ലാറ്റ്ഫോമിൽ കുത്തിയിരുന്ന് ഉന്തുവണ്ടിയിൽ വില്പന നടത്തുന്ന സുന്ദരികളേയും കടാക്ഷിച്ച്, അവരിൽനിന്നും ബീറും വാങ്ങി മോന്തിക്കൊണ്ടാണ് സമയം കൊല്ലുന്നത്. എന്റെ സുരപാനം ബീറിലൊതുങ്ങിയെങ്കിലും പല സായിപ്പന്മാരും മദാമ്മമാരും വീര്യമേറിയ ദേശീയ മദ്യമായ, സോജുവിലാണ് തുടക്കത്തിൽത്തന്നെ കൈവച്ചത്. അത്രയും ധൈര്യം പക്ഷേ, അപ്പോൾ എനിക്കില്ലായിരുന്നു.

പ്യോങ്യാങ്ങിലേക്ക്

ഉത്തര കൊറിയ മൂന്നു രാജ്യങ്ങളുമായാണ് അതിർത്തി പങ്കിടുന്നത്. ചൈന, റഷ്യ, ദക്ഷിണ കൊറിയ. വടക്ക് തെക്ക് കൊറിയകൾ തമ്മിൽ 250 കിലോമീറ്റർ അതിർത്തി പങ്കിടുന്നുവെങ്കിലും, അവർ തമ്മിലുള്ള നിതാന്ത ശത്രുത നിമിത്തം ഈ ബോർഡറിലൂടെയുള്ള യാത്ര അസാദ്ധ്യമാണ്. ഉത്തര കൊറിയയുടെ വടക്കുകിഴക്കുള്ള റഷ്യ അതിർത്തിയാകട്ടെ വെറും 18 കിലോമീറ്റർ മാത്രമാണ്. ആ ചെറിയ കോറിഡോറിലൂടെ വടക്കൻ കൊറിയയിൽ പ്രവേശനം സാദ്ധ്യമാണെങ്കിലും, എളുപ്പമല്ല. 1400 കിലോമീറ്ററോളം നീണ്ടുകിടക്കുന്ന ചൈന വടക്കൻ കൊറിയ ബോർഡർവഴിയാണ് ഏതാണ്ട് എല്ലാ ടൂറിസ്റ്റുകളും വിദേശികളും ഈ രാജ്യത്ത് പ്രവേശിക്കുന്നത്.

ചൈനയുടെ തലസ്ഥാനമായ ബെയ്ജിങ്ങിൽനിന്നും ഞാൻ വന്നതുപോലെ ട്രെയിനിലും അല്ലെങ്കിൽ വിമാനമാർഗ്ഗവും പ്യോങ്യാങ്ങിലെത്താം. ട്രെയിനാണ് മിക്ക സഞ്ചാരികളുടെയും സ്വാഭാവികമായ പ്രധാന യാത്രാമാർഗ്ഗം. ഈ ട്രെയിൻ ചാർജ്ജാകട്ടെ മിക്ക ടൂർ കമ്പനികളുടെയും പാക്കേജിൽ ഉൾപ്പെടുന്നതുകൊണ്ട് പ്രത്യേകിച്ച് അധികനിരക്ക് കൊടുക്കേണ്ടതില്ല. അതേസമയം വിമാനത്തിലാണ് സഞ്ചാരമെങ്കിൽ ഓരോ വശത്തേക്കും വിമാനനിരക്കായ 200 യൂറോ (ഏകദേശം 16,000/രൂപ) അധികം കൊടുക്കണം. ട്രെയിനിനു സമാനമായി എയർ സർവ്വീസുകളും ആഴ്ചയിൽ നാലുദിവസം മാത്രമേയുള്ളൂ. വടക്കൻ കൊറിയയുടെ ദേശീയ വിമാന കമ്പനിയായ എയർ കോര്യോ (Air Koryo) യ്ക്ക് പുറമേ, എയർ ചൈന (Air China) യും അങ്ങോട്ട് പറക്കുന്നുണ്ട്. പക്ഷേ, ചൈനക്കാർ ഒഴിച്ചുള്ള വിദേശികൾക്ക് Air China യിൽ സഞ്ചരിക്കാൻ അനുവാദമില്ല എന്നുമാത്രം. മാത്രവുമല്ല, മറ്റു പല കാരണ

ങ്ങൾകൊണ്ടും അതിൽ സഞ്ചരിക്കാൻ വിദേശികൾക്കൊട്ടു താല്പര്യവുമില്ല. പ്യോങ്യാങ് വിമാനത്താവളത്തിൽ ILS (Instrument Landing System) തുടങ്ങിയ ആധുനിക സംവിധാനങ്ങളൊന്നുംതന്നെയില്ല. അതുകൊണ്ട് കാലാവസ്ഥ മോശമാവുകയാണെങ്കിൽ എയർ ചൈനയുടെ പൈലറ്റുമാർ ലാൻഡ് ചെയ്യാതെ മടങ്ങും. എന്നാൽ നാട്ടുകാരായ എയർ കോര്യോയുടെ പൈലറ്റുമാർക്ക് ഒരു റൺവേയുണ്ടെങ്കിൽത്തന്നെ വിമാനമിറക്കാൻ ധാരാളമായി.

ഇതിനകം തന്നെ ഡാൻഡോങ്ങിൽനിന്നും സിനുയിജുവിലെത്തിയ ട്രെയിനിലെ ഞങ്ങളൊഴിച്ചുള്ള യാത്രക്കാരുടെ ഇമിഗ്രേഷൻ പരിശോധനയൊക്കെക്കഴിഞ്ഞ് ട്രെയിൻ യാത്ര പുറപ്പെട്ടുകഴിഞ്ഞിരുന്നു. അവരുടെ കസ്റ്റംസ് പരിശോധനയൊന്നും കണ്ടില്ല. ഒരുപക്ഷേ, നാട്ടുകാർക്കും ചൈനക്കാർക്കും അതൊന്നും ആവശ്യമില്ലായിരിക്കും.

ഏകദേശം ഒരുമണിയോടെ പാസ്പോർട്ടും വിസയും പരിശോധന കഴിഞ്ഞ് തിരിച്ചെത്തി. അടുത്ത പ്ലാറ്റ്ഫോമിൽനിന്നാണ് ഞങ്ങൾക്ക് പോകേണ്ട ട്രെയിൻ പുറപ്പെടുന്നത്. വടക്കൻ കൊറിയയുടെ ദേശീയ തീവണ്ടിയിലാണ് തുടർ യാത്ര. നമ്മുടെ പാസഞ്ചർ വണ്ടികളുടെ തനിപ്പകർപ്പ്. അല്പംകൂടി വൃത്തിയുണ്ടെന്നു മാത്രം.

സിനുയിജുവിൽനിന്നും തലസ്ഥാനത്തേക്ക് റോഡുവഴി ഏകദേശം 215 കിലോമീറ്റർ ദൂരമുണ്ട്. തീവണ്ടിയിലാകട്ടെ ഈ ദൂരം താണ്ടാൻ ഏകദേശം 6–7 മണിക്കൂർ എടുക്കും.

അതിമനോഹരമായ പ്രകൃതിയാണ് പുറത്ത്. പലരും ഈ യാത്ര തെരഞ്ഞെടുക്കുന്നതുതന്നെ ഈ ഭംഗി ആസ്വദിക്കാൻ കൂടിയാണ്.

നമ്മുടെ ഓണവെയിലിലെന്നപോലെ വെട്ടിത്തിളങ്ങി നില്ക്കുന്ന ഭൂമിയും ആകാശവും. ട്രെയിനിൽ ഷൊർണ്ണൂർനിന്ന് ഒറ്റപ്പാലത്തേക്ക് പോകുമ്പോൾ കാണുന്ന വള്ളുവനാടിന്റെ നേർക്കാഴ്ചയാണ് ഇവിടേയും പ്രകൃതി. നോക്കെത്താദൂരം കതിർ ചൂടി നില്ക്കുന്ന വയലേലകൾ. അതിനുമപ്പുറം, അലസമായി ഉടയാടകൾ വാരിച്ചുറ്റിയ പർവ്വതനിരകൾ. ഇടയ്ക്കിടെ കണ്ണുനീരിനു സമമായ തെളിവെള്ളമൊഴുകുന്ന അരുവികൾ, തോടുകൾ. പാടത്തിന്റെ ഓരം പറ്റി നില്ക്കുന്ന കാവി ഓടിട്ട ഒറ്റനില വീടുകളുടെ കൂട്ടങ്ങൾ. അടുക്കളത്തോട്ടത്തിലെ പച്ചക്കറികൃഷിയുടെ സമൃദ്ധി, വീടിനു മുകളിലേക്കുവരെ വലിഞ്ഞുകയറി കിടക്കുന്നുണ്ട്.

ഇടയ്ക്കിടെ കാണുന്ന ചെമ്മൺ പാതകളാണ് ആകെയുള്ള റോഡുകൾ. ആളുകൾ സൈക്കിളിലും കാളവണ്ടിയിലും ഇടയ്ക്കിടെ പോകുന്നതല്ലാതെ മറ്റൊരു വാഹനം മരുന്നിനുപോലും കാണില്ല. കാണെക്കാണെ വല്ലപ്പോഴും ഒരു ബസോ ആർമി ട്രക്കോ അന്തരീക്ഷത്തിൽ പൊടിയുയർത്തി കടന്നുപോയാലായി.

ഒച്ചയോ അനക്കമോ എങ്ങുമില്ല. നിശ്ശബ്ദത ഒഴുകിപ്പരക്കുന്നതുപോലെ. ചിലയിടത്തെങ്കിലും റോഡ് പണി നടക്കുന്നതാണ് ആകെയുള്ള ആളനക്കം. കല്ലുടച്ച് പൊട്ടിച്ച് വിരിച്ച് ചെമ്മണ്ണുമൂടി വെള്ളമൊഴിച്ച് അടിച്ചുറപ്പിക്കുന്നു. പരിമിതമായ യന്ത്രസഹായംപോലും കാണാനില്ല. സിമന്റും ടാറും ചെയ്ത റോഡുകൾ നഗരങ്ങളിൽ മാത്രം.

കുറച്ചു കഴിഞ്ഞപ്പോൾ ഭക്ഷണം വന്നു. നമ്മുടെ താലി മീൽസ് പോലെ. ഒരു പാത്രത്തിൽ ഒട്ടുന്ന വെള്ളച്ചോറും, മീൻ വറുത്തതും, പിന്നെ എനിക്കറിയാത്ത മൂന്നുനാല് കൊറിയൻ വിഭവങ്ങളും. മേമ്പൊടിക്ക് നമ്മളൊക്കെ കേട്ടിട്ടുള്ള വിശ്വപ്രസിദ്ധമായ കിംചി എന്ന അച്ചാറും. വടക്കൻ

കൊറിയയിലെ ആദ്യ ഭക്ഷണം മോശമായിരുന്നില്ല. ഭക്ഷണത്തിന്റെ രുചി വിശപ്പാണല്ലോ!

പാസഞ്ചർ ട്രെയിനാണെങ്കിലും ഡൈനിങ് കാർ ഒക്കെയുണ്ടെന്നു മാത്രവുമല്ല ഭക്ഷണവും ബീറും സുലഭം. ഉത്തര കൊറിയയിൽ എവിടെയും ചൈനയുടെ യുവാൻ സ്വീകരിക്കും. അതുകൊണ്ടുതന്നെ നമ്മുടെ കൈവശമുള്ള കറൻസികൾ ഇവരുടെ നാണയമായ Won ലേക്ക് മാറ്റേണ്ട ആവശ്യവുമില്ല.

പതുക്കെപ്പതുക്കെ ആടിപ്പാടിയാണ് ട്രെയിനിന്റെ യാത്ര. ഇലക്ട്രിക് ലൈനാണ്. ഞങ്ങളല്ലാതെ മറ്റൊരു യാത്രക്കാരും ഈ ട്രെയിനിലില്ല. എന്നാലും വണ്ടി ഇടയ്ക്കിടെ കാണുന്ന സ്റ്റേഷനുകളിലൊക്കെ നിർത്തുന്നുണ്ട്, ആരും കയറാനില്ലെങ്കിൽക്കൂടി. എല്ലാ സ്റ്റേഷനുകളിലും രാഷ്ട്രപിതാവായ കിമ്മിന്റെയും, മകന്റെയും വലിയ Portraits കാണാം. അതിനിരുവശവും പ്രൊപ്പഗാൻഡാ സൂക്തങ്ങൾ. മഹാനായ നേതാവ് വിജയിക്കട്ടെ (Hail Our Great Leader), കൊറിയൻ തൊഴിലാളി പാർട്ടി വിജയിക്കട്ടെ (Hail Korean Workers Party) എന്നൊക്കെയാണ് എഴുതിവച്ചിരിക്കുന്നതെന്ന് കൊറിയൻ ഭാഷ അറിയാവുന്ന ഒരു സഹയാത്രികൻ പറഞ്ഞുതന്നു.

റെയിൽവേ സ്റ്റേഷനിൽ മാത്രമല്ല, പർവ്വതമുകളിലും മലയടിവാരത്തും നദിക്കരയിലും വയലിൻ തുമ്പത്തും ഒക്കെ വിപ്ലവ പോസ്റ്ററുകൾ ധാരാളമായി കാണാം. പെട്ടെന്നോർമ്മവന്നത് ക്യൂബയിലെ കാഴ്ചകളാണ്. അവിടെയും ഇത്തരം വിപ്ലവ പോസ്റ്ററുകൾ സർവ്വവ്യാപിയാ

ണ്. വടക്കൻ കൊറിയയിലെ സഖാവ് കിം-നും മകനും പകരം ക്യൂബയിൽ അത് സഖാവ് ഫിദെലും ചേ യും ആയിമാറും. ഇവിടെ കൊറിയൻ ഭാഷാസൂക്തങ്ങൾ ആണെങ്കിൽ, അവിടെ സ്പാനിഷ് ഭാഷയിലെ വിപ്ലവ മുദ്രാവാക്യങ്ങൾ ആണെന്ന് മാത്രം.

കുങ്കുമ സാന്ധ്യശോഭയിൽ ഞങ്ങൾ പ്യോങ്യാങ് നഗരത്തിൽ പ്രവേശിച്ചു. പ്രകാശത്തിൽ കുളിച്ചുനില്ക്കുന്ന 105 നിലകളുള്ള Ryugyong Hotel നഗരത്തിൽ എവിടെനിന്നാലും കാണാം. നഗര പ്രവേശനത്തിലെ ആദ്യകാഴ്ച അതാണ്. വൈദ്യുത ദീപാലംകൃതമായ ഉത്തര കൊറിയയുടെ പതാക, ഹോട്ടലിനെ പൊതിഞ്ഞു നില്ക്കുന്നു.

പക്ഷേ, നഗരത്തിന്റെ മറ്റൊരു ഭാഗത്തും അധികം വെളിച്ചമില്ല. ഒരു ലോഡ് ഷെഡ്ഡിങ്ങിന്റെയോ പവർക്കട്ടിന്റെയോ പ്രതീതി. തെരുവുവിളക്കുകൾക്ക് പനിപിടിച്ച അരണ്ട പ്രകാശം.

നിയോൺ വെളിച്ചത്തിന്റെ സൗവ്വർണ്ണ ശോഭയിൽ തിളങ്ങുന്ന നഗരങ്ങളുടെ രാത്രികാഴ്ചകൾ ഇന്നലെവരെ കണ്ട എനിക്ക്, ഉത്തര കൊറിയൻ തലസ്ഥാനത്തിന്റെ മങ്ങിയ രാക്കാഴ്ച തീരെ ഉൾക്കൊള്ളാനായില്ല, അഥവാ ഞാനിങ്ങനെയല്ല പ്രതീക്ഷിച്ചത്!

സമയം വൈകുന്നേരം ഏഴുമണി കഴിഞ്ഞതേയുള്ളു. നഗരം ഇപ്പോൾ തന്നെ ഇരുട്ടിന്റെ കരിമ്പടം പുതച്ചു കഴിഞ്ഞിരുന്നു.

തലസ്ഥാനത്തെ ആദ്യരാത്രി

ചൈനയുടെ തലസ്ഥാനമായ ബെയ്ജിങ്ങിൽ ഇന്നലെ വൈകുന്നേരം തുടങ്ങി, ഉത്തര കൊറിയയുടെ തലസ്ഥാനമായ പ്യോങ്യാങ്ങിൽ ഇന്നുവൈകുന്നേരം അവസാനിച്ച 24 മണിക്കൂറിലധികം നീണ്ട ട്രെയിൻ യാത്ര, പ്രശസ്ത അമേരിക്കൻ നോവലിസ്റ്റും യാത്രാവിവരണ കർത്താവുമായ Paul Theroux വിന്റെ *The Great Railway Bazaar: By Train Through Asia* എന്ന സഞ്ചാരകൃതിയെ ഓർമ്മിപ്പിച്ചു. പോൾ ഈ യാത്ര നടത്തിയിരുന്നു എങ്കിൽ ഏത് രീതിയിലായിരിക്കും എഴുതിയിട്ടുണ്ടാവുക എന്ന് കൗതുകത്തോടെ ഓർത്തു. അദ്ദേഹം പറയുന്നതുപോലെ, ട്രെയിൻയാത്ര ഒരു സാഹസവും ആശ്വാസവുമാണ്. എനിക്കതിന്റെ ലാഘവത്വം ഏറെ ഇഷ്ടമാണ്. പോരാത്തതിന് അത് പകരുന്ന സ്വാതന്ത്ര്യവും ഏകാന്തതയും.

ഉത്തര കൊറിയയ്ക്ക് കേരളത്തിന്റെ മൂന്നിരട്ടി വലിപ്പമുണ്ട്. ജനസംഖ്യയാകട്ടെ കേരളത്തിന്റെ മൂന്നിൽ രണ്ടോളവും. അതായത് രണ്ടു കോടി അമ്പതുലക്ഷം ജനങ്ങൾ മാത്രം. തലസ്ഥാനമായ പ്യോങ്യാങ് 18 ഡിസ്ട്രിക്ടുകളും ഒരു കൗണ്ടിയും ചേർന്നതാണ്. ജനസംഖ്യ 32 ലക്ഷവും.

ഞങ്ങളുടെ ട്രെയിൻ രണ്ടാമത്തെ പ്ലാറ്റ്ഫോമിലാണ് എത്തിനിന്നത്. ഒരു രാജ്യ തലസ്ഥാനത്തിന് ചേർന്ന പൊലിമയൊന്നുമുള്ള സ്റ്റേഷനൊന്നുമല്ലിത്. 1920 കളിൽ ജപ്പാൻകാർ ഈ രാജ്യം കീഴടക്കി ഭരിച്ച സമയത്ത് പണിതതാണിത്. പിന്നീട് പല ഏച്ചുകെട്ടലുകളും നടത്തി ഇന്നത്തെ നിലയിലാക്കി. റെയിൽ ഗതാഗതത്തിന്റെ സിരാകേന്ദ്രമാണിവിടം. രാജ്യത്തിന്റെ നാനാഭാഗത്തേക്കും ചൈനയിലേക്കും റഷ്യയിലേക്കും ഇവിടെനിന്നും ട്രെയിൻ സർവ്വീസ് ഉണ്ട്.

പ്യോങ്യാങ് റെയിൽവേ സ്റ്റേഷൻ

ഞങ്ങൾ ഒന്നാമത്തെ പ്ലാറ്റ്ഫോമിലൂടെ പുറത്ത് കടക്കുമ്പോഴാണ് ചൈനയിലേക്കുള്ള അന്തർദ്ദേശീയ ട്രെയിൻ പുറപ്പെടാനായി ഒരുങ്ങി നില്ക്കുന്നത്. ധാരാളം പേർ യാത്രക്കാരായും അത്രത്തോളം പേർതന്നെ യാത്രയയക്കാനും എത്തിയിട്ടുണ്ട്. നമ്മുടെ നാട്ടിലെപ്പോലെ യാത്രയയപ്പിന്റെ ഊഷ്മളമായ അന്തരീക്ഷം. അവർക്കിടയിലൂടെ അവരുടെയൊക്കെ സ്നേഹമസൃണമായ പുഞ്ചിരികളും അഭിവാദ്യങ്ങളും ഏറ്റുവാങ്ങിയാണ് വിദേശികളായ ഞങ്ങൾ പുറത്തെത്തിയത്.

ഉത്തര കൊറിയയിലെ സാധാരണ ജനങ്ങളുമായുള്ള ആദ്യത്തെ അഭിമുഖമായിരുന്നു അത്. ചിരിക്കാത്ത, ലവലേശം സൗഹൃദ ഭാവമില്ലാത്ത, യന്ത്രസമാനമായ, മരപ്പാവകളായ മനുഷ്യരാണ് ഇവിടെയുള്ളത് എന്നാണല്ലോ കേട്ടിരുന്നത്. ആദ്യ അനുഭവം തന്നെ ആ അറിവുമായി ഒട്ടു യോജിച്ചു പോകുന്നതായിരുന്നില്ല എന്നത് ഏതുതരം വികാരമാണ് ഉണർത്തിയതെന്ന് തീർത്തു പറയാനാവുന്നില്ല.

റെയിൽവെ സ്റ്റേഷനു പുറത്ത് ഞങ്ങളെ കൊണ്ടുപോകാനുള്ള വാഹനവുമായി ഞങ്ങളുടെ ഗൈഡുകളായ ചോയ്-യും, പാർക്-ഉം കാത്തു നിന്നിരുന്നു. സുന്ദരിയാണ് ചോയ്. തനി പാശ്ചാത്യരീതിയിലെ വസ്ത്രധാരണം. മുട്ടൊപ്പം മാത്രം ഇറക്കമുള്ള കറുത്ത ഫ്രോക്ക്, ലൂസായ ആധുനിക സ്റ്റൈലിലുള്ള ബ്ലൗസ്, മുകളിൽ വിലയേറിയ ജാക്കറ്റ്. കൈയിൽ ബ്രാൻഡഡ് വാലറ്റും വാച്ചും. പരന്ന വായനയിലൂടെ മനസ്സിൽ പ്രതിഷ്ഠിച്ചുവച്ചിരുന്ന ഉത്തര കൊറിയൻ വിഗ്രഹങ്ങൾ ഓരോന്നായി അല്പം ശബ്ദത്തോടുകൂടിത്തന്നെ താഴെവീണുടയുകയാണ്. അതിത്രപെട്ടെന്ന് സംഭവിക്കും എന്നു കരുതിയതല്ല. മനോഹരമായ ഇംഗ്ലീഷിൽ ചോയ് ഞങ്ങളെ വെൽക്കം പറഞ്ഞു സ്വീകരിച്ചു. പരിചയപ്പെട്ടു. കുശലങ്ങൾ അന്വേഷിച്ചു. ആദ്യമായി, പരിപാടിയിൽ വന്ന ചില

മാറ്റങ്ങൾ ഞങ്ങളെ ധരിപ്പിച്ചു. സാധാരണ വിദേശത്തുനിന്നും ഉത്തര കൊറിയ സന്ദർശിക്കാൻ എത്തുന്ന ടൂറിസ്റ്റുകൾ Yanggakdo Hotel ലാണ് താമസിക്കുന്നത്. പക്ഷേ, ചില പ്രത്യേക അസൗകര്യങ്ങൾ നിമിത്തം ഞങ്ങൾക്കവിടെ താമസസൗകര്യം ഒരുക്കാനായില്ല. അങ്ങനെ ചരിത്രത്തിലാദ്യമായി ഒരു സന്ദർശക സംഘം, സ്ഥിരം നാടക വേദിക്ക് പുറത്തിറങ്ങുകയാണ്. തലസ്ഥാനത്തിന്റെ നടുവിലൂടെ ഒഴുകുന്ന പ്രധാന നദിയാണ് തയ്ദോങ്. വീതിയേറിയ ഈ നദിയിൽ അനേകം ചെറു ദ്വീപുകളുണ്ട്. അതിൽ സുക് (Ssuk) ദ്വീപിലെ സയിന്റിസ്റ്റ് ക്വാർട്ടേഴ്സ് (Scientists Quarters) ലാണ് ഞങ്ങളുടെ താമസത്തിനുള്ള ഏർപ്പാടുകൾ ചെയ്തിരിക്കുന്നത്. ഇതൊരു ഹോട്ടലല്ല. തൊട്ടടുത്തുള്ള ടെക്നോളജി സിറ്റിയിൽവരുന്ന ശാസ്ത്രജ്ഞർക്ക് താമസിക്കാനുള്ള ക്വാർട്ടേഴ്സ് ആണിത്.

23 നിലകളുള്ള ഇതിലെ സൗകര്യങ്ങൾ ഏതു പഞ്ചനക്ഷത്ര ഹോട്ടൽ റൂമിനും സമാനമാണ്. എല്ലാം സ്യൂട്ട് റൂമുകളാണ്. ഓരോ സ്യൂട്ടിലും ഈ രണ്ടു മുറികളും വിശാലമായ ബാൽക്കണികളും. ആകെയുള്ള ഒരു കുറവ് കുളിക്കാൻ ചൂടുവെള്ളത്തിന്റെ അഭാവമാണ്. കൊറിയക്കാർ മഞ്ഞുകാലത്തിന്റെ മൂർദ്ധന്യത്തിൽ മാത്രമേ ചൂടുവെള്ളത്തിൽ കുളിക്കാറുള്ളൂ. സാധാരണ വിദേശികൾ താമസിക്കുന്ന Yanggakdo Hotel ൽ മാത്രമേ ഏതുസമയത്തും ചൂടുവെള്ളം കിട്ടാനുള്ള സംവിധാനം ഉള്ളൂ. ഞങ്ങൾ താമസിക്കുന്ന ക്വാർട്ടേഴ്സിന്റെ ഓരോ നിലയിലും ഇരുവശത്തുമായി പൂർണ്ണമായും ഗ്ലാസിട്ട വിശാലമായ കോമൺ റൂമുകളുണ്ട്. ഇവിടെയിരുന്നാൽ നഗരത്തിന്റെ പനോരമിക് കാഴ്ച ഒരു പ്രസന്നമായ പ്രത്യക്ഷമാണ്. 21-ാം നിലയിലുള്ള എന്റെ മുറിയിലെ ബാൽക്കണിയിലിരുന്നാൽ നഗരത്തിന്റെ മുഗ്ധസൗന്ദര്യം പൂർണ്ണമായ കാഴ്ചയാണ്.

സയിന്റിസ്റ്റ് ക്വാർട്ടേഴ്സും ആറ്റം സെന്ററും

ഞങ്ങളുടെ താമസസ്ഥലത്തിന് തൊട്ടുമുന്നിലാണ് DPRKയുടെ സയൻസ് ആന്റ് ടെക്നോളജി കോംപ്ലക്സ്. ഒരു വാസ്തുവിദ്യാ വിസ്മയം. പ്രോട്ടോൺ, ന്യൂട്രോൺ കണികകൾ ചേർന്ന അണുകേന്ദ്രവും അതിനെ ചുറ്റി ചില ക്ലിപ്ത മേഖലകളിലൂടെ കറങ്ങുന്ന ഇലക്ട്രോണുകളും, ആയ അണുഘടന (Atomic Structure) യുടെ രൂപത്തിലാണ് സയൻസ് സെന്റർ, ഡിസൈൻ ചെയ്തിരിക്കുന്നത്.

ഉത്തര കൊറിയയിലെ ഭരണാധിപൻ കിം ജോങ് ഉൺ ഈ സെന്ററിനെ പറ്റി പറയുന്നതായി KCNA (Korean Central News Agency) എഴുതിയത് ഇങ്ങനെയാണ്. കൊറിയൻ പീപ്പിൾസ് പാർട്ടിയുടെ ശാസ്ത്രവും സാങ്കേതികതയും വികസിപ്പിക്കാൻ എടുക്കുന്ന ശക്തമായ നിലപാടുകളുടെ ഉത്തമോദാഹരണമാണ് സുക് ദ്വീപിലെ ഈ സെന്റർ. ലോകത്ത് ലഭ്യമായിട്ടുള്ള എല്ലാ അത്യാധുനിക സംവിധാനങ്ങളും സൗകര്യങ്ങളും ഈ പഠനകേന്ദ്രത്തിൽ ഒരുക്കിയിട്ടുണ്ട്. നൂറുശതമാനവും സോളാർ, ജിയോ തെർമൽ എനർജിയാണ് ഇതിന്റെ പ്രവർത്തനോർജ്ജം. നമ്മുടെ കൊച്ചി വിമാനത്താവളം പോലെ.

പ്യോങ്യാങ്ങിലെ ആദ്യരാത്രി അക്ഷരാർത്ഥത്തിൽ നിദ്രാവിഹീനമായിരുന്നു. ബാഹ്യലോക സമ്പർക്കത്തിന്റെ നേരിയ പ്രതീക്ഷകൾ പോലും അസ്തമിക്കുന്നതിന്റെ ദുഃസൂചനകൾ. ഒന്നും ചെയ്യാനില്ലാത്ത നിസ്സഹായത ചിന്തകളുടെ മരവിപ്പായി നിറയുന്നു.

തയ്ദോങ് നദിയിലെ കാഴ്ചകൾ

വിവരവിനിമയം സാദ്ധ്യമല്ലാത്ത അവസ്ഥ എത്ര ഭീകരമാണ് എന്ന് അറിയണമെങ്കിൽ ഉത്തര കൊറിയയിൽ വരണം. സാധാരണ വിദേശികൾ താമസിക്കുന്ന ഹോട്ടലിൽനിന്ന് അത്യാവശ്യം വിദേശത്തേക്ക്, ചില രാജ്യങ്ങളിലേക്കെങ്കിലും, അതിൽ ഇന്ത്യ ഉണ്ടോ എന്നുപോലും അറിയില്ല, ഫോൺ ചെയ്യാനുള്ള സൗകര്യങ്ങൾ ഉണ്ട് എന്നു കേട്ടിരുന്നു. അതി ഭീമമായ നിരക്കാണെങ്കിലും അത് സാദ്ധ്യമാണ് എന്നത് വലിയൊരാശ്വാസമായി കരുതിയിരുന്നതാണ്. പക്ഷേ, താമസം അവിടെനിന്നും മാറ്റിയതോടെ ആ വാതിൽ എന്നെന്നേക്കുമായി കൊട്ടിയടയ്ക്കപ്പെട്ടു. ഞങ്ങൾ താമസിക്കുന്ന ക്വാർട്ടേഴ്സ് ആകട്ടെ, താമസസൗകര്യത്തിൽ ഹോട്ടലിനെക്കാളും എത്രയോ മികച്ചതാണെങ്കിലും ഈവക സൗകര്യങ്ങൾ ഒന്നുംതന്നെയില്ല. നാം നമുക്കകത്തേക്ക് തന്നെ ഉടഞ്ഞു നുറുങ്ങിവീഴുന്ന ഒരു തമോദ്വാരത്തിലകപ്പെട്ട പ്രതീതി.

ഞാൻ സ്വേച്ഛാ ഭരണക്രമമുള്ള പല രാജ്യങ്ങളിലും പോയിട്ടുണ്ട്. സിറിയ, ക്യൂബ, ലാവോസ്, ഇറാൻ. പക്ഷേ, അവിടെയൊന്നും ഉത്തര കൊറിയയിൽ ഉള്ളതിന്റെ ഒരംശം നിയന്ത്രണം പോലുമില്ല. ഇവിടെ വരുന്നതിന് മുൻപ് ഒരു ആറുമാസത്തോളം ഈ രാജ്യത്തെക്കുറിച്ച് ലഭ്യമായ എല്ലാ പുസ്തകങ്ങളും ലേഖനങ്ങളും വായിച്ചിരുന്നു. അതുകൊണ്ടുതന്നെ നല്ലൊരു ധാരണ എനിക്കുണ്ടായിരുന്നുതാനും. എന്നാലും ഇത്രയും കടുത്ത നിയന്ത്രണങ്ങളും അതുണ്ടാക്കുന്ന ഏകാന്തതയുമാണ് കാത്തിരിക്കുന്നതെന്നതിന്റെ ചെറിയൊരൂഹംപോലും ഉണ്ടായിരുന്നില്ല.

ടെലിവിഷനിൽ കൊറിയൻ ഭാഷയിലെ ലോക്കൽ ചാനലുകൾ മാത്രം. അന്തർദ്ദേശീയ ചാനലുകൾ ഇല്ലാത്തതുകൊണ്ട് ലോക വാർത്തകളുമില്ല. ഇംഗ്ലീഷ് പത്രം എന്നുപറയുന്നത് ആഴ്ചയിൽ ഒരിക്കൽമാത്രം പ്രസിദ്ധീകരിക്കുന്ന *Pyongyang Times* മാത്രം, അതുതന്നെ എല്ലായിടത്തും ലഭ്യവുമല്ല, അതിലൊട്ട് ലോകവാർത്തകൾ ഒന്നും വരികയുമില്ല.

ഇന്റർനെറ്റില്ല. ഈ രാജ്യത്തെ ലാന്റ്ഫോണിൽനിന്നോ മൊബൈൽ ഫോണിൽനിന്നോ വിദേശത്തേക്ക് വിളിക്കാനാവില്ല. ഒരിക്കൽ താമസസ്ഥലത്ത് എത്തിക്കഴിഞ്ഞാൽ പുറത്തിറങ്ങാൻ പാടില്ല. അല്ലെങ്കിൽ കൂടെ ഗൈഡിന്റെ സാന്നിദ്ധ്യമുണ്ടാവണം. അവരുടെ അനുവാദമില്ലാതെ ഒരടി പോലും വയ്ക്കാനാവില്ല. ഇതാണ് അല്ലെങ്കിൽ ഇങ്ങനെയാണ് ഉത്തര കൊറിയ.

രാത്രിയിൽ, മനസ്സിൽ ഏകാന്തതയുടെ വിമ്മിട്ടം ഘനീഭവിക്കുമ്പോൾ ബാൽക്കണിയിൽ ഇറങ്ങിനില്ക്കും. ഇരുത്തിയൊന്നാം നിലയിൽ നിന്നുള്ള കാഴ്ചകൾ. സയൻസ് സെന്റർ, തെയ്ദോങ് നദി, പ്യോങ്യാങ് സ്കൈലൈൻ. ഇവയൊക്കെ ദീപപ്രഭയിൽ മുങ്ങിനില്ക്കുന്നുണ്ടാവും. പക്ഷേ, നിശ്ശബ്ദതയാണ് എങ്ങും. സർവ്വവ്യാപിയായ നിശ്ശബ്ദത. വല്ലപ്പോഴും കടന്നുപോകുന്ന ഒരു വാഹനത്തിന്റെ ഒച്ചയും വെളിച്ചവുമാണ് പാതിരാവിന്റെ ഭീതശാന്തതയുടെ ക്ഷണിക ഭഞ്ജനങ്ങൾ.

കിഴക്ക് പ്രകാശം പരക്കുമ്പോൾതന്നെ ആളുകൾ നടന്നും സൈക്കി

ളിലും ധൃതിപിടിച്ചു പോകുന്നതുകാണാം. ഇടയ്ക്കിടയ്ക്ക് ഇലക്ട്രിക് ട്രോളി ബസുകളും ട്രാമുകളും. തെയ്ദോങ് നദി പരിപൂർണ്ണ നിശ്ചലാവസ്ഥയിലാണ്. ഏതാനും ഡ്രെഡ്ജറുകൾ നോക്കുകുത്തികളായി നില്പുണ്ട്. അല്ലാതെ വഞ്ചികളോ ബോട്ടുകളോ ഉല്ലാസ നൗകകളോ യാതൊന്നുമില്ല.

എന്തൊരു നിശ്ചലത, എന്തൊരു നിശ്ശബ്ദത. ലോകവും കാലവും ഇവിടെ തളംകെട്ടി നില്പാണ്.

പ്യോങ്യാങ്

ഏഷ്യാ വൻകരയുടെ വടക്കുകിഴക്കുഭാഗത്ത് തെക്കുകിഴക്കോട്ട് പസഫിക് സമുദ്രത്തിലേക്ക് അജകർണ്ണംപോലെ തൂങ്ങിക്കിടക്കുന്ന മൂന്നു വശവും സമുദ്രത്താൽ ചുറ്റപ്പെട്ട ഉപദ്വീപാണ് കൊറിയൻ പെനിൻസുല.

1945 ൽ, രണ്ടാം ലോക മഹായുദ്ധത്തിന്റെ അവസാനത്തിൽ, ജപ്പാന്റെ പതനത്തോടൊപ്പം, ആ രാജ്യത്തിന്റെ അധീനതയിലായിരുന്ന കൊറിയൻ ഉപദ്വീപ് അമേരിക്ക, ബ്രിട്ടൺ, റഷ്യ എന്നിവയുൾപ്പെടുന്ന സഖ്യകക്ഷികൾ ഏറ്റെടുത്തു. ശേഷം അവർ നാഷണൽ ജിയോഗ്രാഫിക്കിന്റെ ഭൂപടം എടുത്തുവച്ച് 38 പാരലൽ അക്ഷാംശരേഖവെച്ച് കൊറിയയെ രണ്ടായി വിഭജിച്ചു. ഉത്തരഭാഗത്തുള്ള കൊറിയയെ സോവിയറ്റ് യൂണിയനു കൊടുത്ത്, തെക്കുള്ളത് അമേരിക്ക കൈവശംവച്ചു. വടക്കൻ കൊറിയ സ്വാഭാവികമായും കമ്യൂണിസ്റ്റ് ഭരണക്രമം പിൻതുടരുന്ന ഡെമോക്രാറ്റിക് പീപ്പിൾസ് റിപ്പബ്ലിക്ക് ഓഫ് കൊറിയ (Democratic Peoples Republic of Korea) ആയി. തെക്കൻ കൊറിയ ആകട്ടെ മുതലാളിത്ത വ്യവസ്ഥിതിയുടെ ഭാഗമായി, റിപ്പബ്ലിക്ക് ഓഫ് കൊറിയ (Republic of Korea) എന്നറിയപ്പെട്ടു.

ഉത്തര കൊറിയയുടെ തലസ്ഥാനമാണ് ഒരു സോഷ്യലിസ്റ്റ് ഷാങ്ഗ്രില (ഭൂലോക സ്വർഗ്ഗം) എന്നറിയപ്പെടുന്ന പ്യോങ്യാങ് നഗരം. ക്രിസ്തുവർഷം ഒന്നാം നൂറ്റാണ്ടുമുതൽ ഇവിടെ ജനവാസമുണ്ടായിരുന്നതായി ചരിത്രകാരന്മാർ കണ്ടെത്തിയിട്ടുണ്ട്. പുരാതന കൊറിയ ഭരിച്ചിരുന്ന അതിപ്രശസ്തങ്ങളായ ചോസോൺ, കോഗുറ്യോ രാജവംശങ്ങളുടെ തലസ്ഥാനവുമായിരുന്നു ഇവിടം. അതിനുശേഷമുള്ള നൂറ്റാണ്ടുകളിലെ വിദേശ മേൽക്കോയ്മയും അതിനെത്തുടർന്നുണ്ടായ സ്വാതന്ത്ര്യലബ്ധിയും

സ്വാതന്ത്ര്യാനന്തര കാലത്തെ ഒറ്റപ്പെടലുമൊക്ക ഈ നഗരം അനുഭവിച്ചറിഞ്ഞു. വടക്കൻ കൊറിയ സർക്കാരിന്റെ രാഷ്ട്രീയമായ ഉൾവലിയൽ സ്വാഭാവികമായും അതിന്റെ തലസ്ഥാനത്തെ രഹസ്യസ്വഭാവങ്ങളുള്ള ഒരു നഗരമായി തെറ്റിദ്ധരിക്കപ്പെടുവാൻ ഇടയായി. 21-ാം നൂറ്റാണ്ടിലെ പൂർവ്വദേശത്തെ ദുഷ്ടതയുടെ അച്ചുതണ്ട് - Axis of Evil ന്റെ തലസ്ഥാനം എന്നുവരെ പ്യോങ്യാങ് നഗരം അധിക്ഷേപിക്കപ്പെടുകയും പരിഹസിക്കപ്പെടുകയും ചെയ്തു.

1950–53 കാലഘട്ടത്തിലെ, വടക്കൻ കൊറിയയും അമേരിക്കയുമായുള്ള യുദ്ധം കഴിഞ്ഞപ്പോഴേക്കും ഈ നഗരം നാമാവശേഷമായിക്കഴിഞ്ഞിരുന്നു. ആ ദുരന്തത്തിൽനിന്ന് കോമ്രേഡ് കിം ഇൽ സുങ്ങിന്റെ നിശ്ചയദാർഢ്യം ഒന്നുകൊണ്ടുമാത്രം കെട്ടിപ്പടുക്കപ്പെട്ടതാണ് വടക്കൻ കൊറിയയുടെ അഭിമാനമായ പ്യോങ്യാങ് നഗരം.

ഒരു തരം കടുത്ത കാർക്കശ്യത്തോടെ രൂപകല്പന ചെയ്യപ്പെട്ട നഗരമാണിത്. സഖാവ് കിമ്മിന്റെ ആഗ്രഹവും അഭിലാഷവുമായിരുന്നു തങ്ങളുടെ ജനതയ്ക്ക് അഭിമാനത്തോടെ തലയുയർത്തിപ്പിടിച്ച് ലോകത്തിന് കാണിച്ചുകൊടുക്കാൻ പാകത്തിന് പ്യോങ്യാങ് നഗരം പുനർ നിർമ്മി

ക്കണമെന്നത്. എല്ലാ അർത്ഥത്തിലും ഇതൊരു Showcase നഗരമാണ്. ഈ രാജ്യത്തിന്റെ രാഷ്ട്രീയം, സാംസ്കാരികം, വിദ്യാഭ്യാസം തുടങ്ങി പ്രധാനപ്പെട്ട എല്ലാത്തിന്റെയും നായകത്വം ഈ നഗരത്തിനാണ്.

സോഷ്യലിസ്റ്റ് ശൈലിയിൽ വിഭാവനം ചെയ്ത് നിർമ്മിച്ച ആധുനിക നഗരമാണ് പ്യോങ്യാങ്. ഇവിടത്തെ ഒരു മൺതരിക്കുപോലും കൃത്യമായൊരിടമുണ്ട്. നഗരാസൂത്രണം ഒരു കലയാണെങ്കിൽ ആ കലയുടെ ഉത്തുംഗ മാതൃകയാണ് ഈ നഗരം.

വില്ലോ മരങ്ങൾ അതിരിടുന്ന വിശാലമായ തെരുവീഥികൾ ഒരു ഗ്രിഡ് പോലെ നാലുദിക്കിലേക്കും നീണ്ട് അനന്തതയിൽ ലയിക്കുന്നു. അവയ്ക്കിരുവശവും ആകാശം മുട്ടെ ഉയർന്നുനില്ക്കുന്ന അംബരചുംബികളാണ്. അവയുടെ വാസ്തുവിദ്യാ സങ്കേതമാകട്ടെ ഓരോന്നും വ്യത്യസ്തവും. നഗരമാകെ പച്ചയുടെ മഹാസാഗരമാണ്. ആ സാന്നിദ്ധ്യത്തിലേക്ക് അലിഞ്ഞില്ലാതാകുന്നതുപോലെയാണ് മണിമന്ദിരങ്ങളുടെ രൂപകല്പന. നഗരചത്വരങ്ങൾ, പൂന്തോട്ടങ്ങൾ, നദികൾ, അവയുടെ മുകളിലെ പാലങ്ങൾ, ഒക്കെ കൃത്യമായി വിന്യസിക്കപ്പെട്ട ഒരു പതക്കത്തിലെന്നപോലെ സംയോജിക്കപ്പെട്ടിരിക്കുന്നു.

ഇതിലേക്കാണ്, പരിപൂർണ്ണതയോടെ സൃഷ്ടിക്കപ്പെട്ട സ്മാരകങ്ങൾ, ഭീമാകാരൻ യശഃസ്തംഭങ്ങൾ, സ്മാരക ശിലകൾ, സ്തൂപങ്ങൾ ഒക്കെ ചേരുംപടി ചേർക്കപ്പെട്ടിരിക്കുന്നത്. വില്ലോമരങ്ങളുടെ പച്ചയുടെ

പ്യോങ്യാങ്; ഒരു നഗരദൃശ്യം

മഹാപ്രപഞ്ചത്തിന് പുറമേയാണ് നഗരത്തിലെമ്പാടുമുള്ള പൂന്തോട്ടങ്ങൾ. ഐക്യരാഷ്ട്ര സഭ പറയുന്നത് ഒരു മനുഷ്യന് 58 ചതുരശ്രമീറ്റർ Green Spaceപച്ചത്തുരുത്ത്, അനുവാര്യമാണെന്നാണ്. എന്നാൽ അതിന്റെ നാലിരട്ടിയാണ് പ്യോങ്യാങ്ങിലെ പച്ചയുടെ സാന്നിദ്ധ്യം.

സൂര്യപ്രകാശത്തിൽ പൊടിയുടെയും പുകയുടെയും നേരിയൊരു ലാഞ്ഛന പോലുമില്ലാത്ത നഗരം വെട്ടിത്തിളങ്ങും. ഒരു സംശയവുമില്ല, നമുക്ക് അത്ഭുതാദരങ്ങളോടെ മാത്രം നോക്കിനില്ക്കാനാവുന്ന നഗരമാണ് ഉത്തര കൊറിയയുടെ തലസ്ഥാനം. ഇത്രയും Unique ആയ മറ്റൊരു നഗരം മുപ്പതുവർഷം നീണ്ട ലോക യാത്രയിൽ ഞാൻ മറ്റൊരിടത്തും കണ്ടിട്ടില്ല.

ഒരിക്കൽക്കൂടി, താൻ ജനിച്ചുവളർന്ന നഗരത്തെക്കുറിച്ച് വടക്കൻ കൊറിയയുടെ രാഷ്ട്രപിതാവായ കിം ഇൽ സുങ് പറഞ്ഞതോർത്തു. 'The capital of our Socialist homeland, Pyongyang, is the political centre, the centre for culture and education and a wellspring of our Revolution.'

ദിവസങ്ങളോളം കാണാനും ആസ്വദിക്കാനും ധാരാളമുണ്ട് ഈ നഗരത്തിൽ. Chung എന്ന സെൻട്രൽ ഡിസ്ട്രിക്ട് ആണ് നഗര ഹൃദയം. അതിപ്രധാന കാഴ്ചകളൊക്കെ ഇതിനകത്താണ്. നമുക്ക് ഊഹിക്കാ

ജനകീയ പഠനകേന്ദ്രം

ജൂച്ചേ ടവർ

വുന്നതിലും ഭീമാകാരമായ സ്മാരകങ്ങൾ, മ്യൂസിയങ്ങൾ, രമ്യഹർമ്മ്യങ്ങൾ, പൊതുജനങ്ങൾക്കും സന്ദർശകർക്കും പ്രവേശനമില്ലാത്ത സർക്കാരിന്റെ രഹസ്യതാവളങ്ങൾ ഒക്കെ ഈ വൃത്തത്തിനകത്താണ്. ഒന്നിൽനിന്ന് മറ്റൊന്നിലേക്കും, വീണ്ടും അതിനടുത്തതിലേക്കും എത്തുമ്പോഴേക്കും അത്ഭുതവും ആനന്ദവും, അസ്വസ്ഥതയ്ക്ക് വഴിമാറും. ഒരുതരം കാഴ്ചയുടെ അജീർണ്ണത്തിന്റെ (Sensory Overload) പിടിയിലാകും നമ്മൾ. മനസ്സും ശരീരവും മരവിച്ചുകഴിഞ്ഞു. ഇനിവയ്യ എന്ന തോന്നൽ നമ്മുടെ സ്വത്വത്തെ കീഴടക്കും ആ നിമിഷത്തിൽ.

പ്യോങ്യാങ്ങിലെ പ്രധാന മന്ദിരങ്ങളൊക്കെ മൂന്ന് വ്യത്യസ്ത വാസ്തുവിദ്യാശൈലികളാൽ നിർമ്മിതമാണ്. വടക്കൻ കൊറിയ സ്വാതന്ത്ര്യം പ്രാപിച്ച കാലത്ത് സോവിയറ്റ് രീതിയിലായിരുന്നു നിർമ്മാണങ്ങൾ. അടിത്തറയും സ്തംഭവും പടികളും മറ്റുമായിരുന്നു ഇതിന്റെ പ്രത്യേകതകൾ. സൂര്യന്റെ കുംസുസാൻ കൊട്ടാരം (Kumsusan Palace of the Sun) ഈ ശൈലിയുടെ മകുടോദാഹരണമാണ്. സഖാവ് കിമ്മിന്റെയും, മകന്റെയും മാസോളിയമാണിത്. പില്ക്കാലത്ത് പൂർണ്ണമായും സോവിയറ്റ് ശൈലി പിൻതുടരാതെ താഴത്തെ ഭാഗം മാത്രം

സ്റ്റാലിനിസ്റ്റ് സങ്കേതത്തിലും മേൽത്തട്ട് പൂർണ്ണമായും കൊറിയൻ ശൈലിയിലും പണിയുന്ന രീതി നിലവിൽവന്നു. ഗ്രാന്റ് പീപ്പിൾസ് സ്റ്റഡി ഹൗസ് (Grand Peoples Study House) കാണുമ്പോൾ നമുക്കിത് പ്രകടമാകും. പിന്നീടാണ് നിയോ കൊറിയൻ ആർകിടെക്ചറി (Neo Korean Architecture) ന്റെ ആവിർഭാവം. ഉത്തര കൊറിയയ്ക്ക് തനതായ വാസ്തുവിദ്യ ശൈലിയുണ്ടെന്നും മറ്റാരിൽനിന്നും കടം കൊള്ളേണ്ട ആവശ്യമില്ലായെന്നും വിളംബരം ചെയ്യുന്ന നിർമ്മാണ രീതി വ്യാപകമായി. Ryugyong Hotel, Pyongyang International Cinema ഒക്കെ കാണുമ്പോൾ കൊറിയൻ വാസ്തു ശില്പ കലയുടെ അനുപമ സൗന്ദര്യം നമ്മളെ വശീകരിക്കും.

1954 ൽ പണിത 75000 ചതുരശ്ര അടി വിസ്തീർണ്ണമുള്ള, (ഏകദേശം പത്ത് ഫുട്ബോൾ ഗ്രൗണ്ടിന്റെ വലിപ്പമാണിത്) കിം ഇൽ സുങ് സ്ക്വയർ ആണ് സെൻട്രൽ ബിസിനസ് ഡിസ്ട്രിക്ടിന്റെ മദ്ധ്യം. ഈ സ്ഥലം ഈ നഗരത്തിൽ വരുകയോ ഇവിടം കാണുകയോ ചെയ്യാത്തവർക്കുപോലും തിരിച്ചറിയാനാകും. കാരണം, ഉത്തര കൊറിയയെക്കുറിച്ച് എന്തു വാർത്ത ടെലിവിഷനിൽ വന്നാലും ആദ്യം കാണിക്കുന്ന വിഷ്വൽ ഈ സ്ക്വയർ ആയിരിക്കും. വെറുതെയല്ല, പ്യോങ്യാങ് നഗരത്തിന്റെ മാത്രമല്ല, ഉത്തര കൊറിയയുടെ തന്നെ ഹൃദയം ഇതാണെന്നാണ് പറയുന്നത്. ഇവിടെയാണ് മിലിട്ടറി പരേഡുകൾ, മാസ് ഡാൻസുകൾ, ടോർച്ച് ലൈറ്റ് പരിക്രമണങ്ങൾ എന്നിവയൊക്കെ അരങ്ങേറുന്നത്.

കിം ഇൽ സുങ് സ്ക്വയറിന് പടിഞ്ഞാറ് അഭിമുഖമായി നില്ക്കുമ്പോൾ, തയ്ദോങ് നദിയാണ് പുറകിലൂടെ ഒഴുകുന്നത്. അതിന്റെ കിഴക്കെ കരയിലാണ് ജൂച്ചെ ടവർ. ഈ രാജ്യത്തിന്റെ തനതായ സാമൂഹ്യ സാമ്പത്തിക തത്ത്വശാസ്ത്രമായ ജൂച്ചെയുടെ സ്മരണയ്ക്കായി പണിത 170 മീറ്റർ ഉയരമുള്ള, ലോകത്തിലെ ഏറ്റവും ഉയരമുള്ള കല്ലുകൊണ്ട് നിർമ്മിച്ച ടവർ ആണിത്.

നഗര ഹൃദയ ചത്വരത്തിന്റെ ഏറ്റവും ആകർഷകമായ ഭാഗം പരേഡ് റിവ്യൂ സ്റ്റാന്റ് ആണ്. അവിടെ നമ്മുടെ നേരെ മുന്നിൽ ഗ്രേറ്റ് ലീഡറായ, കോമ്രേഡ് കിമ്മിന്റെയും, ഡിയർ ലീഡറായ മകന്റെയും പുഞ്ചിരിക്കുന്ന ഭീമൻ ഛായാചിത്രങ്ങളാണ്. ഈ സ്റ്റാന്റിൽനിന്നാണ് ജനറൽമാരും മേജർമാരും പരേഡിനും മറ്റ് ഔദ്യോഗിക ചടങ്ങുകൾക്കും നേതൃത്വം നല്കുന്നത്. ഈ പരേഡുകളും മാർച്ചുപാസ്റ്റുമൊക്കെ ടെലിവിഷനിൽ കാണുമ്പോൾ നമ്മൾ കരുതുന്നത് ഇവയൊക്കെ ഇടക്കിടയ്ക്ക് അരങ്ങേറാറുണ്ടെന്നാണ്. എന്നാൽ ബഹുകാതം ദൂരെയാണ് സത്യം. ഈ തരം പരേഡുകൾ വല്ലപ്പോഴും മാത്രം സംഭവിക്കുന്ന അപൂർവ്വതയാണ്. മാത്രവുമല്ല, ഈ സ്ക്വയറിലെ പരേഡുകൾ വീക്ഷിക്കാൻ വിദേശികളെയും സന്ദർശകരെയും അനുവദിക്കാറുമില്ല. ഇത് നാട്ടുകാർക്ക് മാത്രമായുള്ള മാമാങ്കമാണ്.

പരേഡ് സ്റ്റാന്റിന് മുന്നിലാണ് പോയിന്റ് സീറോ. ഉത്തര കൊറിയയിലെ എല്ലാ റോഡ് ദൂരങ്ങളും തുടങ്ങുന്നതും അളക്കുന്നതും ഈ പോയിന്റിൽ നിന്നാണ്.

കിം ഇൽ സുങ് സ്ക്വയറിന്റെ പശ്ചാൽ ശേഷിപ്പായി (ബാക്ഡ്രോപ്) നില്ക്കുന്നത് മനോഹരമായ ഗ്രാന്റ് പീപ്പിൾസ് സ്റ്റഡി ഹൗസ് ആണ്. കൊറിയൻ വാസ്തുവിദ്യയുടെ സൗന്ദര്യം മുഴുവൻ ഈ മന്ദിരത്തിൽ പ്രതിബിംബിക്കുന്നു. ഇളം വർണ്ണങ്ങളിലുള്ള വാസ്തുവിദ്യാ അലങ്കാരങ്ങൾ ഉണർവ്വേകുന്നതും അതേസമയം പ്രൗഢവുമാണ്. പരമ്പരാഗത ശൈലിയിൽ പണിത ഈ മന്ദിരം കൊറിയൻ വാസ്തുവിദ്യയുടെ മനോജ്ഞതയും ഗാംഭീര്യവും പ്രകടമാക്കുന്നു." (Its architectural ornaments are of light and quiet colours, which contribute to its magnificent yet refreshing appearence. In architecture, it demonstrates the elegance and majesty of the traditional Korean style building). ചോയ് ഒറ്റ ശ്വാസത്തിൽ ഇത്രയും പറഞ്ഞു നിർത്തി. നിരീക്ഷണം സ്വന്തമാണോ, അതോ എവിടെനിന്നെങ്കിലും കാണാതെ പഠിച്ചു പറഞ്ഞതാണോ? ഏതായാലും ദൃശ്യചാരുതയ്ക്കിണങ്ങിയ വാക്കുകൾ.

കുതിരപ്പുറത്തു വയ്ക്കുന്ന ജീനിയുടെ ആകൃതിയിൽ അഗ്രങ്ങളിലും പാർശ്വങ്ങളിലും ചരിഞ്ഞിറങ്ങുന്ന മുപ്പത്തിനാല് മേല്ക്കൂരകൾക്കു മുകളിൽ, ഏഴരലക്ഷം പച്ച തറയോടുകൾ ഒന്നിനുമീതെ ഒന്നായി പാകിയാണത്രേ ഇതിന്റെ മോന്തായം നിർമ്മിച്ചിരിക്കുന്നത്. ഇത്തരം ഓട് മേയൽ പറന്നുയരാൻ ചിറകു വിരിച്ചുനില്ക്കുന്ന ജലപ്പക്ഷികളുടെ പ്രതീതി ജനിപ്പിക്കും. എന്തൊരു ഹൃദയാവർജ്ജകമായ കാഴ്ച. രാഷ്ട്രപിതാവിന്റെ എഴുപതാം പിറന്നാൾ ആഘോഷങ്ങളുടെ ഭാഗമായി 1982 ൽ ആണിത് നിർമ്മിച്ചത്.

ഉത്തര കൊറിയൻ ജനതയുടെ ബൗദ്ധിക സങ്കേതം ആയിട്ടാണ് ഈ സ്റ്റഡി ഹൗസ് അറിയപ്പെടുന്നത്. ഓരോ ദിവസവും പന്തീരായിരം പഠിതാക്കളെ സ്വീകരിക്കാനുള്ള സംവിധാനം ഇതിനുണ്ടെന്നറിയുമ്പോൾ ഇതിന്റെ വൈപുല്യം ഊഹിക്കാമല്ലോ. നിങ്ങൾ തലസ്ഥാന നഗര നിവാസിയാണെങ്കിൽ ഇവിടത്തെ അത്യാധുനിക പഠന സൗകര്യങ്ങൾ ഉപയോഗിക്കാം, അതും തീർത്തും സൗജന്യമായി.

സ്റ്റഡി ഹൗസിനു ചുറ്റും ബഹുനില മന്ദിരങ്ങളുടെ ധാരാളിത്തമാണ്. വർക്കേഴ്സ് പാർട്ടി ഓഫ് കൊറിയ എന്ന കൊറിയൻ തൊഴിലാളി പാർട്ടിയുടെ ആസ്ഥാനവും ഇവിടെയാണ്. Choson Rodongdang എന്ന് കൊറിയക്കാർ വിളിക്കുന്ന WPK യെ ലഘുവായി കണക്കാക്കേണ്ട. ഈ പാർട്ടിയുടെ ചെയർമാൻ ആരാണോ അയാളാണ് ഉത്തര കൊറിയയുടെ ഭരണാധിപൻ. അവിടത്തെ രാഷ്ട്രപതിക്കും പ്രധാനമന്ത്രിക്കുമൊക്കെ സ്ഥാനം പാർട്ടി ചെയർമാന്റെ താഴെമാത്രമാണ്.

വാസ്തു ശില്പകലയുടെ ജീവിക്കുന്ന മ്യൂസിയമാണ് പ്യോങ്യാങ്. കാഴ്ചകളുടെ പേമാരി. മുൻപൊരിക്കൽ ഇറ്റലിയിൽ പോയപ്പോൾ തോന്നിയപോലെ എവിടെയൊക്കെ ഒരു കല്ലുണ്ടോ, അത് കൊത്തി ശില്പമാക്കിയിട്ടുണ്ട്. എവിടെയൊക്കെ ഒരു മതിലോ ക്യാൻവാസോ ഉണ്ടോ, അതിലൊക്കെ ചിത്രവും വരച്ചിട്ടുണ്ട്. ഈ പറഞ്ഞതൊക്കെ ഈ നഗരത്തിനും ഉതകും. സ്ഥലമുള്ളിടത്തൊക്കെ സുന്ദരൻ നിർമ്മിതികളാണ്. അവ പകരുന്നതാകട്ടെ അനിർവ്വചനീയമായ ആഹ്ലാദവും.

പ്യോങ്‌യാങ് രാപ്പകലുകൾ

തീർച്ചയായും, DPRK എന്ന ചുരുക്കപ്പേരിൽ അറിയപ്പെടുന്ന ജനാധിപത്യ ജനകീയ കൊറിയൻ റിപ്പബ്ലിക്കിന്റെ തലസ്ഥാനമായ പ്യോങ്‌യാങ് ഞാൻ അറിഞ്ഞിരുന്നതിൽ നിന്നൊക്കെ വ്യത്യസ്തമായിരുന്നു. പത്തുദിവസത്തെ ഈ രാജ്യസഞ്ചാരത്തിനിടയിൽ ഞാൻ കണ്ടതും, അനുഭവിച്ചറിഞ്ഞതും എല്ലാം അവർ നിശ്ചയിച്ചത് മാത്രമായിരിക്കണം. എന്നാലും ദിവസങ്ങൾ പിന്നിട്ടപ്പോൾ ഈ രാജ്യത്തിന്റെ കട്ടിയുള്ള മുഖാവരണം അല്പാല്പമായി മറനീക്കിയപ്പോൾ പുറത്തു വന്ന രൂപം, നിഷ്ക്കളങ്ക കൗതുകത്തോടെ കാണാനായി.

ലോകത്തിലെ തന്നെ പോളിഷിട്ടു മിനുക്കിത്തിളങ്ങുന്ന ഒരേയൊരു രാജ്യ തലസ്ഥാനമായിരിക്കണം ഇത്. ഈ നഗരം കാണുന്ന ഓരോ വിദേശിയും അങ്ങനെതന്നെ ചിന്തിക്കണം എന്ന് ഇവിടത്തെ സർക്കാർ ആത്മാർത്ഥമായി ആഗ്രഹിക്കുന്നുണ്ടാവണം.

ഒരു സംശയവുമില്ല, ഒരു ഏകാധിപത്യ മിലിട്ടറി റിപ്പബ്ലിക് തന്നെയാണ് നോർത്ത് കൊറിയ. സൈന്യത്തിന്റെ സാന്നിദ്ധ്യമില്ലാത്ത, സൈന്യം കൈകടത്താത്ത ഒരു മേഖലയുമില്ല ഇവിടെ. അത് സാധാരണ ജനതയുടെ ദൈനംദിന വ്യക്തിജീവിതം മുതൽ ട്രാഫിക് നിയന്ത്രിക്കുന്നതുവരെ എത്തിനില്ക്കുന്നു. ബഹുനില മന്ദിരങ്ങളിൽ തുടങ്ങി കിം കുടുംബത്തിന്റെ പ്രതിമകളും ചരിത്ര സ്മാരകങ്ങളും നിർമ്മിക്കുന്നതുവരെ സൈന്യമാണ്. ഇതിനും പുറമെയാണ് ആജന്മ വൈരികളായ അമേരിക്കയോടും ദക്ഷിണ കൊറിയയോടുമുള്ള പ്രൊപ്പഗാൻഡ യുദ്ധവും അതിർത്തി കാവലും. ബാലിസ്റ്റിക് മിസൈൽ വിക്ഷേപണവും തെർമോ ന്യൂക്ലിയാർ വിസ്ഫോടനങ്ങളുമൊക്കെ സൈന്യത്തിന്റെ മറ്റു ചില്ലറ തമാശകളാണ്.

സൈന്യത്തിന്റെ അധികാരം ഈ രാജ്യത്ത് പരിപൂർണ്ണമാണ്. ഉത്തര കൊറിയ എന്ന രാഷ്ട്രത്തിന്റെ ആധാരശിലതന്നെ Songun എന്ന് കൊറിയൻ ഭാഷയിൽ വിവക്ഷിക്കുന്ന സൈന്യം ആദ്യം (Military First) എന്ന പോളിസിയാണ്.

ഈ രാജ്യത്തെക്കുറിച്ച് വിദേശികളായ നമുക്ക് കിട്ടുന്ന വാർത്തകൾ ഒക്കെത്തന്നെ അസ്വസ്ഥജനകമാണ്. കൊടുംപട്ടിണിയാലും, ദാരിദ്ര്യത്താലും മനുഷ്യ പേക്കോലങ്ങളായി മാറിയ ഒരു ജനസമൂഹവും, അവരെ സമഗ്രാധിപത്യംകൊണ്ട് അടിച്ചമർത്തുന്ന ഒരു പട്ടാള ഭരണരീതിയും, അതിന്റെ തലപ്പത്തിരിക്കുന്ന സ്വേഛാധിപത്യത്തിന്റെ അവസാന വാക്കായ കിം വംശാവലിയും ഒക്കെയാണ് നമ്മളറിയുന്ന ഉത്തര കൊറിയ.

DPR കൊറിയയെക്കുറിച്ച് കൂടുതൽ കൂടുതൽ വായിച്ചറിയുന്തോറും ഏറെ ഭയചകിതനായി ഞാൻ മാറി എന്നതാണ് നേര്. ടൂറിസ്റ്റുകളായ നമ്മൾ താമസിക്കുന്ന ഹോട്ടൽ മുറികളിൽ ചാരവൃത്തിക്കായി ആളെ വച്ചിട്ടുണ്ടാവുമെന്നും, നമ്മളെക്കുറിച്ചുള്ള എല്ലാ വിശദാംശങ്ങളും ചോർത്തുന്നുണ്ടാവുമെന്നും നമ്മളുടെ ഓരോ നീക്കങ്ങളും സർക്കാർ ചാരന്മാർ രഹസ്യമായി സദാസമയവും നിരീക്ഷിക്കുന്നുണ്ടാവുമെന്നുമൊക്കെ പാശ്ചാത്യലേഖകർ ധാരാളമായി എഴുതിപ്പിടിപ്പിച്ചിട്ടുണ്ട്. അതിന് ഉപോൽബലകമായി അനുഭവ സാക്ഷ്യങ്ങളും അനവധിയാണ്. നമ്മളെ പോലത്തെ ഒരു കുഞ്ഞുകുട്ടിപരാധീനക്കാരനെ നിരീക്ഷിച്ചതുകൊണ്ട് എന്തു പ്രയോജനമാണ് ആ രാജ്യത്തിന് കിട്ടാനുള്ളത്, ആവോ! വെറുതെ അവരുടെ സമയം മിനക്കെടുത്തുന്ന പണി. അല്ലാതെന്ത്! ഏതായാലും ഇതൊക്കെ വായിച്ച് ഞാനൊരു ഇന്ത്യൻ ചാരനോ മറ്റോ ആണെന്ന് തെറ്റിദ്ധരിച്ച് എന്നേയും അറസ്റ്റ് ചെയ്ത് വല്ല പുനർപഠനക്യാമ്പിലേക്കോ മറ്റോ അയയ്ക്കുമോ എന്ന ഭീതി ഉറക്കത്തിൽ കൂടെക്കൂടെ ഞെട്ടി ഉണരാൻ വഴിവച്ചു.

ഗൈഡ് ചോയ്യെ അടുത്തറിഞ്ഞതിനുശേഷമാണ് കുറേയെങ്കിലും ആശങ്കകൾ വിട്ടൊഴിഞ്ഞത്. ആശങ്കകൾക്കൊന്നും യാതൊരടിസ്ഥാനവുമില്ലായെന്ന് സാവധാനത്തിൽ മനസ്സിലായിത്തുടങ്ങി. കൊറിയൻ സംസ്കാരത്തിന്റെ എല്ലാ തനിമയോടും കൂടിയ സ്നേഹോഷ്മളമായ വരവേല്പായിരുന്നു എനിക്ക് ലഭിച്ചത്. പത്തു ദിവസത്തെ യാത്രയിൽ ഒരിക്കൽപ്പോലും അതിനൊരപവാദം ഉണ്ടായിട്ടുമില്ല.

ഇങ്ങോട്ടു പുറപ്പെടുന്നതിനുമുമ്പ് ബെയ്ജിങ്ങിൽ വച്ച്, മാറ്റ് ഇവിടെ എത്തുന്ന സന്ദർശകർ ചെയ്യാൻ പാടില്ലാത്തവയെക്കുറിച്ച് (അരുതുകളെ) പറഞ്ഞുകൊണ്ടിരിക്കെ, ഒരു ഇന്നസെന്റ് ശൈലിയിൽ ഊം..... ഊം..... കേട്ടിട്ടുണ്ട്... കേട്ടിട്ടുണ്ട്... എന്ന് മനസ്സിൽ പറഞ്ഞ് പുഞ്ചിരിക്കുകയായിരുന്നു ഞാൻ. പ്യോങ്യാങ്ങിലെ ആദ്യ ദിനങ്ങളിൽത്തന്നെ അതൊന്നും മാറ്റ് വെറുതെ പറഞ്ഞതല്ലായെന്നും കൃത്യമായി പാലിക്കപ്പെടുന്നവയാണെന്നും സാമാന്യം നല്ല പ്രയാസത്തോടെ മനസ്സിലാക്കി. പക്ഷേ, ചോയ്യുമായുള്ള അടുപ്പം ക്രമേണ മഞ്ഞുരുക്കുകതന്നെ

ചെയ്തു. ഏറ്റവുമാദ്യം അത് പ്രകടമായത് ഫോട്ടോകൾ എടുക്കുന്നതിലായിരുന്നു. സാധാരണ സന്ദർശകർക്ക് ഫോട്ടോ എടുക്കാൻ കർശന നിയന്ത്രണങ്ങളാണ് ഉത്തര കൊറിയയിൽ. പക്ഷേ, ചോയ്യുടെ മൗനാനുവാദത്തിൽ (എനിക്ക് തോന്നിയതാവാം), പലതിന്റെയും ഫോട്ടോകൾ എടുത്തു. അവൾ ഒന്നുകിൽ അത് കണ്ടില്ലായെന്നു നടിച്ചു. അല്ലെങ്കിൽ കണ്ടഭാവം കാണിച്ചില്ല. ഇടയ്ക്കെങ്കിലും ഇടംകണ്ണിട്ട് എന്നെ നോക്കിയൊന്നു പുഞ്ചിരിക്കും, കണ്ണിറുക്കും അത്രമാത്രം. ഞാനിതൊന്നുമറിയുന്നില്ലാ എന്നു നീ കരുതേണ്ടാ, എന്നായിരിക്കണം അതിന്റെ അർത്ഥം. എന്റെ മറുപടിയും ഒരു പുഞ്ചിരിയിലൊതുങ്ങും.

ഉത്തര കൊറിയയെക്കുറിച്ചുള്ള Bradt Travel Guide (ബാക്ക് പാക്കർ സഞ്ചാരിയുടെ *ഗീതയും ബൈബിളും ഖുറാനുമായ* ലോൺലി പ്ലാനറ്റിനു പോലും ഒരു ഉത്തര കൊറിയ ട്രാവൽ ഗൈഡില്ല) ൽനിന്നും അവിടെ മുൻപ് സഞ്ചരിച്ചിട്ടുള്ളവരിൽനിന്നും അറിഞ്ഞതാണ്, ഇവിടെ എത്തുന്ന ടൂറിസ്റ്റുകളെ അവർ വരച്ചവരയിൽ നിർത്തുമെന്നും, യാതൊരു കാരണവശാലും നാട്ടുകാരുമായുള്ള ഒരു സമ്പർക്കത്തിനും ഇടനല്കില്ല എന്നുമൊക്കെ. വരുത്തർ നാട്ടുകാരുമായി സംസാരിച്ചാൽ, സംവദിച്ചാൽ ഈ രാജ്യം കെട്ടിപ്പൊക്കിയിട്ടുള്ള മൂടുപടമൊക്കെ അഴിഞ്ഞുലഞ്ഞ് അടർന്ന് താഴെ വീഴുമെന്നും, ഇവിടത്തെ ഭീകരാവസ്ഥ വിദേശികൾ മനസ്സിലാക്കിക്കളയും എന്നൊക്കെയാണ് അതിനുള്ള ന്യായീകരണം. പക്ഷേ, എന്റെ അനുഭവം അവർ പറയുന്നതുപോലെയൊന്നും ആയിരുന്നില്ല.

ഞാൻ പ്യോങ്യാങ്ങിലെത്തി രണ്ടുദിവസം കഴിഞ്ഞപ്പോൾ ചോയ്ക്ക് അത്യാവശ്യമായി എവിടെയോ പോകേണ്ടതുണ്ടായിരുന്നു. ഞാൻ വരുന്നതുവരെ ഒന്നു നീന്തി, ഞങ്ങളുടെ സൗന (ചൂടുനീരാവി ശരീരത്തിൽ ഏല്പിക്കുന്ന ഏർപ്പാട്) യൊക്കെ ഒന്നാസ്വദിച്ചിരുന്നോളൂ, എന്നുപറഞ്ഞ് എന്നെ Chongnyon Hotel ൽ കൊണ്ടുവിട്ടിട്ടുപോയി. സൗനയുടെ സ്ഥലത്ത് നാട്ടുകാരും ആണും പെണ്ണുമായ ജീവനക്കാരും ധാരാളം. കറുമ്പനായ ഒരു ടൂറിസ്റ്റ് അവർക്കൊരു കൗതുകമായിരുന്നു. മാത്രവുമല്ല, കുറച്ചുനേരത്തേ, സ്വിമ്മിങ്പൂളിൽ സാമാന്യം നന്നായിതന്നെ ഞാൻ നീന്തുന്നത് കണ്ട് ലേശം ആരാധനയും എന്നോടുണ്ടായിരുന്നു. നാട്ടുകാരോട് അല്പം കുശലം പറയാനുള്ള അപൂർവ്വാവസരം. പക്ഷേ, ദൗർഭാഗ്യവശാൽ അവർക്ക് ഇംഗ്ലീഷും എനിക്ക് കൊറിയൻ ഭാഷയും ലവലേശം വശമില്ല. സ്കൂളിൽ അവർ ഇംഗ്ലീഷ് പഠിച്ചിട്ടുണ്ട് എന്നുള്ളതൊക്കെ നേര്. പക്ഷേ, വായിലിട്ടു കുത്തിയാൽപ്പോലും ഒരു ഇംഗ്ലീഷ് വാക്ക് വരില്ല. ഭാഗ്യത്തിന് എന്റെ Apple I pad ൽ കൊറിയൻ-ഇംഗ്ലീഷ് ട്രാൻസിലേറ്റർ ആപ്പ് ഡൗൺലോഡ് ചെയ്തുവച്ചിരുന്നത് ഉപകാരമായി. അത് തുറന്നുവച്ചതോടെ ആകെ മാറി. ബീറിന്റെ ലാഘവത്വത്തിൽ അന്തരീക്ഷം പ്രസന്നമായി. ഉത്തര കൊറിയയിൽ ബീർ സർവ്വവ്യാപിയാണ്. എവിടെയും എപ്പോഴും കിട്ടും. കുടിക്കുന്നതിനാകട്ടെ, സ്ഥല, സമയ,

കാല ഭേദമൊന്നുമില്ലതാനും. പോരാത്തതിന് തുച്ഛമായ വിലയും.

ഞാനൊരു സഞ്ചാരിയാണെന്നു പറഞ്ഞപ്പോൾ ഫോണിലും ഐ പാഡിലും സൂക്ഷിച്ചിരുന്ന ഫോട്ടോകൾ കാണാൻ അവർക്ക് കൗതുകം. ഫോട്ടോയിലെ സ്ത്രീകളുടെ നിറഞ്ഞ മാർവ്വിടം കാണുമ്പോൾ, അവർ ആണും പെണ്ണും അവരുടെ ഭാഷയിൽ എന്തൊക്കെയോ പറഞ്ഞ് പൊട്ടിപ്പൊട്ടിച്ചിരിക്കും. നിങ്ങൾ ചിരിക്കുന്നതെന്തിനാണെന്ന് എനിക്കുംകൂടി പറഞ്ഞുതരൂ എന്നായി ഞാൻ. പിന്നെ, പൊട്ടിച്ചിരി അട്ടഹാസമായി മാറും. സെക്സിന്റെ നേർത്ത അതിർവരമ്പോടടുത്തുനില്ക്കുന്ന എന്തോ തമാശകളാണ് അവർ തമ്മിൽ കൈമാറുന്നതെന്നറിയാൻ പാഴൂർപടിപ്പുരവരെയൊന്നും പോകേണ്ട. പിന്നീടാണെനിക്ക് മനസ്സിലായത് പൊതുവിൽ ശുഷ്കമായ ചൈനീസ് കൊറിയൻ സ്ത്രീകളുടെ മാറിടവും, ഫോട്ടോകളിലെ മദാമ്മമാരുടെ മാറിടവും തമ്മിലുള്ള താരതമ്യമായിരുന്നുവത്രേ പൊട്ടിച്ചിരിയുടെ പൊരുൾ. കൊള്ളാം..... ഇത് വടക്കൻ കൊറിയ തന്നെയാണല്ലോ, അല്ലേ. അത്ഭുതത്തോടെ ഞാനോർത്തു.

അവർ അവരുടെ വീടിനെപ്പറ്റി, വീട്ടുകാരെപ്പറ്റി, കുട്ടികളെപ്പറ്റിയൊക്കെ മറയില്ലാതെ സംസാരിച്ചു. രാഷ്ട്രീയം, മതം ഒക്കെ ഒരു സാധാരണക്കാരനായ നാട്ടുകാരന്റെ കൊക്കിലൊതുങ്ങുന്നതല്ലായെന്ന് നന്നായറിയാമായിരുന്നതുകൊണ്ട്, അത്തരം കാര്യങ്ങൾ ചോദിച്ച് ധർമ്മസങ്കടത്തിലാക്കാനൊട്ട് ഞാൻ മുതിർന്നുമില്ല.

പ്യോങ്യാങ്ങിൽ കണ്ട അത്ഭുതകരമായ മറ്റൊരുകാര്യം, അർദ്ധരാത്രിയിൽപ്പോലും സ്ത്രീകളും കുട്ടികളും റോഡിലിറങ്ങി നടക്കുന്നതും ഉലാത്തുന്നതും എന്തിന്, കളിക്കുന്നതുപോലും കാണാം എന്നുള്ളതാണ്. നഗരം അത്ര സുരക്ഷിതമാണെന്ന് ചുരുക്കം. പല സ്ഥലത്തും തെരുവുവിളക്കുകൾ പോലുമില്ല. ഉള്ളവയ്ക്ക് തന്നെ വെളിച്ചം വേണ്ടത്ര ഉണ്ടോ എന്നു സംശയം. അത്യപൂർവ്വം സ്ഥലങ്ങളിൽ മാത്രമേ അസമയത്ത് ഇത്രയധികം ധൈര്യത്തോടെ ഒറ്റയ്ക്ക് സ്ത്രീകൾ പുറത്തിറങ്ങി നടക്കുന്നത് കണ്ടിട്ടുള്ളു.

നഗരത്തിൽ ചെലവഴിച്ച ദിനങ്ങളിൽ മിക്കവാറും അത്താഴം കഴിഞ്ഞ്, ഞങ്ങൾ ഏതെങ്കിലും പബ്ബിൽ പോയിരുന്ന് ബീറും മോന്തി പാതിരാവ് കഴിയുന്നതുവരെ വാചകമടിച്ചിരിക്കാറുണ്ടായിരുന്നു. DPRK യിലെ ഏറ്റവും പ്രശസ്തമായ ബീർ ആണ് തയ്ഡോങ്ഗാങ് (Taedonggang). തയ്ഡോങ് നദി എന്നർത്ഥം. പല വീര്യങ്ങളിലും ബീർ ലഭ്യമാണ്. ഇംഗ്ലണ്ടിലെ വിൽറ്റ് ഷെയറിൽ ഉണ്ടായിരുന്ന ഒരു ബീർ കമ്പനി ഉത്തര കൊറിയൻ സർക്കാർ വിലയ്ക്കുവാങ്ങി ഇവിടെ കൊണ്ടുവന്നു സ്ഥാപിക്കുകയായിരുന്നു. അത്യാവശ്യം കുടിക്കാനാവുന്ന, നമ്മുടെ കിങ്ഫിഷറിന്റെ ഏതാണ്ട് സ്വാദുള്ള ബീർ ആണിത്.

പല ബാറുകളിലും മദ്യപിച്ചിരിക്കുന്ന ധാരാളം സ്ത്രീകളേയും കാണാം, ഏതുസമയത്തും. ചിലപ്പോഴെങ്കിലും കുടിച്ച് ഉന്മത്തരായവരേയും കണ്ടുമുട്ടാനിടയായിട്ടുണ്ട്. ഒരിക്കൽ, കുടിച്ച് കിളിപോയ മൂന്നു

യുവാക്കളായിരുന്നു ഞങ്ങളുടെ അടുത്ത ടേബിളിലെ സഹകുടിയന്മാർ. അവരുടെകൂടെ ഒരു സ്ത്രീയും ഉണ്ടായിരുന്നു. ആ സ്ത്രീ ആ യുവാക്കളുടെ ആരുമല്ലാ എന്ന് ഉറപ്പായിരുന്നു. ചോയ് അടുത്തിരിപ്പുണ്ട്. ഞാൻ പതുക്കെ അവളുടെ കാതിൽ ചോദിച്ചു. Kippumjo? (വടക്കൻ കൊറിയയിലെ ഉന്നതർ ലൈംഗികാവശ്യങ്ങൾക്കായി ഉപയോഗിക്കുന്ന സ്ത്രീകളാണ്-കിപ്പുംജോ). ചോയ് ആണെന്നും അല്ലെന്നും പറയാതെ എന്നെ നോക്കി കണ്ണുരുട്ടി. മിണ്ടാതിരിക്കാൻ ആംഗ്യം കാണിച്ചു. പുറത്തിറങ്ങിയപ്പോൾ നേരിയതോതിൽ ശകാരിച്ചു. നിനക്കെന്തൊക്കെയാണ് അറിയേണ്ടത്?

പ്യോങ്യാങ്ങിലെ ബാറുകളിൽ, ലേശം കൂടുതൽ വെള്ളം അകത്തു ചെന്ന നാട്ടുകാർക്ക് വിദേശികളെ കാണുമ്പോൾ വല്ലാത്ത സ്നേഹമാണ്. പിന്നെ നാലു വർത്തമാനം പറഞ്ഞില്ലെങ്കിൽ കുറച്ചിലാണ് എന്നൊരു തോന്നലാണ്. പക്ഷേ, അത്തരം പരിതഃസ്ഥിതികളിൽപ്പോലും എന്തെങ്കിലും രാഷ്ട്രീയം പറയാനോ ഭരണാധികാരികളെ കമന്റ് ചെയ്യാനോ ആരെങ്കിലും മുതിർന്നതായി എന്റെ അറിവിലില്ല.

വടക്കൻ കൊറിയയിൽ ആകമാനം നമ്മെ അത്ഭുതപ്പെടുത്തുകയും അസ്വസ്ഥമാക്കുകയും ചെയ്യുന്ന ഒന്നാണ് നാട്ടുകാരുടെ കിം കുടുംബത്തോടുള്ള വിധേയത്വം കലർന്ന ഭയഭക്തി ബഹുമാനങ്ങൾ. കിം കൾട്ട്-Kim Cult. 16 വയസ്സിന് മുകളിലുള്ള ഓരോ ഉത്തര കൊറിയൻ പൗരനും, ആണും പെണ്ണും തങ്ങളുടെ ഷർട്ടിനും ബ്ലൗസിനും മുകളിൽ കിം കുടുംബത്തിന്റെ ഫോട്ടോയുള്ള ലേബൽ പിൻ (ഉത്തര കൊറിയയിൽ ഇതിനെ ബാഡ്ജ് എന്നാണ് പറയുന്നത്) നിർബ്ബന്ധമായും കുത്തിയിരിക്കണം. ആരെങ്കിലും ഇതനുസരിക്കാതെ പുറത്തിറങ്ങിയാൽ, അധികാരികളുടെ ശ്രദ്ധയിൽ പെട്ടാൽ, അതിനുള്ള മതിയായ കാരണം കാണിക്കാൻ ബാദ്ധ്യസ്ഥനാണ്. അല്ലെങ്കിൽ... എന്തുണ്ടാവും? എന്റെ ചോദ്യത്തിന് ചോയ്‌യുടെ മറുപടി ഇതായിരുന്നു. എന്നിട്ടു പറഞ്ഞു, ബാഡ്ജ് ധരിക്കാതിരിക്കുന്നത് തികച്ചും അസംഭാവ്യമാണ്. ഇത് സർക്കാർ സൗജന്യമായി തരുന്നതാണ്.

വടക്കൻ കൊറിയയിൽ എവിടെയും എല്ലായിടത്തും സഖാവ് കിം ഉൽ സുങ്ങിന്റെയും മകന്റെയും പ്രതിമകളോ ഛായാ ചിത്രങ്ങളോ കാണാം. ജനങ്ങൾ അതിനുമുന്നിൽ പൂക്കൾ അർപ്പിക്കുന്നതും താണു വണങ്ങുന്നതുമൊക്കെ നിരന്തരം കാണുന്ന കാഴ്ചകളാണ്. കിം കുടുംബത്തെ ദൈവ സമാനരായി ചിത്രീകരിച്ച് ജനങ്ങളെ ബ്രെയിൻവാഷ് ചെയ്തു വച്ചിരിക്കുകയാണെന്നും, ഇത്തരം കാര്യങ്ങൾ അനുവർത്തിച്ചില്ലെങ്കിൽ ഉണ്ടാകുന്ന കഠോര ശിക്ഷ ഭയന്ന് ജനങ്ങൾ ഇത്തരം കാര്യങ്ങളൊക്കെ ചെയ്യാൻ നിർബ്ബന്ധിതരായിത്തീർന്നിരിക്കുകയാണെന്നുമുള്ള ആരോപണം നിലനില്ക്കെതന്നെ, ജനങ്ങൾ ഇതൊക്കെ ഒരു ലൈറ്റർ സെൻസിൽ എടുത്ത് സ്വമേധയാ ചെയ്യുന്നതാണെന്നാണ് എനിക്ക് തോന്നിയത്. നമ്മൾ അമ്പലത്തിനുമുന്നിലെത്തുമ്പോൾ കൈകൂപ്പി

തൊഴുന്നതും, പള്ളിക്കു മുന്നിൽ കുരിശു വരയ്ക്കുന്നതും ഉത്തര കൊറിയക്കാരുടെ കിം വിധേയത്വത്തിന്റെ മറ്റു രൂപങ്ങൾ തന്നെയല്ലേ!. നമ്മുടെ ഇത്തരം ആചാരങ്ങളെ, അനാചാരങ്ങളായി ആരെങ്കിലും കണ്ട് വിമർശിച്ചാൽ എന്തായിരിക്കും നമ്മുടെ പ്രതികരണം.

ഒരു സംസ്കാരത്തിന്റെ ഭാഗമായ ആചാരങ്ങളെ, ആ രീതിയിൽ തന്നെ കാണുകയും അംഗീകരിക്കുകയും, വേണ്ടിവരുകയാണെങ്കിൽ അനുസരിക്കുകയും ചെയ്യുകയെന്നത്, നമ്മുടെ സംസ്കാരംകൂടി വെളിവാക്കുന്ന ഒന്നാണ്.

മാൻസുദേ മഹാസ്മാരകം

നോർത്ത് കൊറിയ സഞ്ചാരപ്രിയരുടെ പരിഗണനയിൽവരുന്ന രാജ്യമല്ല. വ്യത്യസ്തമായ ഒരനുഭവമാണ് യാത്രോദ്ദേശ്യമെങ്കിൽ പ്രസിദ്ധ ഫ്രഞ്ച് ദാർശനികനായ Marcel Proust എഴുതിയതുപോലെ യഥാർത്ഥ യാത്രകൾ പുതിയ സ്ഥലങ്ങൾ കണ്ടുപിടിക്കാനുള്ള പര്യടനങ്ങളല്ല, മറിച്ച്, പുതിയ കണ്ണുകൾകൊണ്ട് കാണുന്നതാണ്, (The real voyage of discovery consists not in seeking new lands, but seeing with new eyes), എന്നത് ഈ രാജ്യത്തിന് കൃത്യമായി ചേരും. അതിന്റെ

സാകല്യാനുഭവമാവട്ടെ-അപരിചിത ഭൂമികയുടെ ആർദ്രസൗന്ദര്യത്തില ലിയലും.

രണ്ടാം ലോകമഹായുദ്ധാനന്തരം, കൊറിയൻ ഉപദ്വീപിന്റെ വടക്കൻ ഭാഗം സോവിയറ്റ് യൂണിയന്റെ കൈവശം വന്നുചേർന്നു. അവരോടൊപ്പം ചേർന്ന് ഇംപീരിയൽ ജപ്പാനെതിരെ പോരാടിയ, കൊറിയയുടെ സ്വാത ന്ത്ര്യത്തിനായ് ഒളിപ്പോർ യുദ്ധം നയിച്ച കൊറിയൻ നേതാവ് സഖാവ് കിം ഇൽ സുങ്, സോവിയറ്റ് ഏകാധിപതി ജോസഫ് സ്റ്റാലിന്റെ അനു ഗ്രഹാശിസുകളോടെ 1948 ൽ ഉത്തര കൊറിയയുടെ ഭരണാധികാരിയായി അധികാരമേറ്റു. 1994 ൽ മരണമടയുംവരെ ആ സ്ഥാനത്ത് തുടരുകയും ചെയ്തു. നാട്ടുകാർ അദ്ദേഹത്തെ The Great Leader, മഹാനായ നേതാവ് എന്നാണ് വിശേഷിപ്പിക്കുന്നത്. കോമ്രേഡ് കിം-ന്റെ മരണ ശേഷം അദ്ദേഹത്തിന്റെ മകൻ കിം ജോങ് ഇൽ ഭരണഭാരം ഏറ്റെടു ത്തു. 2011 ൽ മൺമറഞ്ഞ അദ്ദേഹം അറിയപ്പെടുന്നത് The Dear Leader, പ്രിയപ്പെട്ട നേതാവ് എന്നാണ്. പിന്നീടാണ് ഇന്നത്തെ ഭരണാധികാരി, സഖാവ് കിം-ന്റെ പൗത്രൻ കിം ജോങ് ഉൺ ഉത്തരകൊറിയയുടെ ഭര ണസാരഥ്യം ഏറ്റെടുക്കുന്നത്.

ഉത്തര കൊറിയയുടെ ഭരണക്രമത്തെ Necrocracy, എന്നാണ് ഇംഗ്ലീഷിൽ വിശേഷിപ്പിക്കപ്പെടുന്നത്. അതായത് മരിച്ചവരാൽ ഭരിക്ക പ്പെടുന്ന രാജ്യം. ഈ സമ്പ്രദായം പിൻതുടരുന്ന ലോകത്തിലെ ഒരേ ഒരു രാജ്യമാണിത്. ഇതിന്റെ കാരണം, DPRKയുടെ ഭരണഘടന അനു സരിച്ച് സഖാവ് കിം രാഷ്ട്രത്തിന്റെ ആജീവനാന്ത പ്രസിഡന്റാണ്, The Eternal President. മകനാകട്ടെ രാജ്യത്തിന്റെ ആജീവനാന്ത ജനറൽ സെക്രട്ടറിയും. ജീവിച്ചിരിപ്പുണ്ടോ, മരിച്ചുപോയോ എന്നതൊന്നും ഇക്കാ ര്യത്തിൽ ഒരു വിഷയമേയല്ല. ഇത് തീർത്തും പരിഹാസ്യമായി മറ്റുള്ള വർക്ക് തോന്നുമെങ്കിലും, ഉത്തര കൊറിയയിലെ ജനങ്ങളെ സംബന്ധിച്ച് അവരുടെ ഈ നേതാക്കൾ മരിച്ചിട്ടില്ല, ജ്വലിക്കുന്ന അഗ്നിയായി അവ രുടെ മനസ്സിൽ അവർ ഇപ്പോഴും ജീവിക്കുന്നു, എന്നൊക്കെയാണ് ഇതിനെക്കുറിച്ചുള്ള സർക്കാർ ന്യായീകരണങ്ങൾ.

ഇപ്പോഴത്തെ ഭരണാധികാരി അറിയപ്പെടുന്നത് മാർഷൽ കിം ജോങ് ഉൺ എന്നാണ്. സ്ഥാപക പ്രസിഡന്റിന്റെ ചെറുമോന് സർക്കാരിൽ അധി കാര പദവികൾ പേരിനുപോലുമില്ല. ആകെയുള്ള രണ്ട് കൊച്ചധികാ രങ്ങൾ, കൊറിയൻ വർക്കേഴ്സ് പാർട്ടിയുടെയും സെൻട്രൽ മിലിട്ടറി കമ്മീഷന്റെയും ചെയർമാൻ എന്ന സ്ഥാനങ്ങൾ മാത്രം. അയ്യോ, പാവം എന്നാവും നമ്മൾ. പക്ഷേ, ഈ രണ്ടു സ്ഥാപനങ്ങളും ചേർന്നാണ് ഉത്തര കൊറിയയുടെ ഭരണം നിയന്ത്രിക്കുന്നതെന്നും അവയുടെ ചെയർമാൻ സ്ഥാനമാണ് രാജ്യത്തെ ഏറ്റവും പരമോന്നതവും ശക്തവുമായ പദവി എന്നതും മറ്റൊരു തമാശ. രാഷ്ട്രത്തിന്റെ പ്രസിഡന്റും പ്രധാനമന്ത്രി യുമൊക്കെ ആലങ്കാരികമായ ചില പദവികൾ മാത്രം.

ഉത്തര കൊറിയക്കാർക്ക് അവരുടെ മൺമറഞ്ഞവരും ഇപ്പോൾ ജീവി

ച്ചിരിക്കുന്നവരുമായ കിം കുടുംബത്തിലെ എല്ലാവരും ദൈവ തുല്യരാണ്, സ്വർഗ്ഗ ജാതരാണ്. അതുകൊണ്ടുതന്നെ അവരുടെ രാജ്യത്ത് ചെന്ന് അവരെ വിമർശിക്കുന്നതോ അവരുടെ ചിത്രങ്ങൾക്കും പ്രതിമകൾക്കും നേരേ അനാദരവ് കാട്ടുകയോ ചെയ്യുന്നത് അക്ഷന്തവ്യമായ അപരാധമായിട്ടാണ് കണക്കാക്കപ്പെടുന്നത്. അത്യന്തം കർക്കശമായ Lese-majeste നിയമങ്ങളാണ് നോർത്ത് കൊറിയയിൽ. Lese-majeste ഒരു ഫ്രഞ്ചു വാക്കാണ്. To do wrong to the Majesty, എന്നാണ് വാച്യാർത്ഥം. രാജ്യത്തിനോ അതിന്റെ ഭരണാധികാരിക്കോ അഭിമാന ക്ഷതമുണ്ടാക്കുന്ന ആരോപണമാണ് ഈ ഫ്രഞ്ചു സംജ്ഞകൊണ്ട് വിവക്ഷിക്കപ്പെടുന്നത്. അതിനുള്ള ഏറ്റവും കുറഞ്ഞ ശിക്ഷപോലും ശിഷ്ട കാലം മുഴുവനുമുള്ള കാരാഗൃഹവാസമാണ്. അല്ലെങ്കിൽ ഏതെങ്കിലും നിർബ്ബന്ധിത പുനർ പഠന ലേബർ ക്യാമ്പിൽ കൊണ്ടുചെന്നു തള്ളും.

സഖാവ് കിം-ന്റെയും മകന്റെയും ഓർമ്മ നിലനിർത്തുന്ന മാൻസുദേ ശ്രേഷ്ഠ സ്മാരകവും (Mansudae Grand Monument) കുംസുസാൻ സൂര്യന്റെ കൊട്ടാരവും (Kumsusan Palace of the Sun), ഉത്തര കൊറിയക്കാർക്ക് കൈലാസത്തിനും, ജറുസലേമിനും, മെക്കയ്ക്കുമൊക്കെ സമാനമാണ്. ആ ദർശനം അത്രയ്ക്ക് പവിത്രമായിട്ടാണ് നാട്ടുകാർ കണക്കാക്കുന്നതും. ഒരു ദേവാലയത്തിന്റെ ഏറ്റവും പവിത്രമായ ശ്രീകോവിലിൽ പ്രവേശിക്കുന്ന പരമ ഭക്തന്റെ ഭാവ പാരവശ്യത്തോടെയാണ് അവർ ഈ പുണ്യസ്ഥലങ്ങൾ സന്ദർശിക്കാൻ എത്തുന്നത്. അത് അവരുടെ വസ്ത്രധാരണം മുതൽ ശരീരഭാഷയിൽവരെ പ്രതിഫലിക്കുന്നുണ്ടാവുകയും ചെയ്യും.

കിം-ന്റെയും മകന്റെയും മാസോളിയവും മോണിമെന്റും സന്ദർശിക്കുമ്പോൾ നാട്ടുകാർക്ക് ഉള്ളതുപോലെ വിരുന്നുകാർക്കും ഏതാനും ചിട്ടകൾ ഉണ്ട്. വളരെ ഔപചാരികമായ വസ്ത്രധാരണം കർശനമാണ്. പാന്റ്സ്, ഷർട്ട്, ലതർ ഷൂസ് എന്നിവ കൂടിയേതീരു. തൊപ്പി, കൂളിങ് ഗ്ലാസ് എന്നിവ പാടില്ല. പ്രതിമകൾക്കും എംബാം ചെയ്ത മൃതശരീരങ്ങൾക്കും മുന്നിൽ കൊറിയൻ ആചാരപ്രകാരം തല കുമ്പിട്ട് ബഹുമാനം പ്രകടിപ്പിക്കുകയും വേണം. ഇതിൽ ഒരു ഉപേക്ഷയും പാടില്ല. ഇതൊക്കെ സാദ്ധ്യമല്ലെന്നു തോന്നുകയാണെങ്കിൽ ഈ രണ്ടു സന്ദർശനങ്ങളും വേണ്ടെന്നു വയ്ക്കണം.

നോർത്ത് കൊറിയയുടെ തലസ്ഥാനമായ പ്യോങ്യാങ്ങിലെ നിശ്ചയമായും കണ്ടിരിക്കേണ്ട കാഴ്ചകളാണ് മാൻസു കുന്നിലെ ഗ്രാന്റ് മോണിമെന്റും കുംസുസാൻ പാലസും.

മാൻസുകുന്നിലെ ആകർഷണം, കോമ്രേഡ് കിമ്മിന്റെയും മകന്റെയും ഇരുപത് മീറ്റർ ഉയരമുള്ള വെങ്കല പ്രതിമകളാണ്. അച്ഛന്റെ പ്രതിമ 1972 ൽ അദ്ദേഹത്തിന്റെ 60-ാം പിറന്നാളിന്റെ ഭാഗമായി പ്രതിഷ്ഠിച്ചതാണ്. 2012 ൽ മകന്റെ മരണശേഷം അദ്ദേഹത്തിന്റെ പ്രതിമയും ഇതിനോടൊപ്പം സ്ഥാപിച്ചു. കാലാകാലങ്ങളായി പ്രതിമകൾക്ക് പല പരി

വർത്തനങ്ങളും വരുത്തുകയുണ്ടായി. ആദ്യകാലത്തെ, മുഖത്തെ പരുഷഭാവം പിന്നീട് പുഞ്ചിരിതൂവുന്ന രൂപമായി മാറി, മാറ്റി. ആദ്യകാലത്ത് സ്വർണ്ണത്തിൽ പൊതിഞ്ഞ പ്രതിമ പിന്നീട് വെങ്കലത്തിലാക്കി. അങ്ങനെ പലതും.

ഈ പ്രതിമകൾക്ക് പുറകിൽ, 70 മീറ്റർ നീളത്തിൽ പൈക്തു കൊടുമുടിയുടെ (Mount Paektu) രൂപം കൊത്തിവച്ചിരിക്കുന്നു. ഈ കൊടുമുടി ഉത്തര കൊറിയൻ വിപ്ലവത്തിന്റെ ദാർശനിക പ്രതീകമാണ്. പ്രതിമകളുടെ ഇരുവശത്തും 5മീറ്റർ പൊക്കത്തിൽ അനേകം ആൾരൂപങ്ങളും സൃഷ്ടിച്ചു വെച്ചിട്ടുണ്ട്. ഇതെല്ലാം സാമ്രാജ്യ വിരുദ്ധതയെ പ്രതിനിധാനം ചെയ്യുന്നു എന്നാണ് വെയ്പ്. കൊറിയയെ കീഴടക്കി ഭരിച്ച സാമ്രാജ്യത്വ ജപ്പാനെതിരായുള്ള സോഷ്യലിസ്റ്റ് വിപ്ലവത്തിന്റെ ജയഭേരികളാണിതൊക്കെ. അമേരിക്കൻ മുതലാളിത്തത്തെയും വെറുതെ വിട്ടിട്ടില്ല. അവർക്കെതിരെ പ്രതിമകളില്ല, തല്ക്കാലം ബാനറുകളും അതിലെഴുതിയ കൊറിയൻ ഭാഷയിലെ വിപ്ലവ സൂക്തങ്ങളും മാത്രം. അതിന്റെ തർജ്ജമ ഏതാണ്ട് ഇങ്ങനെയാണ്, നമുക്ക് അമേരിക്കൻ സാമ്രാജ്യത്വത്തെ ആട്ടിപ്പുറത്താക്കി നമ്മുടെ രാജ്യത്തെ വീണ്ടും ഒന്നിപ്പിക്കാം (Let us drive out US Imperialism and reunify the Country). വടക്ക് തെക്ക് കൊറിയകൾ വീണ്ടും ഒന്നാകുന്നതിനെക്കുറിച്ചും അതിന് വിലങ്ങുതടിയായി നില്ക്കുന്നത് അമേരിക്ക ആണെന്നുമാണ് വരികൾക്കിടയിലൂടെയുള്ള വായന.

ഗ്രാന്റ് മോണിമെന്റ് കാണാൻ വരുന്ന സന്ദർശകരുടെ തിരക്കാണ്, എപ്പോഴുമവിടെ. അതുകൊണ്ടുതന്നെ ആൾക്കൂട്ടം എത്തുന്നതിനുമുമ്പു

തന്നെ ഞങ്ങളെത്തി. നാട്ടുകാർ മാൻസു കുന്നിന് താഴെയുള്ള സുൻഗ്രി തെരുവിൽനിന്നും പടികൾ ചവിട്ടിക്കയറിയാണ് ഇവിടെയെത്തുന്നത്. ഞങ്ങൾക്ക് അത്രയൊന്നും മിനക്കെടാൻ വയ്യാത്തതുകൊണ്ട്, സ്മാരകത്തിനു തെക്കുവശത്തുള്ള ഒരു കാർപാർക്കിൽ വണ്ടികൊണ്ടുചെന്നു നിർത്തി. ചോയ്-യുടെ നിർദ്ദേശപ്രകാരം സാമാന്യം ഫോർമലായിത്തന്നെയാണ് വസ്ത്രധാരണം. സ്മാരകത്തിലേക്കുള്ള വഴിയിലാകെ പൂക്കൾ വില്ക്കാൻ വച്ചിരിക്കുന്നു. ദേവന് അർപ്പിക്കാനുള്ള പൂക്കൾതന്നെ. താല്പര്യമുള്ളവർക്ക് അഞ്ച് യൂറോ കൊടുത്താൽ ഒരു കെട്ട് പൂക്കൾ വാങ്ങാം. അവ പ്രതിമയുടെ കാൽച്ചുവട്ടിൽ വച്ച് ശിരസ്സ് നമിക്കാം.

പ്രതിമകളുടെ ഫോട്ടോ എടുക്കുന്നതിന് വിരോധമൊന്നുമില്ല. ഒരു കണ്ടീഷൻ മാത്രം. ഒരു കാരണവശാലും പ്രതിമകളുടെ തലമാത്രമായോ പകുതിഭാഗം വെച്ചോ ഫോട്ടോ എടുക്കാൻ പാടില്ല. ഫോട്ടോയിൽ പ്രതിമകൾ പൂർണ്ണമായും ഉണ്ടായിരിക്കണം. നിർബ്ബന്ധമാണത്.

വടക്കൻ കൊറിയയിലെ ജനങ്ങൾ, അതിസുന്ദരികളായ അവരുടെ സ്ത്രീകൾക്കൊപ്പം, അതും അവരുടെ ഏറ്റവും ആകർഷകമായ വസ്ത്രങ്ങളിൽ പ്രത്യക്ഷപ്പെടുന്നതും പൂക്കൾ അർപ്പിക്കുന്നതും കണ്ണിലും മനസ്സിലും ആനന്ദം നിറയ്ക്കുന്ന കാഴ്ചയാണ്. ഫ്രഞ്ച് എഴുത്തുകാരൻ സ്റ്റെൻഡാൽ പറയുംപോലെ, മരങ്ങൾക്കിടയിലൂടെ ഓടിമറയുന്ന പെൺകുട്ടി മാത്രമല്ല ഹൃദയഹാരിയായ കാഴ്ച, പൂക്കുടന്നകളുമായി നടക്കുന്ന ഉത്തര കൊറിയൻ തരുണികളും ഹൃദയഹാരിയായ കാഴ്ച തന്നെ.

ദോൻജുവും പ്യോങ്ഹാട്ടനും

ഉത്തര കൊറിയ ഒരു സ്റ്റാലിനിസ്റ്റ് രാഷ്ട്രമാണോ? അന്തർദ്ദേശീയ തലത്തിൽ ഈ രാജ്യത്തെ ലോകത്തെ അവസാനത്തെ സ്റ്റാലിനിസ്റ്റ് രാജ്യമെന്നും കമ്യൂണിസ്റ്റ് സ്വേച്ഛാധിപത്യ രാജ്യമെന്നുമൊക്കെ വിളിക്കുമെങ്കിലും യഥാർത്ഥ വസ്തുത ഇതിൽനിന്നൊക്കെ കാതങ്ങൾ അകലെയാണ്. കഴിഞ്ഞ രണ്ടു പതിറ്റാണ്ടിൽ ഇവിടത്തെ സോഷ്യലിസ്റ്റ് ശൈലി, കമ്പോള സമ്പദ്വ്യവസ്ഥയിലേക്ക് (മാർക്കറ്റ് എക്കണോമി) പരിവർത്തനം ചെയ്യപ്പെട്ടു തുടങ്ങി. അതോടൊപ്പം അതിന്റെ ഉപോല്പന്നമായി കരിഞ്ചന്തയും പൂഴ്ത്തിവയ്പ്പുമൊക്കെ (ബ്ലാക്ക് മാർക്കറ്റ്) ശക്തമായി. രാജ്യത്തിന്റെ സാമ്പത്തിക രംഗം കുറേയൊക്കെ തുറന്ന സ്ഥിതിയിലുമായി.

ഒരു കൊറിയൻ വിദഗ്ദ്ധൻ ചായയില പ്രശ്നം വച്ച് (നമ്മുടെ വെറ്റില പ്രശ്നത്തിന്റെ കൊറിയൻ രൂപം) വടക്കൻ കൊറിയയുടെ നേതാക്കളെക്കുറിച്ച് പറയുന്നത് ശ്രദ്ധിക്കുക. "DPRK Nation's survival against all odds demonstrates that its leaders are not emotional but brilliantly calculating. ഇത്രയും പ്രതികൂല സാഹചര്യത്തിൽപോലും ഉത്തര കൊറിയ എന്ന രാജ്യത്തിന് പിടിച്ചുനില്ക്കാനായിട്ടുണ്ടെങ്കിൽ, അത് വെളിവാക്കുന്നത് അവരുടെ നേതാക്കന്മാർ യുക്തിസഹമായി ചിന്തിക്കുന്നവരാണെന്ന് മാത്രമല്ല ഉജ്ജ്വലമായി കണക്കുകൂട്ടുന്നവരും ആണെന്നാണ്."

തലസ്ഥാനമായ പ്യോങ്യാങ്ങിലോ, ഞാൻ പോയ മറ്റു പ്രധാന നഗരങ്ങളിലോ, ദാരിദ്ര്യത്തിന്റെ രഹസ്യം വെളിവാക്കുന്ന സംജ്ഞകൾ കണികാണാൻപോലും ഇല്ലായിരുന്നു.

ഒരു പുതിയ സാമൂഹ്യ സാമ്പത്തിക വർഗ്ഗത്തിന്റെ ഉയിർത്തെഴു

ന്നേല്പും അവരുടെ തേരോട്ടവുമാണ് ഈ രാജ്യത്ത് എവിടെയും. രാജ്യം ഭരിക്കുന്ന വരേണ്യവർഗ്ഗവുമായി പുലബന്ധംപോലുമില്ലാത്ത വെറും സാധാരണ പൗരന്മാർ മാത്രമാണിവർ. ഇവർ ജനങ്ങളുടെ ഇടയിൽ അറിയപ്പെടുന്നത് Donju, ദോൻജു എന്നാണ്. കൊറിയൻ ഭാഷയിൽ ഇന്ന് ഇംഗ്ലീഷിലേക്ക് മൊഴിമാറ്റം ചെയ്താൽ അർത്ഥം Masters of Money, രൂപയുടെ രാജാക്കന്മാർ.

ഇതെല്ലാം തുടങ്ങുന്നതും വടക്കൻ കൊറിയ മാറുന്നതും 1990 കളിലാണ്. അന്നത്തെ കൊടും ക്ഷാമത്തിൽ രാജ്യം ദാരിദ്ര്യത്തിലേക്ക് കൂപ്പുകുത്തി. തങ്ങളുടെ അത്താണിയായി നിന്ന സോവിയറ്റ് യൂണിയന്റെ പതനവും തകർച്ചയും ഈ വീഴ്ചയ്ക്ക് ആക്കംകൂട്ടി. സാമ്പത്തിക രംഗം തകർന്നടിഞ്ഞു. ഇതിന്റെയൊക്കെ ആത്യന്തിക ഫലം Do or Die, അതായത് ജീവിക്കാൻ, ജീവിതം നിലനിർത്താൻ എന്തെങ്കിലും ചെയ്തേ മതിയാകൂ എന്ന അവസ്ഥയിലേക്ക് ജനങ്ങളെ കൊണ്ടുചെന്നെത്തിച്ചു എന്നതാണ്.

1400 കിലോമീറ്റർ നീളമുള്ള ചൈനാ അതിർത്തിയിലൂടെ അനധികൃതമായി സാധനങ്ങൾ വടക്കൻ കൊറിയയിലേക്കൊഴുകി. അങ്ങനെ Jangmadang Sedae എന്ന് നാട്ടുകാർക്കിടയിൽ അറിയപ്പെടുന്ന ഒരു ബ്ലാക്ക് മാർക്കറ്റ് സമൂഹം നിലവിൽ വന്നു. അതിൽനിന്ന് മുതലാളിത്തത്തിന്റെ വേരുകളോടെ Donju-വും ഉത്ഭവിച്ചു.

സാവധാനത്തിൽ രാജ്യം സാമ്പത്തിക പാപ്പരത്തത്തിൽനിന്നും ദാരിദ്ര്യത്തിൽനിന്നും കരകയറി. പക്ഷേ, അന്ന് ഹരിശ്രീ കുറിച്ച പാരലൽ സമ്പദ് വ്യവസ്ഥ ഉത്തര കൊറിയയെ വിട്ടുപോയില്ല എന്നു മാത്രവുമല്ല സമൂഹത്തിന്റെ ആഴങ്ങളിലേക്ക് അത് വേരുപടർത്തുകയും ചെയ്തു.

ദോൻജു ഈ രാജ്യത്തെ സാമ്പത്തിക വ്യവസ്ഥിതിയിലെ വലിയ കളിക്കാരാണ്. കൈക്കൂലി കൊടുത്തും മറ്റു സ്വാധീനങ്ങൾ വഴിയും അവർ കാര്യങ്ങൾ നേടുകതന്നെ ചെയ്തു. ലോക ദൃഷ്ടിയിൽ നിയമത്തിന്റെ പുറത്തുനടക്കുന്ന എല്ലാ സാമ്പത്തിക ക്രയവിക്രയങ്ങളും കൈക്കൂലിയുടെ നിർവ്വചനത്തിൽവരും. എന്നാൽ പ്യോങ്യാങ് എന്ന വിപ്ലവ തലസ്ഥാനത്ത് എന്തു നടക്കണമെങ്കിലും അതിന് പണം വേണം, സ്വാധീനം വേണം. ഇതുരണ്ടും ദോൻജുവിനാകട്ടെ ആവശ്യത്തിലധികം ഉണ്ടുതാനും. അങ്ങനെ മുതലാളിത്ത ദോൻജുവും സോഷ്യലിസ്റ്റ് ഭരണകൂടവും തമ്മിൽ പരസ്പര സഹായത്തിൽ അധിഷ്ഠിതമായ ഒരു സൗഹൃദ ബന്ധമാണ് ഇപ്പോൾ അനുസ്യൂതം തുടർന്നുകൊണ്ടിരിക്കുന്നത്.

മുതലാളിത്തം തേൻപുരട്ടിയ വിഷം ആണെന്നൊന്നും ഇവിടെ ആർക്കുമിപ്പോൾ അഭിപ്രായമൊന്നുമില്ല. ദോൻജുവിന്റെ കൈവശം ഇപ്പോൾ സമ്പത്തുണ്ട്, അതുണ്ടാക്കാനുള്ള മാർഗ്ഗങ്ങളുണ്ട്. പുത്തൻ പണക്കാരായ അഭിനവ സഖാക്കൾ, രാജ്യത്തിന്റെ സാമ്പത്തിക രംഗം അടിമുടി ഉടച്ചുവാർത്ത്, സർക്കാരും ജനങ്ങളും തമ്മിലുള്ള ബന്ധത്തിന് പുതി

പ്യോങ്യാങ് നഗരഭാഗം

യൊരു രൂപവും ഭാവവും നല്കുകയാണ്. ഈ അടിയൊഴുക്കാണ് ഈ രാജ്യത്തിന്റെ സാമ്പത്തിക രംഗം നിയന്ത്രിക്കുന്നത്.

ഇന്നത്തെ പ്യോങ്യാങ്ങിലെ സുപ്രധാന വാർത്തകൾ, വടക്കൻ കൊറിയ തൊടുത്തുവിടുമെന്ന് കരുതുന്ന അമേരിക്കവരെ എത്തുന്ന ബാലിസ്റ്റിക് മിസൈലുകളോ, ദക്ഷിണ കൊറിയയെ വിരട്ടാൻ ഉപയോഗിക്കുന്ന ഹൈഡ്രജൻ ബോംബുകളോ ഒന്നുമല്ല, മറിച്ച് പുതിയ മദ്ധ്യവർഗ്ഗത്തിനായി തലസ്ഥാനത്ത് ഒരുങ്ങുന്ന, ഒരുക്കുന്ന പുതുപുത്തൻ സൗകര്യങ്ങളെക്കുറിച്ചുള്ള വാർത്തകളാണ്.

പ്യോങ്യാങ്ങിലെ അഭിനവ ധനാഢ്യന്മാരുടെ വിഹാരകേന്ദ്രമായ Changion തെരുവിന് ഇവിടെ താമസിക്കുന്ന വിദേശികൾ നല്കിയ പേരാണ് Pyonghattan. അതായത് ന്യൂയോർക്ക് നഗരത്തിലെ വിശ്വപ്രസിദ്ധമായ Manhattan-ന് സമാനമായ പ്യോങ്യാങ് നഗരഭാഗം. നിർമ്മാണത്തിന്റെ ഒരു സുവർണ്ണ യുഗപ്പിറവി പൊട്ടിവിരിയൽ (Let us usher a great golden age of construction) എന്ന് സർക്കാരിന്റെ ഔദ്യോഗിക ദേശഭക്തി മുദ്രാവാക്യം ഉദ്ഘോഷിക്കുന്നു. പ്യോങ്ഹാട്ടനിലെ 47 നിലകൾ വീതമുള്ള 18 ടവറുകൾ ഇതിന്റെ നേർസാക്ഷ്യവും.

കുംസുസാൻ - സൂര്യന്റെ കൊട്ടാരം

ഈ രാജ്യത്തെ ഏറ്റവും പവിത്രവും പരിപാവനവുമായ തീർത്ഥാടന കേന്ദ്രം ഏതാണെന്ന ചോദ്യത്തിന് ഒറ്റ ഉത്തരമേയുള്ളൂ. കുംസുസാൻ പാലസ് ഓഫ് ദ സൺ. ഇവിടെയാണ് വടക്കൻ കൊറിയയുടെ മഹാന്മാരായ നേതാക്കന്മാരുടെ ഭൗതിക ശരീരം സൂക്ഷിച്ചിരിക്കുന്ന ശ്രീകോവിൽ. DPRK യുടെ സ്ഥാപകനായ കിം ഇൽ സുങ്-ന്റെയും മകൻ കിം ജോങ് ഇൽ-ന്റെയും മാസോളിയം, ശവകുടീരം ആണ് കുംസുസാൻ പാലസ് ഓഫ് ദ സൺ.

പ്യോങ്യാങ് നഗരത്തിന്റെയും തയ്സോങ് മലയുടെയും മദ്ധ്യേ, ഹാപ്ജാങ് നദിക്കരയിലാണ് ഈ ശവകുടീരം. 1970 ൽ സോവിയറ്റ് വാസ്തുവിദ്യാ ശൈലിയിൽ പണിത ഈ കെട്ടിടം, സഖാവ് കിം ഇൽ സുങ്-ന്റെ ഔദ്യോഗിക വസതിയായിരുന്നു. 1994 ൽ മരണം വരെ അദ്ദേഹം ഇവിടെയാണ് താമസിച്ചിരുന്നതും. മരണശേഷം ഈ മന്ദിരം കുംസുസാൻ മെമ്മോറിയൽ പാലസ് എന്ന പേരിൽ അദ്ദേഹത്തിന്റെ മാസോളിയമായി പരിവർത്തനം ചെയ്യപ്പെട്ടു. ജനലുകളും വാതിലുകളുമൊക്കെ കൊട്ടി അടയ്ക്കപ്പെട്ട ഈ ഭീമാകാരൻ നിർമ്മിതിക്കുള്ളിൽ ഒരു കണ്ണാടിക്കൂടിൽ കിടന്ന് സഖാവ് കിം ഉത്തര കൊറിയയുടെ എക്കാലത്തേയും പ്രസിഡന്റായി രാജ്യം ഭരിച്ചുകൊണ്ടേയിരിക്കുന്നു.

2011 ൽ സഖാവ് കിം-ന്റെ മകനായ കിം ജോങ് ഇൽ വിടവാങ്ങിയപ്പോൾ അദ്ദേഹത്തെയും ഈ മാസോളിയത്തിൽത്തന്നെ അടക്കം ചെയ്തു. പുനരുദ്ധാരണം ചെയ്ത മന്ദിരത്തിന് ഒരേ രീതിയിലുള്ള രണ്ടു ഭാഗങ്ങളുണ്ട്. രണ്ടിനും തുല്യ പ്രാധാന്യവുമാണ്. അവ അച്ഛന്റെയും മകന്റെയും ശവകുടീരങ്ങളാണ്. 2012 ഫെബ്രുവരി 16 ന് മകൻ കിം-ന്റെ 70-ാം പിറന്നാൾ ദിനത്തിലാണ് കുംസുസാൻ പാലസ് ഓഫ് ദ സൺ എന്ന പേരിൽ പൊതുജനങ്ങൾക്കായി തുറന്നുകൊടുത്തത്. ലോകത്തിലെ ഏറ്റവും വലിയ മാസോളിയം ആണിത്.

ഈ ശവകുടീരവുമായി താരതമ്യപ്പെടുത്തുമ്പോൾ വിയറ്റ്നാമിലെ ഹോ ചി മിൻ മാസോളിയവും മോസ്കോയിലെ ലെനിൻ മാസോളിയവും ബെയ്ജിങ്ങിലെ ചെയർമാൻ മാവോ മാസോളിയവുമൊക്കെ വെറും കുടിലുകളായി തോന്നിയാൽ അത്ഭുതപ്പെടേണ്ടതില്ല.

അതിബൃഹത്തായ ഒരു ചടങ്ങാണ് ഈ മാസോളിയ സന്ദർശനം. ഏറ്റവും പവിത്രമായ ഈ സ്ഥലം സന്ദർശിക്കുന്നത് ജീവിതത്തിലെ അത്യപൂർവ്വ ഭാഗ്യമായാണ് നാട്ടുകാർ കണക്കാക്കുന്നത്. ഭൂരിപക്ഷം വരുന്ന സാധാരണ ജനതയ്ക്ക് ഈ ദർശന സൗഭാഗ്യം സ്വപ്നം കാണാൻപോലുമാകില്ല.

ഈ കൊട്ടാരത്തോട് ചേർന്നുള്ള ഉദ്യാനവും പരിസരവും ആർക്കും എപ്പോൾ വേണമെങ്കിലും വന്നുകാണാമെങ്കിലും മാസോളിയത്തിലേക്കുള്ള പ്രവേശനം പ്രത്യേകിച്ച് വിദേശികൾക്ക് വ്യാഴാഴ്ചകളിലേയും ഞായറാഴ്ചകളിലേയും രാവിലെ സമയത്ത് മാത്രമായി പരിമിതപ്പെടുത്തിയിരിക്കുന്നു. മെയ് മുതൽ ജൂലൈ വരെ ഈ ശവകുടീരം അറ്റകുറ്റ പണികൾക്കായി അടച്ചിടും. ആ സമയത്ത് നാട്ടുകാർ ഉൾപ്പെടെ ആരേയും സന്ദർശിക്കാൻ അനുവദിക്കുകയുമില്ല.

മുൻ അദ്ധ്യായത്തിൽ വിവരിച്ച മാൻസുദേ ശ്രേഷ്ഠ സ്മാരക സന്ദർശനത്തിനുള്ള അതേ പ്രൗഢ വസ്ത്രധാരണത്തോടെതന്നെ വേണം സൂര്യന്റെ കൊട്ടാരത്തിലും എത്തുവാൻ. പക്ഷേ, അവിടെ ഇത് പാലിക്കുന്നുണ്ടോ എന്നറിയാൻ തല്ക്കാലം നമ്മുടെ കാഴ്ചയിലെവിടെയും ആരുമുണ്ടായിരുന്നില്ല. തീർച്ചയായും നമ്മുടെ നീക്കങ്ങൾ നിരീക്ഷിക്കാൻ

ആളുകൾ ഉണ്ടായിരുന്നിരിക്കണം. ഞാൻ കണ്ടില്ല എന്നതായിരിക്കും കൂടുതൽ ശരി. പക്ഷേ, കിം മാസോളിയത്തിൽ ഫോർമൽ ആയി വേഷം ധരിച്ചില്ലെങ്കിൽ ആദ്യ പടി ചവിട്ടാൻപോലും അനുവദിക്കില്ല. സ്ത്രീകൾക്കും ഏറ്റവും മാന്യവും അനുയോജ്യവും അവസരോചിതവുമായ വസ്ത്രധാരണം നിർബ്ബന്ധം. ക്യാമറയോ മൊബൈൽ ഫോണോ, എന്തിന്, മെറ്റൽ കൊണ്ടുള്ള കീ ചെയിൻ പോലും അകത്തേക്ക് കൊണ്ടുപോകാൻ പാടില്ല. പ്രവേശന കവാടത്തിൽത്തന്നെ അതിവിപുലമായ പല ലെവലിലുള്ള സെക്യൂരിറ്റി ചെക്കുകൾക്ക് വിധേയനാകണം. ഇതുവച്ചു നോക്കിയാൽ എയർപോർട്ട് സെക്യൂരിറ്റി പരിശോധനയൊന്നും ഒന്നുമല്ല.

ഈ കടമ്പ കടന്നാൽ ഒരിക്കലും അവസാനിക്കില്ല എന്നു തോന്നിപ്പിക്കുന്ന ട്രവലെറ്റേഴ്സ് എന്ന നീങ്ങുന്ന നടപ്പാതയിലൂടെയുള്ള സഞ്ചാരമാണ്. അവ വളരെ സാവധാനത്തിൽ നീങ്ങുകയും, നില്ക്കുകയും ചെയ്യും. ഇത് അനന്തമായി ആവർത്തിച്ചുകൊണ്ടിരിക്കും. ഈ യാത്രയ്ക്കൊടുവിൽ നമ്മൾ മാർബിൾ വിരിച്ച ഒരു ഇടനാഴിയിലെത്തും. അവിടെയുള്ള മതിലുകളിൽ ഇരുവശത്തും കോമ്രേഡിന്റെയും മകന്റെയും എണ്ണമറ്റ ചിത്രങ്ങൾ. ഇടനാഴിയുടെ മറുവശത്ത് നാട്ടുകാരും അവരുടെ ഏറ്റവും മനോഹരമായ വേഷത്തിൽ മാസോളിയത്തിലേക്ക് നീങ്ങുന്നുണ്ട്.

ഈ കോറിഡോർ അടച്ചിട്ട ഒരു വാതിലിനുമുന്നിലെത്തിനിന്നു. ഈ രണ്ടുപേരായി വരിവരിയായി നില്ക്കാൻ നിർദ്ദേശം വന്നു. വാതിൽ തുറന്നു പ്രവേശിച്ചത് വിശാലമായ ഒരു ഹാളിലേക്കാണ്. പ്രകാശത്തിന്റെ പ്രളയത്തിൽ ദീപ്തമായ പരിസരം. ആ മുറിയുടെ മറ്റെ അറ്റത്ത് അച്ഛന്റെയും മകന്റെയും പൂർണ്ണ കായപ്രതിമകൾ. അടുത്ത നിർദ്ദേശം, അവയ്ക്കുമുന്നിൽ നടുനന്നായി വളച്ച് മൂന്നുവട്ടം കുമ്പിടാനായിരുന്നു.

ശേഷം, ഞങ്ങളെ മറ്റൊരു സ്ഥലത്തേക്കാനയിച്ചു. പോകുന്ന വഴിക്ക് അതിശക്തമായ ബ്ലോവറിൽനിന്നും വരുന്ന കാറ്റ് ഞങ്ങളുടെ ശരീരത്തിലെ അവസാനത്തെ പൊടിയും പറത്തിക്കളഞ്ഞു. അടിമുടി ക്ലീൻ ആയ ഞങ്ങളെ എതിരേറ്റത് ചില പഴയകാല ചരിത്ര സിനിമകളിലൊക്കെ കാണാറുള്ള ചക്രവർത്തിയുടെ സഭാതലം പോലെ അലംകൃതമായ ഹാളിലേക്കാണ്. പക്ഷേ, അവിടത്തെ അരണ്ട ചുവന്ന വെളിച്ചത്തിൽ കാഴ്ചകൾ വ്യക്തമാവാൻ സമയമെടുത്തു. മുറിയുടെ നടുക്കുള്ള ഗ്ലാസ് പേടകത്തിൽ വടക്കൻ കൊറിയയുടെ മഹാനായ നേതാവ് സഖാവ് കിം ഇൽ സുങ്ങിന്റെ എംബാം ചെയ്ത ഭൗതിക ശരീരം അന്ത്യവിശ്രമം കൊള്ളുന്നു.

അദ്ദേഹത്തിന്റെ തല ഒരു ചുവന്ന കൊറിയൻ തലയിണയിൽ വിശ്രമിക്കുന്നു. ദേഹമാകട്ടെ കൊറിയൻ വർക്കേഴ്സ് പാർട്ടിയുടെ ചുവന്ന പതാകകൊണ്ട് പുതപ്പിച്ചിരിക്കുന്നു. മുഖം വ്യക്തമാണ്. ശാന്തമായി ഉറങ്ങുന്ന ഭാവം.

മൃതദേഹത്തിന്റെ കാലിന് അഭിമുഖമായി ഞങ്ങൾ നാലുപേർ നിരന്നുനിന്നു. ശേഷം എല്ലാവരും ചേർന്ന് ഒരുമിച്ച് മൂന്നുതവണ തല കുമ്പിട്ടു. ഇതുതന്നെ ഇരുവശങ്ങളിലും ആവർത്തിച്ചു. കൊറിയൻ ആചാര പ്രകാരം തലയുടെ ഭാഗത്ത് കുമ്പിടാൻ പാടില്ല. വല്ലാത്തൊരു അതീന്ദ്രിയമായ അനുഭവമായിരുന്നു അത്.

തൊട്ടടുത്ത ഹാളിൽ കിം ജോങ് ഇൽ എന്ന കിം-ന്റെ മകന്റെ എംബാം ചെയ്ത ഭൗതിക ദേഹം സൂക്ഷിച്ചിരിക്കുന്നു. മുൻപു ചെയ്തതൊക്കെ ഇവിടെയും ആവർത്തിച്ചു. മൃതദേഹങ്ങൾ സൂക്ഷിച്ചിരിക്കുന്ന രണ്ടു മുറികളും നേർത്തൊരു വ്യത്യാസം പോലുമില്ലാത്ത വിധം സമാനമാണ്.

പതുക്കെപ്പതുക്കെ കാലവും സമയവും എനിക്കന്യമായി. പരിസര ബോധം നഷ്ടപ്പെട്ട ഞാൻ ഒരു വിപരീത യാഥാർത്ഥ്യാനുഭവത്തിന് (സർറിയൽ) വിധേയനായി വേച്ചുവേച്ച് പുറത്തേക്ക് നടന്നു.

കൊട്ടാരം കാഴ്ചകൾ പുരോഗമിക്കുകയാണ്. അടുത്ത ഏതാനും വിശാലമായ ഹാളുകളിൽ ഇരു നേതാക്കൾക്കും കിട്ടിയ അവാർഡുകളുടെയും മെഡലുകളുടെയും പ്രദർശനം. അവർ ഉപയോഗിച്ചിരുന്ന റെയിൽവെ കോച്ച്, മോട്ടോർ ബോട്ട് എന്നിവയൊക്കെ വേണമെങ്കിൽ വിശദമായി കാണാം.

യാഥാർത്ഥ്യ പ്രതീതി തൊട്ടുതീണ്ടിയിട്ടില്ലാത്ത യഥാർത്ഥ കാഴ്ചകൾ- മൂന്ന് മണിക്കൂർ നീണ്ട കാഴ്ചാ വിഭ്രമം, കടിച്ചു പറിക്കുന്ന തണുപ്പ് - പുറത്തിറങ്ങുമ്പോൾ ശരീരവും മനസ്സും ക്ഷീണിച്ചിരുന്നു - അസ്വസ്ഥമായിരുന്നു.

ഉത്തര കൊറിയൻ ഭക്ഷണ വൈവിദ്ധ്യം

പ്യോങ്യാങ്ങിൽ എത്തിയ ദിവസം തന്നെ ചോയ്ക്ക് മനസ്സിലായി എന്റെ കലശലായ ആഹാര ഭ്രമം. എന്നാലിനി ഞങ്ങളുടെ എല്ലാത്തരം ഭക്ഷണവും രുചിച്ചുനോക്കിയിട്ട് ഇവിടുന്ന് പോയാൽ മതി എന്നായി അവൾ. മടങ്ങാറായപ്പോഴേക്കും കൊറിയൻ ഭക്ഷണ വൈവിദ്ധ്യത്തിന് അടുത്ത അനുചരനായി ഞാൻ മാറിക്കഴിഞ്ഞിരുന്നു.

കിംചിയെക്കുറിച്ചു പറയാതെ കൊറിയൻ ഭക്ഷണത്തെക്കുറിച്ച് എഴുതാനാവില്ല. ഒരുപക്ഷേ, നാം കേട്ടിട്ടുള്ള ഒരേ ഒരു കൊറിയൻ വിഭവം ഇതുമാത്രമായിരിക്കും. യഥാർത്ഥത്തിൽ കിംചി ഒരു ഉപവിഭവം മാത്രമാണ്. പ്രധാന ഭക്ഷണത്തോടൊപ്പം കഴിക്കുന്ന നമ്മുടെ അച്ചാറിന്റെ സ്ഥാനമുള്ള ഒന്ന്. ഉപ്പുചേർത്തു പുളിപ്പിച്ചെടുക്കുന്ന പച്ചക്കറികളാണിത്. കാബേജും, കൊറിയയിൽ മാത്രം കിട്ടുന്ന ഒരു തരം മുള്ളങ്കിയുമാണ് ഇതിലെ പ്രധാന ചേരുവകൾ. പിന്നീട് കിംചിയുടെ രുചിയും മണവും, ഗുണവും കൂട്ടാനായി മുളകുപൊടി, ഇഞ്ചി, വെളുത്തുള്ളി, സ്പ്രിങ് ഒണിയൻ, ഫിഷ്പേസ്റ്റ് എന്നിവ ചേർക്കും. കിംചി റെഡി. വടക്കൻ കൊറിയയിൽ ചെലവഴിച്ച ദിവസങ്ങളിലൊക്കെ രണ്ടുനേരവും കിംചി കഴിച്ചിരുന്നു, കഴിക്കാതെ നിവൃത്തിയില്ലായിരുന്നു. ചുക്കില്ലാത്ത കഷായമില്ലാ എന്നു പറയുംപോലെ കിംചി ഇല്ലാത്തൊരു കൊറിയൻ ഭക്ഷണവുമില്ല. പക്ഷേ, ഏറെ അത്ഭുതപ്പെടുത്തിയ ഒരു കാര്യം, ഇത്രയും ജനസമ്മതിയുള്ള ഈ വിഭവം, ഓരോ സ്ഥലത്ത് കഴിക്കുമ്പോഴും വ്യത്യസ്ത സ്വാദ് ആയിരുന്നു എന്നതാണ്. അതായത് കിംചിയുണ്ടാക്കുന്ന പാചകവിദഗ്ദ്ധന്റെ രുചിബോധമാണ് ഓരോ കിംചിയുടെയും സ്വാദ് നിശ്ചയിക്കുന്നത്.

രണ്ടായിരം വർഷമായി കൊറിയക്കാർ കിംചി ഉപയോഗിക്കാൻ തുടങ്ങിയിട്ട് എന്നാണ് ചരിത്രരേഖകൾ പറയുന്നത്. കൊറിയൻ ജീവിത

ത്തിന്റെ കിംചി പ്രാധാന്യം അറിയണമെങ്കിൽ ഇതുകൂടി കേൾക്കുക. ദക്ഷിണ കൊറിയ ആദ്യമായി ബഹിരാകാശത്തേക്ക് മനുഷ്യനെ അയച്ചപ്പോൾ, ശൂന്യാകാശത്തുവച്ച് അയാൾക്ക് കഴിക്കാനുള്ള കിംചി വികസിപ്പിക്കാനായി ലക്ഷക്കണക്കിന് ഡോളറുകളാണത്രെ പൊട്ടിച്ചു കളഞ്ഞത്.

കിംചി, ഇരു കൊറിയകളിലുമുണ്ട്. എന്നാൽ പ്യോങ്യാങ് കോൾഡ് നൂഡിൽസ് സൂപ്പ് ഉത്തര കൊറിയയുടേതു മാത്രമാണ്. ഇരു കൊറിയകളുടെയും പ്രസിഡന്റുമാർ തമ്മിൽ കണ്ടുമുട്ടിയപ്പോഴാണ്, അവരുടെ ആഹാരത്തിലൊരു സുപ്രധാന ഭാഗം കൈയടക്കിയ ഈ വിഭവം അന്താരാഷ്ട്ര പ്രശസ്തിയിലേക്ക് കുതിച്ചുയർന്നത്. കൊറിയൻ ഭാഷയിൽ ഇതിന്റെ പേര് Naengmyeon എന്നാണ്.

ഉത്തര കൊറിയയുടെ ഭരണാധികാരി കിം ജോങ് ഉൺ, ദക്ഷിണ കൊറിയയുടെ പ്രസിഡന്റ് മൂൺ-നെ കണ്ടപ്പോൾ പൊട്ടിച്ചൊരു തമാശ ഈ വിഭവവുമായി ബന്ധപ്പെട്ടതാണ്. ദക്ഷിണ കൊറിയൻ പ്രസിഡന്റ് മൂൺ-ന് ഇത്രയും ദൂരത്തുനിന്നുംവന്ന പ്യോങ്യാങ് കോൾഡ് നൂഡിൽസ് സൂപ്പ് ഇനി ആസ്വദിക്കാം.

മാനസികമായി അത്രയും അകലങ്ങളിലാണ് ഇരുകൊറിയകളും എന്നായിരുന്നു കിം-ന്റെ വാചകത്തിലെ ശ്ലേഷം. യഥാർത്ഥത്തിൽ ഇരു കൊറിയകളുടെയും തലസ്ഥാനങ്ങൾ തമ്മിലുള്ള ദൂരം വെറും ഇരുന്നൂറ് കിലോമീറ്റർ മാത്രമാണ്. ഇരു ഭരണാധിപൻമാരും തമ്മിൽ നടത്തിയ ചർച്ചകളെപ്പോലും കളിയാക്കി വിളിച്ചിരുന്നത് Noodle Diplomacy എന്നായിരുന്നു. ഏതാണ്ട് എഴുന്നൂറ് കൊല്ലം മുമ്പ് കൊറ്യോ രാജ ഭരണകാലം മുതൽ കൊറിയയുടെ വടക്കുഭാഗത്തുള്ളവരുടെ ഭക്ഷണത്തിന്റെ ഭാഗമായിരുന്നു ഈ സൂപ്പ്. സാധാരണ ഗതിയിൽ കൊറിയൻ പരമ്പരാഗത വിഭവങ്ങൾ പിച്ചളപാത്രങ്ങളിലാണ് വിളമ്പുന്നത്. നമ്മൾ ഇലയിൽ സദ്യ വിളമ്പുന്നതുപോലെ. പിച്ചളപാത്രങ്ങളുടെ ഗുണം ചൂടുള്ളത് ചൂടോടുകൂടിയും തണുത്തത് തണുത്തും ഇരിക്കുമെന്നതാണ്.

നല്ല തണുത്ത മാട്ടിറച്ചി സൂപ്പിലേക്ക് ബക്വീറ്റിന്റെ (Buck Wheat ഇതു ഗോതമ്പല്ല, ഗോതമ്പുപോലെയിരിക്കുന്ന മറ്റൊരു ധാന്യമാണ്. സാധാരണ കുതിരയുടെ ഭക്ഷണമാണ് ഈ ഗോതമ്പ്. ഇതിന്റെ നൂഡിൽ കൈകൊണ്ടാണ് ഉണ്ടാക്കുന്നത്. നേർത്ത് നീളമുള്ള നൂഡിലുകൾ) നൂഡിൽ ഇടുന്നു. ഈ നൂഡിൽ സൂപ്പിലേക്ക് ആദ്യം നീളത്തിൽ അരിഞ്ഞ വെള്ളരി, അച്ചാറിട്ട മുള്ളങ്കി, കഷണങ്ങളാക്കിയ പുഴുങ്ങിയ മുട്ട, അരിഞ്ഞ മാട്ടിറച്ചി എന്നിവ ചേർക്കും. ശേഷം എരിവുള്ള കടുകിന്റെ സോസും വിന്നാഗിരിയും ചേർക്കുമ്പോൾ കഴിക്കാൻ പാകമാകും. കഴിക്കുന്നതിനുമുമ്പ് ചോപ് സ്റ്റിക്കുകൊണ്ട് എല്ലാ വിഭവങ്ങളും നല്ലവണ്ണം മിക്സ് ചെയ്യണം. നൂഡിൽസ് പൊട്ടാതിരിക്കാൻ പ്രത്യേകം ശ്രദ്ധിക്കണം. കൊറിയൻ ആചാരപ്രകാരം നൂഡിൽ പൊട്ടാതെ കഴിക്കണമെന്നാണ്, ദീർഘായുസ്സിനും ആരോഗ്യത്തിനും ഇതു പ്രധാനമാണുപോലും.

കൊറിയക്കാർ സ്റ്റീലിന്റെ ചോപ് സ്റ്റിക് ആണ് ഉപയോഗിക്കുക. അല്ലാതെ ചൈനക്കാരേയും, ജപ്പാൻകാരേയും പോലെ മരക്കോലുകൊണ്ടല്ല ഭക്ഷണം പാത്രത്തിൽ നിന്നെടുത്ത് വായിലേക്ക് നിക്ഷേപിക്കുന്നത്.

ലോകമാസകലവുമുള്ള കൊറിയൻ റസ്റ്റോറന്റുകളിലെ പ്രധാന വിഭവമാണ് ആശയശായമു. ചോറാണ് ഇതിലെ പ്രധാന ചേരുവ. ഒരു കുടുവൻ പിഞ്ഞാണത്തിൽ നിറയെ ചൂടുള്ള തുമ്പപ്പൂ നിറമുള്ള കൊറിയൻ ചോറ്. അതിനുമുകളിൽ പലരീതിയിൽ പാകം ചെയ്ത പച്ചക്കറികൾ, മുട്ട വറുത്തത്, ബീഫ് കഷണങ്ങൾ, കിംചി ഒക്കെ കലാപരമായി അലങ്കരിച്ച് വച്ചിട്ടുണ്ടാകും. നമ്മുടെ പൊതിച്ചോറിന്റെ കൊറിയൻ രൂപം. CNN ട്രാവലർ നടത്തിയ സർവ്വേയിൽ ലോകത്തിലെ ഏറ്റവും പ്രശസ്തമായ 50 വിഭവങ്ങളിൽ ഒന്നാണിത്. കൊറിയൻ ഭാഷയിൽ Bibim എന്നാൽ പല ചേരുവകൾ ഒന്നിച്ചു ചേർക്കുകയെന്നും bap എന്നാൽ ചോറ് എന്നുമാണ് അർത്ഥം. വിഭവം എന്താണെന്നറിയുമ്പോൾ പേരിന്റെ അർത്ഥനിഷ്പത്തിയും വ്യക്തമാകും.

കൊറിയയ്ക്ക് പുറത്തും പ്രശസ്തമായ മറ്റൊരു വിഭവമാണ് ബുൾഗോഗി എന്ന കൊറിയൻ ബാർബക്യൂ. ഒരുപക്ഷേ, ലോകത്ത് ഏറ്റവും അധികം ആരാധകരുള്ള കൊറിയൻ വിഭവവും ഇതായിരിക്കും. കൊറിയൻ ഭാഷയിൽ ഗ്രിൽ ചെയ്തെടുക്കുന്ന ഭക്ഷണമാണ് ബുൾഗോഗി.

പ്യോങ്യാങ്ങിലെ ഏറ്റവും വിശിഷ്ടമായ റസ്റ്റോറന്റുകളിൽ ഒന്നാണ് No.1, Duck Barbeque Restaurant. താറാവാണ് ഇവിടുത്തെ താരം. താറാവ് സൂപ്പ് മുതൽ താറാവ് കരൾ വറുത്തതുവരെ ഇവിടെ കിട്ടുമെങ്കിലും താറാവ് ബാർബെക്യുപോലെ ജനസമ്മതൻ മറ്റൊന്നില്ല. മസാല പുരട്ടി മാരിനേറ്റ് ചെയ്തുവച്ചിരിക്കുന്ന ചെറിയ ചെറിയ താറാവിറച്ചി കഷണങ്ങൾ നമ്മുടെ മുന്നിലെ ചൂടാക്കിയിട്ടിരിക്കുന്ന കല്ലിൽവച്ച് പൊരിച്ചെടുത്ത് കഴിക്കുന്ന രീതിയാണിത്. വെന്തുപാകമായ താറാവിൻ കഷണങ്ങൾ സോസിൽ മുക്കി ലെറ്റ്യൂസ് ഇലയിൽ പൊതിഞ്ഞ് സാന്റ്‌വിച്ച് കഴിക്കും പോലെയാണ് ആസ്വദിച്ച് ആഹരിക്കുന്നത്. മേമ്പൊടിക്ക് സോജു എന്ന ദേശീയ മദ്യവും.

സോജു നമ്മുടെ ചാരായം തന്നെ. പച്ചവെള്ളം പോലിരിക്കുന്ന മദ്യമാണിത്. അരി, ബാർലി, ഗോതമ്പ് എന്നിവ വാറ്റിയാണ് ഉണ്ടാക്കുന്നത്. വെള്ളം പോലും ചേർക്കാതെ നേരിട്ടാണ് പ്രയോഗം. മദ്യത്തിന്റെ അളവ് 15 മുതൽ 50 ശതമാനം വരെയാണ്. കുടിച്ചാൽ കുടിച്ചെന്നു തോന്നിപ്പിക്കുന്ന ലഹരിപാനീയം.

മൻഗ്യോങ്ദായി

അന്ന് രാവിലെ എങ്ങോട്ടാണ് പോകുന്നതെന്ന് ചോയ് പറഞ്ഞില്ല. വരു, നമുക്ക് ഒരിടം വരെ പോകാം എന്നുമാത്രം. തയ്ദോങ് നദിയുടെ പടിഞ്ഞാറെ കരയിലൂടെ തെക്കോട്ടാണ് യാത്ര. പ്യോങ്യാങ് നഗരം കഴിഞ്ഞതും പ്രകൃതിയാകെ മാറി. പച്ചയുടെ മഹാപ്രപഞ്ചം. തികച്ചും ഗ്രാമീണ അന്തരീക്ഷം. നഗരത്തിൽനിന്ന് വെറും പത്തോ പന്ത്രണ്ടോ കിലോമീറ്റർ മാത്രം അകലെയാണ് ഈ സ്ഥലം. തയ്ദോങ് നദിയുടെ പോഷക നദിയായ സുൻഹ്വ അതിൽ ചേരുന്നത് ഇവിടെവച്ചാണ്.

വണ്ടിയിൽ നിന്നിറങ്ങി കുറച്ചുദൂരം നടന്നു ഞങ്ങൾ. മനോഹരമായി വെട്ടിയൊരുക്കിയ ഉദ്യാനത്തിന് നടുവിലൂടെ ടാറിട്ട റോഡ്. പരിസരമാകെ വൃത്തിയായും അതീവ ചാരുതയോടും സംരക്ഷിക്കപ്പെട്ടിരിക്കുന്നു. പ്രകൃതിക്ക് മുൻപ് മാൻസുഹിൽ-ൽ കണ്ടതും മാസോളിയത്തിൽ കണ്ടതും ഇവിടെ കാണുന്നതും തമ്മിൽ നല്ല ഛായ. തീർച്ചയായും കിം കുടുംബവുമായി ബന്ധപ്പെട്ട എന്തെങ്കിലുമായിരിക്കണം കാണാൻ പോകുന്നത്, ഞാൻ മനസ്സിലോർത്തു.

കുറച്ചു ദൂരംകൂടി മുന്നോട്ടു നടക്കുമ്പോൾ ചെറിയ ചെറിയ ആൾക്കൂട്ടങ്ങൾ. വട്ടംകൂടിനില്ക്കുന്ന അവരുടെ നടുവിൽ നിന്ന് Choson ot എന്ന കൊറിയൻ ദേശീയവസ്ത്രം ധരിച്ച സുന്ദരികളായ പെൺകുട്ടികൾ എന്തൊക്കെയോ സംസാരിക്കുന്നു. എനിക്കൊന്നും മനസ്സിലായില്ല, ചോയ് ഒന്നും പറയുന്നുമില്ല.

കുറച്ചുമുന്നിൽ വൃത്തിയായി സൂക്ഷിച്ചിരിക്കുന്ന പുല്ലുമേഞ്ഞ ഏതാനും കുടിലുകൾ കാണാം. കുടിലുകൾ എന്ന് കൃത്യമായി പറയാൻ വയ്യ. മണ്ണ് കുഴച്ച് പുറംതേച്ചതുകൊണ്ട് അങ്ങനെ വിളിക്കാം എന്നുമാത്രം. അല്പം അകലെ ഒരു കിണറും. പ്രശാന്തസുന്ദരമായ അന്തരീക്ഷം.

ഞങ്ങൾ ഒരു വശത്തേക്ക് മാറിനിന്നു. ബ്ലൗസും സ്കർട്ടും ഒന്നിച്ചു ചേർന്നതാണ് കൊറിയൻ ദേശീയ വസ്ത്രം. ആ വസ്ത്രം ധരിച്ച ഒരു പെൺകുട്ടി വന്ന് ഞങ്ങൾക്ക് Annyong ha sim nigga യും Ban gab sum nigga യും പറഞ്ഞു. കൊറിയൻ ഭാഷയിലെ ഔപചാരിക അഭിവാദനങ്ങളാണിവ. സുപ്രഭാതം, സ്വാഗതം. ചോയ് പഠിപ്പിച്ചു തന്നിരുന്ന കൊറിയൻ ഗ്രീറ്റിങ്സിൽ ഞാനും പ്രത്യഭിവാദനം ചെയ്തു.

"ഇതാണ് മൻഗ്യോങ്ദായി തീർത്ഥാടനകേന്ദ്രം. ഇവിടെയാണ് ഞങ്ങളുടെ പരമോന്നത നേതാവും എല്ലാമെല്ലാമായ സഖാവ് കിം ഇൽ സുങ് ജനിച്ചതും ബാല്യം ചെലവിട്ടതും." ഗൈഡ് പെൺകുട്ടി പറഞ്ഞുതുടങ്ങി. ഓ, എന്റെ ഊഹം തെറ്റിയില്ലല്ലോ എന്ന് വീണ്ടുമോർത്തു.

യഥാർത്ഥത്തിൽ താൻ ഇവിടെയല്ല ജനിച്ചതെന്ന് സഖാവ് കിം തന്നെ തന്റെ ആത്മകഥയായ *Reminiscences: with the century* ൽ വ്യക്തമാക്കുന്നുണ്ട്. തന്റെ അമ്മയുടെ ജന്മനാടായ ചിൽഗോളിൽ ആണ് താൻ ജനിച്ചതെന്നും അതിൽ പറയുന്നുണ്ട്. ആ സ്ഥലവും ഇതിന്റെ ചുറ്റുവട്ടത്തൊക്കെ തന്നെ.

മുൻപ് ഈ സ്ഥലം ഒരു ഗ്രാമമായിരുന്നു. കിം ഇൽ സുങ് ജന്മഗൃഹ സ്മാരകത്തിനായി ഇവിടെ താമസിച്ചിരുന്നവരെ ഒഴിപ്പിച്ച് അവരുടെ വീടുകളൊക്കെ പൊളിച്ചുമാറ്റുകയായിരുന്നു.

ഇരുവശങ്ങളിലുമായി മൂന്നു മൂന്ന് കുടിലുകൾ വീതമാണ് കിം ജന്മഗൃഹത്തിന്റെ സംവിധാനം. ഇടതുവശത്തെ കുടിലുകളിൽ കൃഷിക്കുള്ള ആയുധങ്ങൾ, അന്ന് ഉപയോഗിച്ചിരുന്ന പാത്രങ്ങൾ, ഭരണികൾ എന്നിവയൊക്കെ പ്രദർശിപ്പിച്ചിരിക്കുന്നു. കൊയ്ത്ത് കഴിഞ്ഞ് ധാന്യം സൂക്ഷിക്കുന്ന പത്തായപ്പുരയും കൂട്ടത്തിലുണ്ട്. വലതുവശത്തുള്ളതാണ് കിം കുടുംബാംഗങ്ങളുടെ താമസസ്ഥലം. ഇവിടെ സഖാവിന്റെ അച്ഛനമ്മ

മാരുടെയും, മുത്തച്ഛൻ, കുടുംബാംഗങ്ങൾ എന്നിവരുടെയൊക്കെ ഫോട്ടോകൾ ഫ്രെയിം ചെയ്തു തൂക്കിയിരിക്കുന്നു. അന്നത്തെ കുടുംബ ജീവിതത്തിന്റെ പരിച്ഛേദം വ്യക്തമാക്കുന്ന ചിത്രങ്ങൾ.

ഗൈഡ് എന്തൊക്കെ പറഞ്ഞാലും, ദോഷൈകദൃക്കുകൾ പറയുന്നത് ഇതൊന്നും ഒറിജിനൽ അല്ലായെന്നും, സ്മാരകത്തിനായി പ്രത്യേകിച്ച് രൂപകല്പന ചെയ്ത് നിർമ്മിച്ചതാണെന്നുമാണ്. കണ്ടപ്പോൾ എനിക്കുമാത്രമല്ല ഞങ്ങളോടൊപ്പമുള്ള എല്ലാവർക്കും തോന്നി അതായിരിക്കണം സത്യമെന്ന്.

ഈ കുടിലുകൾക്ക് കുറച്ചുമാറി ഒരു കിണറുണ്ട്. കേരളത്തിലെമ്പാടും ഒരുകാലത്തുണ്ടായിരുന്ന കിണറിന്റെ രൂപവും ഭാവവുമുള്ള ഒരു കിണർ. കപ്പിയും കയറും പാളത്തൊട്ടിയുംപോലും നമ്മുടേതുതന്നെ. Well of Eternal Youth, അഥവാ നിത്യയൗവനത്തിന്റെ കിണറാണത്രേ ഇത്. ഇതിലെ വെള്ളം കുടിച്ചാൽ നിത്യയൗവനമാണ് എന്നാണ് വിശ്വാസം. ദോഷം പറയരുതല്ലോ, മധുരമുള്ള അമൃതിനു സമാനമായ ദാഹജലം.

കുടിലുകൾക്ക് മുകളിലേക്ക് ഒരു കുന്നാണ്. Ten Thousand Views, പതിനായിരം കാഴ്ചകൾ എന്നാണ് മൻഗ്യോങ് എന്ന കൊറിയൻ വാക്കിന്റെ അർത്ഥം. അറിഞ്ഞിട്ട പേരുതന്നെയാണെന്ന് കുന്നിൻ മുകളിൽ നിന്നുള്ള കാഴ്ചകൾ കാണുമ്പോൾ ബോദ്ധ്യമാകും. കോമ്രേഡിന്റെ സ്മരണകൾ നിലനിർത്തുന്ന ഏതാനും ചെറുകാഴ്ചകൾ കൂടിയുണ്ട് കുന്നിൻമുകളിൽ. കിം പണ്ട് ഗുസ്തി പിടിച്ചിരുന്ന സ്ഥലം, ധ്യാനത്തിലിരുന്ന സ്ഥലം എന്നൊക്കെ പറഞ്ഞ് ചിലതൊക്കെ അടയാളപ്പെടുത്തി വച്ചിട്ടുണ്ട്. ഇതൊക്കെ ഒരു Kim Cult-ന്റെ ഭാഗമായി കരുതി അവഗണിച്ചേക്കുക.

പക്ഷേ, ഇതൊക്കെ മാറ്റിവച്ചാലും മനംമയക്കുന്ന കാഴ്ചകളാണ് മുന്നിൽ. ദൂരെ നദിക്കപ്പുറം പ്യോങ്യാങ് അംബരചുംബികളുടെ വിശാലമായ നിഴൽ രൂപമാണ് (Skyline-sâ Silhoutte). കുന്നിൻമുകളിൽ പണിത പവിലിയനിൽ എത്രനേരം ഇരുന്നാലും മുഷിയില്ല, ചോയ് ഇനി മടങ്ങാം എന്നു പറഞ്ഞപ്പോഴാണ്, സമയം വല്ലാതെ വൈകിയെന്ന ബോധം എനിക്കും വന്നത്.

പ്യോങ്യാങ് മെട്രോ

ആയിരത്തി തൊള്ളായിരത്തി എഴുപത്തി മൂന്നിൽ പൊതുഗതാഗതത്തിന് തുറന്നു കൊടുത്തതുമുതൽ പ്യോങ് യാങ്ങിലെ Underground Railway ആയ മെട്രോയെ ചുറ്റിപ്പറ്റി ഒരു നിഗൂഢത നിറഞ്ഞുനില്ക്കുകയാണ്. ആദ്യകാലത്ത് മെട്രോയിലെ രണ്ടു സ്റ്റേഷൻ മാത്രം കാണാനും അവയ്ക്കിടയിൽ സഞ്ചരിക്കാനുമുള്ള സ്വാതന്ത്ര്യമേ സന്ദർശകർക്ക് അനുവദിച്ചിരുന്നുള്ളു. അപ്പോഴുള്ള കോലാഹലം, ഈ മെട്രോയിൽ ആകെ ഈരണ്ടു സ്റ്റേഷൻ മാത്രമേ ഉള്ളൂ എന്നും, യാത്രക്കാരായി കാണപ്പെടുന്ന നാട്ടുകാരൊക്കെ സഞ്ചാരികൾക്കായി, യാത്രക്കാരായി അഭിനയിക്കുന്ന നടീനടന്മാർ ആണെന്നൊക്കെയായിരുന്നു. പിന്നീട് മെട്രോ മുഴുവനായി സഞ്ചരിക്കാൻ വിദേശികളെ അനുവദിച്ചതോടെ ആദ്യത്തെ കെട്ടുകഥ ആവിയായൊടുങ്ങി.

പ്യോങ്യാങ് മെട്രോയിൽ ആകെ രണ്ടു ലൈൻ മാത്രമേയുള്ളൂ. Cholima Line-ഉം, Hyoksin Line-ഉം. രണ്ടിലുംകൂടി പതിനേഴ് സ്റ്റേഷനുകളുമുണ്ട്. ഈ രണ്ടു ട്രാക്കുകളും തെയ്ദോങ് നദിയുടെ പടിഞ്ഞാറുഭാഗത്താണ്. മെട്രോയുടെ ആകെ നീളമാകട്ടെ വെറും 22.5 കിലോ മീറ്റർ മാത്രം. പക്ഷേ, നീളത്തിലുള്ള കുറവ് മെട്രോ ലൈനിന്റെ ആഴംകൊണ്ടും സ്റ്റേഷനുകളുടെ സൗന്ദര്യംകൊണ്ടും പരിഹരിച്ചിരിക്കുന്നു. ഒരു തർക്കവുമില്ല, ലോകത്തിലെ ഏറ്റവും മനോഹരമായ മെട്രോയാണ് പ്യോങ് യാങ്ങിലേത്.

ഉച്ചയൂണ് കഴിഞ്ഞാണ് ചോയ് ഞങ്ങളെ മെട്രോ കാണാൻ കൊണ്ടുപോയത്. എന്നോടൊപ്പം ജർമ്മനിയിൽ നിന്നുള്ള ഗൈഡോയും ഫിൻലാൻഡ്-ൽ നിന്നുള്ള മാർക്കോയുമുണ്ട്. ഉച്ചസമയം മറ്റ് എല്ലായിടത്തുമെന്നപോലെ ഇവിടത്തെ മെട്രോയിലും തിരക്കുകുറവുള്ള സമയമാണ്.

ഞങ്ങൾ ചെല്ലുന്ന നേരം സ്റ്റേഷനിൽ മൊത്തം, സ്കൂൾ വിട്ടുവരുന്ന വിദ്യാർത്ഥികളായിരുന്നു. ഞങ്ങൾ വിദേശികളെ കണ്ടതും അവരൊക്കെ കൈവീശി അഭിവാദ്യം ചെയ്തു. സ്റ്റേഷനിലെ സ്റ്റാന്റുകളിൽ അന്നത്തെ കൊറിയൻ ദിനപത്രം *Rodong Sinmun* പിൻചെയ്തുവച്ചിരിക്കുന്നത് ആളുകൾ നിന്ന് വായിക്കുന്നു. വെറും ആറു പേജുകൾ മാത്രമുള്ള ഈ ദിനപത്രം കൊറിയൻ തൊഴിലാളി പാർട്ടിയുടെ ഔദ്യോഗിക ജിഹ്വ ആണ്. വാർത്തകൾ മാത്രമുള്ള ഈ പത്രത്തിൽ ഒരു രീതിയിലുള്ള പരസ്യങ്ങളുമില്ല.

മെട്രോ ട്രെയിനിൽ Off Peak Hour ആയിട്ടുപോലും സാമാന്യം തിരക്കുണ്ട്. ഇരിക്കാൻ സീറ്റില്ല. മെട്രോ സ്റ്റേഷന്റെ ഭംഗിയും സൗന്ദര്യവുമൊന്നും മെട്രോ കോച്ചുകൾക്കില്ല. 1950 കളിലെ കോച്ചിന്റെ തൽസ്വരൂപം. തടികൊണ്ടുള്ള സീറ്റുകളും മുകളിലെ അരണ്ട മങ്ങിയ മഞ്ഞ വെളിച്ചവും.

പ്യോങ്യാങ് മെട്രോയിൽ സ്റ്റേഷനുകൾക്ക് പേരുകൾ, അവ സ്ഥിതി ചെയ്യുന്ന സ്ഥലത്തിന്റെ അല്ല. സ്റ്റേഷനുകൾ വിപ്ലവ സൂചകമായ പേരുകളാൽ അറിയപ്പെടുന്നു. അതുകൊണ്ടുതന്നെ ഒരു സാധാരണ യാത്രക്കാരന് ഈ മെട്രോ സ്റ്റേഷൻ ഏതുസ്ഥലത്തെയാണ് പ്രതിനിധാനം ചെയ്യുന്നതെന്ന് അറിയാൻ ഒരു മാർഗ്ഗവുമില്ല. മെട്രോയ്ക്കാകട്ടെ മാപ്പും ഇല്ല.

ഒരു ഉദാഹരണം പറയാം. ചോളിമ ലൈനിലെ സുങ്ഗിനി സ്റ്റേഷൻ (സുങ്ഗിനി - എന്നാൽ വിക്ടറി, വിജയം എന്നൊക്കെയാണ് കൊറിയൻ ഭാഷയിൽ അർത്ഥം) കിം ഇൽ സുങ് സ്ക്വയറിലെ മെട്രോ സ്റ്റേഷ

നാണ്. ഹ്യോക്സിൻ ലൈനിലെ ക്വാങ്മ്യോങ് സ്റ്റേഷനാകട്ടെ, കുംസുസാൻ പാലസ് ഓഫ് ദ സണ്ണിന്റെ മെട്രോ സ്റ്റേഷനും.

പ്യോങ്യാങ് മെട്രോയിൽ ഒറ്റ നിരക്കാണ്. അഞ്ച് ഉത്തര കൊറിയൻ വോൺ (Won) കൊടുത്താൽ എവിടുന്നും എങ്ങോട്ടു വേണമെങ്കിലും സഞ്ചരിക്കാം. ഇതു നമ്മുടെ 50 പൈസയ്ക്ക് താഴെയുള്ള ഒരു സംഖ്യയാണ്. അതായത് ഒരു ഇന്ത്യൻ രൂപ കൊടുത്താൽ പന്ത്രണ്ട് ഉത്തര കൊറിയൻ വോൺ കിട്ടും. കപ്പലണ്ടി വാങ്ങാൻ ഇതിലും കാശു കൊടുക്കണം.

പ്യോങ്യാങ് മെട്രോ സ്റ്റേഷനുകൾ ഭൂനിരപ്പിൽ നിന്ന് അസാധാരണമാംവണ്ണം താഴെയാണ്. സ്റ്റേഷനിൽ എത്താൻ സാമാന്യം നല്ല സമയം എസ്കലേറ്ററിൽ സഞ്ചരിക്കണം. നമുക്ക് തലകറക്കം വന്നുപോകുന്ന തരം കിഴുക്കാംതൂക്കായ എസ്കലേറ്റർ യാത്ര. കൃത്യമായ കണക്കുകൾ ലഭ്യമല്ല എങ്കിലും ഭൂനിരപ്പിൽനിന്നും 100 മുതൽ 120 മീറ്റർ വരെ താഴെയാണ് സ്റ്റേഷനുകളുടെ സ്ഥാനം. ലോകത്തിലെ ഏറ്റവും ആഴത്തിലുള്ള മെട്രോയും ഇതുതന്നെ.

ഭൂനിരപ്പിലുള്ള മെട്രോ കവാടത്തിൽനിന്ന് ആരംഭിക്കുന്ന എസ്കലേറ്റർ ചെന്നു നില്ക്കുന്നത് നൂറുമീറ്റർ താഴെയുള്ള മാർബിൾ പാകിയ ഒരു ടണലിന്റെ മുന്നിലാണ്. ഈ Foot Tunnel ന്റെ ആരംഭത്തിലും, അതിനുശേഷം ഗുഹാസമാനമായ മെട്രോ സ്റ്റേഷനിലേക്ക് പ്രവേശിക്കുന്നിടത്തും ഇരുമ്പിന്റെ കൂറ്റൻ വാതിലുകളുണ്ട് (Blast Door). എന്തിനാണ് ഇത്തരം വാതിലുകൾ? ഏതെങ്കിലും കാലത്ത് നഗരം ഒരു ബോംബു ഭീഷണി നേരിടുകയാണെങ്കിൽ ആളുകൾക്ക് ഇവിടെ ഒളിത്താവളമാക്കാം.

സോവിയറ്റ് യൂണിയനിലെ മെട്രോകളുടെ തനി പകർപ്പാണ് ഇവിടത്തെ മെട്രോയും. പക്ഷേ, ഇവിടുത്തേത് പതിന്മടങ്ങ് വർണ്ണശബളമാണ്. പ്യോങ്യാങ്ങിലെ ഓരോ മെട്രോ സ്റ്റേഷനും ഭൂമിക്കടിയിലുള്ള സോഷ്യലിസത്തിന്റെ കത്തീഡ്രലാണ്. മാർബിൾ തൂണുകൾ. മുകളിലുള്ള മാർബിൾ കമാനത്തിൽനിന്നും ഷാൻഡലീർ വിളക്കുകൾ തൂക്കിയിട്ടിരിക്കുന്നു. ഓരോ വിളക്കും ആ സ്റ്റേഷന്റെ പേരിന് അനുയോജ്യമായ രീതിയിലാണ് ഡിസൈൻ ചെയ്തിരിക്കുന്നത്. Yonggwang (Glory) സ്റ്റേഷനിലെ വിളക്കുകൾക്ക് കരിമരുന്നു പ്രയോഗത്തിന്റെ വർണ്ണചാരുതയാണ്. ഓരോ സ്റ്റേഷന്റെയും ഇരുവശത്തുമുള്ള ചുവരുകളിൽ കൊറിയൻ ഗ്രാമങ്ങളുടെ മൊസൈക് ചിത്രങ്ങളും മ്യൂറലുകളുമാണ്. ഇതാകട്ടെ വിശാലമായ സ്റ്റേഷന്റെ രണ്ടറ്റത്തും എത്തുന്നതുവരെയുണ്ട്. ഇതിനും പുറമെയാണ് സ്റ്റേഷനിലുള്ള പ്രതിമകളും Bronze Bass reliefകളും മറ്റും. മെട്രോയുടെ ആദ്യകാലത്ത് കോച്ചുകൾ ചൈനയിൽ നിന്നായിരുന്നു വന്നിരുന്നത്. പിന്നീടത് യൂറോപ്പിൽ നിന്നായി. 2015 മുതൽ ഉത്തര കൊറിയ തന്നെ കോച്ച് നിർമ്മാണവും തുടങ്ങി.

എല്ലാ സോഷ്യലിസ്റ്റ് രാജ്യങ്ങളേയുംപോലെ ഉത്തര കൊറിയയും

അവരുടെ പൗരന്മാർക്ക് ചെലവുകുറഞ്ഞ (Cheap, Affordable and Efficient) പൊതുഗതാഗതം വാഗ്ദാനം ചെയ്യുന്നു. വെറും അൻപതു പൈസ കൊടുത്താൽ നഗരത്തിൽ എവിടെ വേണമെങ്കിലും സഞ്ചരിക്കാം. അതിനായി ട്രാം, ട്രോളി ബസ്, സാധാരണ ബസ്, പിന്നെ മെട്രോയും ഉപയാഗിക്കാം. പ്യോങ്യാങ് നഗരത്തിലെ വിശാലമായ ലോകനിലവാരമുള്ള റോഡുകളിൽ, വളരെ പരിമിതമായ വാഹന ഗതാഗതം മാത്രമേയുള്ളൂ. അതുകൊണ്ടുതന്നെ ട്രാഫിക് ജാം, ട്രാഫിക് ബ്ലോക് എന്നൊക്കെ പറഞ്ഞാൽ ഉത്തര കൊറിയക്കാരൻ മൂക്കിൽ വിരൽ വെച്ചുപോകും.

പ്യോങ്യാങ്ങിൽ മാത്രമല്ല പൊതുവിൽ വടക്കൻ കൊറിയൻ നഗരങ്ങളിൽ പൊതുഗതാഗതത്തിനായി ഉപയോഗിക്കുന്ന വാഹനങ്ങൾ വളരെ പഴയതും പലപ്പോഴും ഒച്ചിന്റെ വേഗത മാത്രമുള്ളതുമാണ്. പോരാത്തതിന്, പൊതുഗതാഗതത്തിനായി ഒരു സമയക്രമമൊന്നുമില്ല. ബസ് വന്നാൽ വന്നെന്നുപറയാം, അത്രമാത്രം. വൈകുന്നേരവും ഓഫീസ് വിടുന്ന സമയത്തുമൊക്കെ പൊതുവാഹനങ്ങളിൽ നല്ല തിരക്കാണ്. പ്യോങ്യാങ്ങിൽ സഞ്ചരിക്കുന്ന ഒരു സഞ്ചാരിയെ സംബന്ധിച്ചിടത്തോളം ഒരു അനുഭവത്തിനുവേണ്ടിപോലും മെട്രോ ഒഴിച്ച് മറ്റൊരു പൊതുവാഹനത്തിലും കയറാൻ അനുവാദമില്ല.

വടക്കൻ കൊറിയയിൽ സന്ദർശകരുടെ കാര്യം വിട്ടേക്കൂ, എന്തിന്, സ്വന്തം പൗരന്മാർക്കുപോലും സ്വതന്ത്രമായ സഞ്ചാര സ്വാതന്ത്ര്യം അനുവദിച്ചിട്ടില്ല. ഒരു ഗ്രാമത്തിൽ നിന്നോ പട്ടണത്തിൽ നിന്നോ മറ്റൊരു സ്ഥലത്തേക്കും പോകാൻ അനുവാദമില്ല. അങ്ങനെ പോകേണ്ട എന്തെങ്കിലും അത്യാവശ്യമുണ്ടെങ്കിൽ അധികാരികളെ അക്കാര്യം ബോധിപ്പിച്ച് സമ്മതപത്രം വാങ്ങണം. എല്ലാ പ്രധാന ഹൈവേകളിലും റോഡുകളിലും പട്ടാള

ത്തിന്റെയും പൊലീസിന്റെയും സാന്നിദ്ധ്യമുണ്ട്, ചെക്ക്പോസ്റ്റുകളും. ആര് ഈ വഴി കടന്നുപോയാലും പരിശോധനകൾ സ്വാഭാവികം. ഈ രാജ്യത്ത് പൊതു ഗതാഗതവും ടാക്സിയുമൊക്കെ പേരിനെങ്കിലും ഉള്ളത് പ്രധാന നഗരങ്ങളിൽ മാത്രമാണ്. സാധാരണക്കാർക്ക് സ്വന്തമായുള്ള വാഹനങ്ങൾ സൈക്കിളും കാളവണ്ടിയും തന്നെ, അതും ഈ 21-ാം നൂറ്റാണ്ടിൽ പോലും.

എത്ര കർശനമായ ഭരണക്രമം നിലനിന്നാലും ജനങ്ങൾ ഏതുരാജ്യത്തും ഒരുപോലെയാണ്. അവർക്കസൗകര്യമായ നിയമം മറികടക്കാനുള്ള വഴികൾ കണ്ടുപിടിച്ച് നടപ്പിലാക്കും. അധികാരികൾ അറിഞ്ഞാലും അറിഞ്ഞില്ലെങ്കിലും. നോർത്തു കൊറിയയിലെ യാത്രാവിലക്കുകൾ നേരിടാൻ ജനങ്ങൾ കണ്ടുപിടിച്ച മാർഗ്ഗമാണ് Servi-cha കൾ. ഔദ്യോഗിക അനുമതിയില്ലാതെ ആളുകളെയും സാധനങ്ങളെയും കടത്താൻ ഈ രാജ്യത്ത് വ്യാപകമായി നിലനില്ക്കുന്ന സമ്പ്രദായമാണിത്.

Servi-cha കൾ കള്ളവണ്ടികളും കള്ള ടാക്സികളുമാണ്. ഇവരിൽ തന്നെ രണ്ടു തരക്കാരുണ്ട്. സർക്കാരിന്റെ ഉടമസ്ഥതയിലുള്ള പ്രസ്ഥാനങ്ങൾ, കമ്പനികൾ എന്നിവയുടെ കീഴിലുള്ള ബസുകൾ, ട്രക്കുകൾ, കാറുകൾ എന്നിവയാണ് ആദ്യ കാറ്റഗറി. ഔദ്യോഗിക ഓട്ടങ്ങൾക്കു പുറമെ ചില്ലറ കള്ള ഓട്ടങ്ങളും നടത്തി കാശുണ്ടാക്കുന്നു, പിരിവ് എല്ലാവരുമായി വീതം വയ്ക്കുന്നു.

രണ്ടാമത്തേതാണ് കൂടുതൽ ജനകീയം. ഇതിന്റെ സംവിധാനം കുറച്ചുകൂടി നാടകീയമാണ്. ഒരാൾ ചൈനയിൽനിന്നും പഴയൊരു കാർ

സംഘടിപ്പിക്കുന്നു. അതിനെ ഏതെങ്കിലും ഗവൺമെന്റ് സ്ഥാപനത്തിന്റെ കീഴിൽ രജിസ്റ്റർ ചെയ്യിക്കുന്നു. ഒരു ഡ്രൈവറെ ഒപ്പിക്കുന്നു. ശേഷം കള്ള ടാക്സിയായി ഓടിച്ച് കാശുണ്ടാക്കുന്നു. കാർ മുതലാളി, ലാഭവിഹിതം, കാർ രജിസ്റ്റർ ചെയ്യാൻ സഹായിച്ച കമ്പനിക്കാർക്കും ഡ്രൈവർക്കും തനിക്കുമായി പങ്കിടുന്നു. എല്ലാവർക്കും സന്തോഷം.

അപ്പോൾ മറ്റൊരു സംശയം സ്വാഭാവികമായി ഉയരുന്നു. വഴിയിലുള്ള പൊലീസ് പരിശോധനയെ എങ്ങനെ ഇവർ മറികടക്കുന്നു?. വാഹനം ഔദ്യോഗികമായി സർക്കാരിന്റേതാണ്. അതുകൊണ്ടുതന്നെ കൃത്യമായ രേഖകളൊക്കെ ഉണ്ടാകും. ഇനി ഇതിൽ സഞ്ചരിക്കുന്നവരുടെ പ്രശ്നം, അത് ഒരു കുപ്പി കള്ളിലും ഒരു പാക്കറ്റ് സിഗററ്റിലും പരിഹരിക്കാവുന്നതേയുള്ളൂ.

വടക്കൻ കൊറിയയിലെ വണ്ടികളുടെ ഒരു പ്രത്യേകത, അതിന്റെ നമ്പർ പ്ലേറ്റ് ശ്രദ്ധിച്ചാൽതന്നെ അത് ആരുടെതാണെന്നും അതിൽ സഞ്ചരിക്കുന്നവർ ആരാണെന്നും വ്യക്തമാകും. ഉദാഹരണത്തിന് 216 ൽ തുടങ്ങുന്ന നമ്പറാണ് വണ്ടിക്കെങ്കിൽ അത് അത്യുന്നതങ്ങളിൽ മേയുന്ന ആരുടേതെങ്കിലും ആയിരിക്കും എന്നകാര്യം ഉറപ്പ്. എന്താണ് 216 ന്റെ പ്രാധാന്യം എന്നാണെങ്കിൽ, ഗ്രിഗോറിയൻ കലണ്ടറിലെ രണ്ടാംമാസം (ഫെബ്രുവരി) 16-ാം തീയതിയാണ് ഡിയർ ലീഡറായ രാജ്യത്തെ പരമാദ്ധ്യക്ഷൻ, കിം ജോങ് ഇലിന്റെ ജന്മദിനം.

അതുകൊണ്ടുതന്നെ ശക്തമായ നമ്പർ പ്ലേറ്റുകളുള്ള വാഹനങ്ങളിൽ സഞ്ചരിക്കാൻ കാശുകൂടുതൽ മുടക്കണം. അതിന് പൊലീസ് ചെക്കിങ് ഉണ്ടാവാനുള്ള സാദ്ധ്യത കുറവാണെന്ന് ഉറപ്പാണല്ലോ.

യാത്രയ്ക്ക് ഇതൊന്നും തരപ്പെട്ടില്ലായെങ്കിൽ പിന്നെന്തുചെയ്യും എന്നാണോ! പേടിക്കാനൊന്നുമില്ല, ബസ് നമ്പർ 11 പിടിക്കൂ. അത് എപ്പോഴും എവിടെയും ലഭ്യമാണല്ലോ. ഇതൊരു ഉത്തര കൊറിയൻ തമാശയാണ്. ബസ് നമ്പർ 11 എന്നുപറഞ്ഞാൽ നടത്തം എന്നാണർത്ഥം.

ഇത്രയ്ക്കധികം നിയന്ത്രണങ്ങളുള്ള രാജ്യങ്ങളും ഈ ഭൂമുഖത്തുണ്ടെന്നും, ജനങ്ങൾ അവിടെയൊക്കെ ജീവിക്കുന്നുണ്ടെന്നും അറിയുന്നത്, ഇടയ്ക്കെങ്കിലും നമ്മിലേക്ക് ഒന്നു തിരിഞ്ഞുനോക്കാനും, നാമനുഭവിക്കുന്ന സ്വാതന്ത്ര്യത്തിന്റെ വൈപുല്യത്തെക്കുറിച്ച്, അത് എത്രമാത്രം സ്വർഗ്ഗീയമെന്ന് മനസ്സിലാവാനും, അത് സംരക്ഷിക്കപ്പെടേണ്ടതുണ്ടെന്ന് തിരിച്ചറിയാനും ഈ വിവരങ്ങൾ ഉപകരിച്ചേക്കും.

ജൂച്ചേ

ഉത്തര കൊറിയയെക്കുറിച്ച്, അവരുടെ രാഷ്ട്രീയ തത്ത്വശാസ്ത്രത്തെക്കുറിച്ച് ആഴത്തിൽ പഠിക്കുമ്പോൾ മനസ്സിരുത്തി ഉൾക്കൊള്ളേണ്ട ഒരു വാക്കാണ് ജൂച്ചേ. കൊറിയൻ ഭാഷയിലെ ഈ വാക്കിന്റെ ഏകദേശ അർത്ഥം Self Reliance സ്വയം പര്യാപ്തത എന്നൊക്കെയാണ്.

സഖാവ് കിം ഉത്തര കൊറിയയുടെ സ്ഥാപക സമയത്ത് മാർക്സിസ്റ്റ് - ലെനിനിസ്റ്റ് ഐഡിയോളജിയുടെ കടുത്ത ആരാധകനാ

യിരുന്നു. കാലക്രമത്തിൽ അദ്ദേഹം മാർക്സിസത്തിനുശേഷം (Beyond Marxism) എന്ന തലത്തിലേക്ക് പരിവർത്തനം ചെയ്യപ്പെട്ട്, സ്വന്തമായി ഒരു പ്രത്യയശാസ്ത്രത്തിന് രൂപംകൊടുത്തു. ഇതാണ് ജൂച്ചേ ഫിലോസഫി. അതിന്റെ അടിസ്ഥാന ദർശനങ്ങൾ, ജാജൂ (Jaju) എന്ന രാഷ്ട്രീയ സ്വാതന്ത്ര്യം (Political Independance), ജാറിപ്പ് (Jarip) എന്ന സാമ്പത്തിക സ്വയം ശേഷി (Economic Self Sufficiency), ജാവി (Jawi) എന്ന പ്രതിരോധത്തിലുമുള്ള സ്വയം പര്യാപ്തത (Self Reliance in Defence) എന്നിവയാണ്.

ഇതൊന്നും മാർക്സിസം-ലെനിനിസത്തിനു വിരുദ്ധമല്ല. എന്നാൽ ഇവ തമ്മിലുള്ള പ്രകടമായ വ്യത്യാസം, ജൂച്ചേയിൽ ഇതൊക്കെ മഹാനായ ഒരു നേതാവിനാൽ നടപ്പിലാക്കപ്പെടുന്നു എന്നതാണ്. ഒരു രാജ്യത്തിന്റെ ജനതയുടെ വികസന മുന്നേറ്റത്തിൽ ഒരു പരമോന്നത നേതാവിന്റെ നേതൃഗുണവും ദീർഘദർശിത്വവും ജൂച്ചേയിൽ അടിവരയിട്ടു പറയുന്നു. മറ്റൊരു രീതിയിൽ പറഞ്ഞാൽ, കിം ഇൽ സുങ് എന്ന അഭിവന്ദ്യ നേതാവിന്റെ നായകത്വത്തിൽ ജൂച്ചേ തത്ത്വശാസ്ത്രത്തിലൂടെ കൊറിയൻ ജനത അഭിവൃദ്ധിയുടെ ഉന്നതങ്ങളിലേക്കുയരും എന്നു സാരം.

ജൂച്ചേയിൽ Intellectuals ഉം വിപ്ലവത്തിന്റെ ഭാഗമാണ്. അതുകൊണ്ടാണ് കൊറിയൻ സ്വാതന്ത്ര്യ സമരത്തിന് ചുക്കാൻ പിടിച്ച, ഇപ്പോഴും വടക്കൻ കൊറിയയുടെ ഭരണം നിയന്ത്രിക്കുന്ന കൊറിയൻ പീപ്പിൾസ് പാർട്ടിയുടെ പതാകയിൽപ്പോലും തൊഴിലാളിയെ പ്രതിനിധാനം ചെയ്യുന്ന ചുറ്റികയും കർഷകർക്കായുള്ള കൊറിയൻ അരിവാളിനുമൊപ്പം, ബുദ്ധി ജീവികളെയും ചിന്തകരെയും എഴുത്തുകാരെയും പ്രതിനിധാനം ചെയ്യുന്ന കൊറിയൻ എഴുത്തു ബ്രഷ് കൂടി ഉൾപ്പെടുത്തിയിരിക്കുന്നത്.

ജൂച്ചേയുടെ പ്രാമാണികത്വം ക്രമേണ വടക്കൻ കൊറിയയെ മറ്റു രാജ്യങ്ങളിൽനിന്നും അകറ്റി. തനിച്ചു നില്ക്കാൻ ത്രാണിയുണ്ടെന്നും ആരുടെയും സഹായമോ ഔദാര്യമോ ആവശ്യമില്ല എന്നുമൊക്കെയുള്ള മഹാനായ നേതാവിന്റെ ഘോഷണങ്ങൾ, ഒറ്റപ്പെട്ട തുരുത്തിലേക്ക് ഈ രാജ്യത്തെ തള്ളിയിട്ടു. ക്രമേണ ഇത്തരം ഒരു തീരുമാനം സൃഷ്ടിച്ച സാമ്പത്തിക രാഷ്ട്രീയ പ്രത്യാഘാതങ്ങളിൽപ്പെട്ട് രാജ്യവും ജനങ്ങളും നട്ടം തിരിഞ്ഞു. പ്രകൃതിക്ഷോഭം പോലുള്ള പ്രതികൂല സാഹചര്യങ്ങൾ കൃഷി തുടങ്ങിയ അടിസ്ഥാന ഘടകങ്ങളെ തച്ചു തകർത്തു. ആരുടെയും സഹായം കിട്ടാതെ ജനങ്ങൾ പട്ടിണിയിലേക്കും കൊടും ദാരിദ്ര്യത്തിലേക്കും വഴുതിവീണു. രാജ്യം തകർന്നടിഞ്ഞു.

കിം-ന്റെ പൗത്രൻ കിം ജോങ് ഉൺ-ന്റെ കാലമായപ്പോഴേക്കും ജൂച്ചേയുടെ പ്രസക്തി നാമമാത്രമായി. അച്ഛനെയും മുത്തച്ഛനെയും അപേക്ഷിച്ച് ജൂച്ചേ ഉദ്ബോധനങ്ങൾ ഇന്നത്തെ ഭരണാധികാരിയിൽ നിന്നും കേൾക്കുന്നത് അത്യപൂർവ്വമായി. പുറംലോകവുമായുള്ള ബന്ധവും, സൗഹൃദവും സഹായവും സാമ്പത്തിക സാമൂഹ്യ പുരോഗതിക്ക് അനിവാര്യമാണെന്ന പരമമായ സത്യം കിം-ന്റെ പേരക്കുട്ടിക്ക് നന്നായി അറിയാം. കാലക്രമത്തിൽ ജൂച്ചേയുടെ സ്ഥാനം എവിടെയായിരിക്കും എന്ന് കാത്തിരുന്നു കാണേണ്ടിയിരിക്കുന്നു.

ജൂച്ചേ ടവറും അതിന്റെ മുകളിലെ വ്യൂയിങ് പ്ലാറ്റ്ഫോമിൽ കയറി നിന്ന് പ്യോങ്യാങ് നഗരം കാണാതെ ഉത്തര കൊറിയ വിടുന്നത് അക്ഷന്തവ്യമാണ്. ടവറിന്റെ 150 മീറ്റർ ഉയരത്തിൽ നിന്നുള്ള കാഴ്ച, അതും 360 ഡിഗ്രിയിൽ അവിസ്മരണീയമാണ്. നഗരത്തിൽ മറ്റൊരിടത്തുനിന്നും

ഇതുപോലൊരു കാഴ്ച സാദ്ധ്യമല്ല.

ജൂച്ചേ ടവറിനുമുന്നിൽ 30 മീറ്റർ പൊക്കമുള്ള ഒരു വെങ്കല പ്രതിമയുണ്ട്. ഒരു തൊഴിലാളിയുടെയും കർഷകന്റെയും ബുദ്ധിജീവിയുടെയും പ്രതിമകൾ. അവർ യഥാക്രമം ചുറ്റികയും അരിവാളും ബ്രഷും കൈയിലേന്തിയിരിക്കുന്നു. ഇവരുടെ ഉന്നമനമാണ് ജൂച്ചേ തത്ത്വശാസ്ത്രത്തിന്റെ അടിസ്ഥാന ലക്ഷ്യം എന്ന ആശയം വിശദമാക്കാനാണ് ഈ പ്രതിമ ഇവിടെ സ്ഥാപിച്ചിരിക്കുന്നത്.

ജൂച്ചേ ടവറിന്റെ കൽക്കെട്ട് 150 മീറ്ററാണ്. അതിനുമുകളിൽ 20 മീറ്റർ പൊക്കവും 45 ടൺ ഭാരവുമുള്ള ലോഹം കൊണ്ടുള്ള ഒരു ടോർച്ച് സദാ ചുവന്ന വെളിച്ചം പ്രസരിപ്പിച്ചുകൊണ്ടിരിക്കുന്നു. ജൂച്ചേയുടെ അനശ്വരത ലോകസമക്ഷം വിളിച്ചോതാനാണത്രെ ഇത്. ജൂച്ചേ ടവറിന്റെ വ്യൂയിങ് പ്ലാറ്റ്ഫോമിലെത്താൻ ലിഫ്റ്റുണ്ട്. 5 യൂറോ കൊടുത്താൽ മുകളിൽ കയറാം. വ്യൂയിങ് ബാൽക്കണിയിൽ നിന്നുനോക്കുമ്പോൾ കിം ഇൽ സുങ് സ്ക്വയറും പീപ്പിൾസ് സ്റ്റഡി ഹൗസും ജൂച്ചേ ടവറും കൃത്യമായി ഒരു ലംബരേഖയിലാണ് നിലകൊള്ളുന്നതെന്നു കാണുമ്പോൾ അത്ഭുതപ്പെടാൻ ഒരു കാരണം കൂടിയായി. അത്രയ്ക്ക് ഹൃദയഹാരിയാണ് ആ കാഴ്ച. നാലു ദിക്കുകളിൽനിന്നു നോക്കുമ്പോൾ നഗരത്തിന് വ്യത്യസ്ത ഭാവവും സൗന്ദര്യവുമാണ്.

കൊറിയൻ പീപ്പിൾസ് ആർമി

ഞാൻ പ്യോങ്യാങ്ങിൽ ഉള്ള സമയത്തായിരുന്നു ഉത്തര കൊറിയയുടെ 70-ാം സ്വാതന്ത്ര്യദിനാഘോഷങ്ങളോടനുബന്ധിച്ചുള്ള മിലിട്ടറി പരേഡ്. ഈ ശക്തിപ്രകടനം കാണാൻ വിദേശികളെയും സന്ദർശകരെയും അനുവദിക്കാറില്ല. ഇത്തവണ, ആ പതിവിന് വിപരീതമായി, പ്യോങ്യാങ്ങിലുള്ള മുഴുവൻ അന്യനാട്ടുകാരേയും ഈ ആഹ്ലാദത്തിൽ പങ്കുകൊള്ളാൻ സസന്തോഷം ക്ഷണിച്ചു. നമ്മുടെ റിപ്പബ്ലിക് ഡേ പരേഡിന് സമാനമായ സംഭവമാണിത്. നഗര തെരുവുകളിലൂടെ കടന്നുപോകുന്ന ഈ ഉജ്ജ്വല കാഴ്ച കിം ഇൽ സുങ് സ്ക്വയറിൽ അവസാനിക്കും. ഞങ്ങൾക്ക് പ്രധാന തെരുവിലൂടെ മാർച്ചുപാസ്റ്റ് കടന്നുപോകുമ്പോൾ വീക്ഷിക്കാം. കിം ചത്വരത്തിൽ നടക്കുന്ന കലാശക്കൊട്ട് കാണാൻ പക്ഷേ, ഞങ്ങൾക്ക് അനുവാദമില്ല. തെരുവിന് ഇരുവശത്തും നഗരത്തിലെ ആബാലവൃദ്ധം ജനങ്ങളും തടിച്ചു കൂടിയിട്ടുണ്ട്. ഇടയ്ക്കിടെ ബാൻഡ് സംഘങ്ങളും ഉത്തര കൊറിയൻ പതാകയും പൂക്കളും ഏന്തിയ കുട്ടികളും യുവാക്കളും ഉത്സവ ലഹരിയിൽ സൈനികരെ ചീർ ചെയ്യാൻ ആരവങ്ങളോടെ നിരന്നു നില്ക്കുന്നുണ്ട്. അക്കൂട്ടത്തിലേക്ക് ഞങ്ങളേയും സഹർഷം സ്വാഗതം ചെയ്ത്, ഞങ്ങളും ആ ആൾക്കൂട്ടത്തിൽ അലിഞ്ഞു ചേർന്നു.

ഏകദേശം 12000 പേർ വരുന്ന ഉത്തര കൊറിയൻ മിലിട്ടറിയുടെ ഗൂസ് സ്റ്റെപ്പിങ് (Goose Stepping) മാർച്ച് പാസ്റ്റ് (മുഴങ്കാലുകൾ വടിപോലെ ഉയർത്തി, കാല്പത്തികൾ തറയിൽ പതുക്കെ ഉറപ്പിച്ചുകൊണ്ടുള്ള സൈനിക മാർച്ചാണിത്) ആയിരുന്നു ഏറ്റവും ഹൃദ്യമായ ഇനം. അതിനെ തുടർന്ന് ഓരോ സൈനിക വ്യൂഹത്തിന്റേയും വരവാണ്. ഉത്തര കൊറിയ ലോകത്തിലെ അഞ്ചാമത്തെ ഏറ്റവും വലിയ സൈനിക

ശക്തിയാണ്. KPA എന്നുവിളിക്കുന്ന കൊറിയൻ പീപ്പിൾസ് ആർമിയിൽ പന്ത്രണ്ടുലക്ഷം സൈനികരുണ്ട്. പാരാമിലിട്ടറിയിലുള്ളവരെ കൂടി കൂട്ടിയാൽ ഏകദേശം അറുപതു ലക്ഷമാണ് സൈനിക ശക്തി. ലോകത്ത് മറ്റൊരു രാജ്യത്തിനും ഇത്രയും വലിയ യുദ്ധസന്നാഹത്തോടെയുള്ള ഒരു സൈന്യം ഇല്ല. മറ്റൊരുതരത്തിൽ പറഞ്ഞാൽ ഉത്തര കൊറിയയുടെ രണ്ടരക്കോടി ജനസംഖ്യയിൽ, (കേരളത്തിലെ ജനസംഖ്യയുടെ മൂന്നിൽ രണ്ടുഭാഗം വരുമിത്) നാലിൽ ഒരാൾ സൈനികനോ സൈനികാവശ്യത്തിന് ഉപയോഗിക്കാൻ പാകത്തിൽ പരിശീലനം കിട്ടിയ ആളോ ആണ്.

ഇന്ത്യ സൈനിക ആവശ്യങ്ങൾക്ക് GDP യുടെ രണ്ടര ശതമാനം ചെലവാക്കുമ്പോൾ, ഉത്തര കൊറിയയുടെ ചെലവ് ഇതിന്റെ ഇരട്ടിയാണ്.

ഉത്തര കൊറിയൻ മിലിട്ടറിക്ക് അഞ്ചു വിഭാഗങ്ങളുണ്ട്. കര, വായു, നാവിക വിഭാഗങ്ങൾക്കു പുറമേ ഒരു റോക്കറ്റ് ഫോഴ്സും സ്പെഷ്യൽ ഓപ്പറേഷൻസ് ഫോഴ്സും അവർക്കുണ്ട്. സൈനിക പരേഡിൽ ഇവർക്കു പുറമേ പാരാ മിലിട്ടറിയും ഭാഗഭാക്കാവും. മണിക്കൂറുകൾ നീളുന്ന പടുകൂറ്റൻ റാലിയാണിത്. ഉത്തര കൊറിയയിലെ ഏറ്റവും ശക്തമായ സ്ഥാപനം മിലിട്ടറിയാണ്. അതിന്റെ കമാൻഡർ ഇൻ ചീഫ് ആരോ അയാളാണ് രാജ്യം ഭരിക്കുന്നത്. രാജ്യത്തിന്റെ പ്രഖ്യാപിത നയംതന്നെ Songun, അതായത് മിലിട്ടറി ഫസ്റ്റ്, സൈന്യം ആദ്യം. പിന്നെങ്ങനെ അവർ സർവ്വശക്തരാകാതിരിക്കും.

തൊട്ടയൽപക്കക്കാരായ ദക്ഷിണ കൊറിയയോടും ജപ്പാനോടും മാത്രമല്ല, അങ്ങുദൂരെ പശ്ചിമാർദ്ധ ഗോളത്തിലെ അമേരിക്കയോടും

നോർത്ത് കൊറിയയ്ക്ക് നിതാന്ത ശത്രുതയാണ്. ഇടയ്ക്കൊക്കെ ഒരു ബാലിസ്റ്റിക് മിസൈൽ അയച്ചും, ഒരു അണുബോംബ് പൊട്ടിച്ചുമൊക്കെ ശത്രുക്കളെ ഇവർ വിരട്ടാറുമുണ്ട്. അതീവ രഹസ്യ സ്വഭാവമുള്ള ഈ രാജ്യത്ത് എന്താണ് നടക്കുന്നതെന്നറിയാൻ പല ലോക രാജ്യങ്ങൾക്കും അതിയായ താല്പര്യമുണ്ട്, പ്രത്യേകിച്ചും സൈനിക വിന്യാസത്തിലും അതിന്റെ വികസനത്തിലും. അതറിയാനുള്ള ഏറ്റവും നല്ല മാർഗ്ഗമാണ് ഉത്തര കൊറിയയുടെ സൈനിക പരേഡുകൾ വീക്ഷിക്കുന്നത്. ഈ രാജ്യത്തിന്റെ മുഴുവൻ സൈനിക ശക്തിയും കഴിവും ശേഷിയും, ശേമുഷിയും അവർ ഇതിൽ പ്രദർശിപ്പിക്കും. ഇതാണ് ഇത്തരം സൈനിക മാർച്ചുകളുടെ ഉത്തരകൊറിയൻ പ്രാധാന്യം.

നമുക്ക് യുദ്ധത്തിലും യുദ്ധ ചരിത്രത്തിലും താല്പര്യമുണ്ടോ ഇല്ലയോ എന്നതല്ല പ്രശ്നം, തലസ്ഥാനത്ത് വന്നാൽ നിശ്ചയമായും കണ്ടിരിക്കേണ്ട അല്ലെങ്കിൽ നമ്മളെകാണിച്ചു തരുന്ന ഒന്നാണ് Yonggung Street ലെ വിക്ടോറിയസ് ഫാദർലാൻഡ് ലിബറേഷൻ മ്യൂസിയം. കൊറിയക്കാർക്ക് സ്വന്തം രാജ്യം ഫാദർലാൻഡ് ആണ്, നമ്മളെപ്പോലെ മദർ ലാൻഡ്, മാതൃരാജ്യമല്ല. അതായത് പിതൃരാജ്യ വിമോചന വിജയ മ്യൂസിയം.

സാമ്രാജ്യ മോഹികളായ അമേരിക്കക്കാരും, അവരുടെ ചെരുപ്പു നക്കികളും ഏറാൻമൂളികളുമായ ദക്ഷിണ കൊറിയൻ ഭരണകൂടവും ബോംബിട്ടു തകർത്ത വടക്കൻ കൊറിയ നാടിനും അതിലെ മഹത്തായ ജനതയ്ക്കും അവരുടെ നിതാന്ത സംരക്ഷകരായ കൊറിയൻ പീപ്പിൾസ് ആർമിക്കും ഈ മ്യൂസിയം സമർപ്പിക്കപ്പെട്ടിരിക്കുന്നു. 1950 മുതൽ 1953 വരെ നീണ്ടുനിന്ന കൊറിയൻ യുദ്ധത്തെ അനുസ്മരിച്ചാണ് ഈ പ്രസ്താവന. ഉത്തര കൊറിയയുടെ ദൃഷ്ടിയിൽ കൊറിയൻ യുദ്ധം എന്തായിരുന്നു, എന്തിനായിരുന്നു, എങ്ങനെയായിരുന്നു, എന്നറിയാൻ ഈ മ്യൂസിയം സന്ദർശനം ഉപകാരപ്പെടും. അതിഭീമമാണ് ഈ മ്യൂസിയം. കണ്ടുതീർക്കാൻ ദിവസങ്ങൾ വേണം.

വടക്കൻ കൊറിയ സന്ദർശിക്കുന്ന എല്ലാ വിദേശികളേയും നിർബ്ബന്ധമായും ഈ മ്യൂസിയം കാണിച്ചിരിക്കും. നമ്മൾ, വരുത്തർ, പഞ്ചപുച്ഛമടക്കിനിന്ന് അവർ പറയുന്നതൊക്കെ വെള്ളം തൊടാതെ വിഴുങ്ങുമ്പോൾ, പറഞ്ഞറിയിക്കാനാവാത്ത ഒരുതരം സംതൃപ്തിയും ആഹ്ലാദവും, അവർ അനുഭവിക്കുന്നുണ്ടെന്ന് തോന്നിപ്പോയി.

ഞങ്ങൾ വിദേശികളെ അങ്ങേയറ്റം സെറിമോണിയൽ ആയാണ് കൊറിയൻ പീപ്പിൾസ് ആർമിയിലെ ഓഫീസർ സ്വീകരിച്ചത്. തിരിച്ചു പോകുന്നതുവരെ ഗൈഡായി വർത്തിക്കുന്നതും പട്ടാളത്തിൽ മേജർ റാങ്കിലുള്ള ഈ സ്ത്രീ ഓഫീസറായിരുന്നു.

വടക്കൻ കൊറിയയുടെ വീരഗാഥകൾ പറഞ്ഞുകൊണ്ടു തുടങ്ങുന്ന ടൂർ, അവരുടെ വിപ്ലവ സമര നായകരായ പീപ്പിൾസ് ആർമിയുടെ അപദാനങ്ങൾ വാഴ്ത്തിപ്പാടുന്നതിലൂടെ പുരോഗമിച്ച് കിം കുടുംബത്തിന്റെ

സ്തുതിഗീതങ്ങൾ ആലപിക്കുമ്പോഴേക്കും നമ്മൾ മ്യൂസിയം കണ്ടു കഴിഞ്ഞിട്ടുണ്ടാകും.

കൊറിയൻ യുദ്ധകാലത്ത് അമേരിക്കയിൽനിന്നും സഖ്യകക്ഷികളിൽനിന്നും പിടിച്ചെടുത്ത ടാങ്കുകൾ വിമാന വേധ യന്ത്രത്തോക്കുകൾ, കവചിത വാഹനങ്ങൾ എന്നിവ കാണിച്ചുകൊണ്ടാണ് ടൂർ തുടങ്ങുന്നത്.

ശേഷം, അമേരിക്ക എന്ന നരാധമൻ, വടക്കൻ കൊറിയയിലെ ജനങ്ങളായ പിഞ്ചുപൈതങ്ങളുടെ മേൽ അഴിച്ചുവിട്ട ക്രൂരവും ഭീബത്സവുമായ നരനായാട്ട് ഗൈഡ് ഗദ്ഗദകണ്ഠയായി വിവരിക്കും. കണ്ണുനീർ ധാരധാരയായി ഒഴുകാതിരിക്കാൻ വല്ലാതെ പണിപ്പെടണം. കഥ അത്രയ്ക്ക് ദൈന്യവും കദനവുമാണ്.

കാഴ്ചക്കാരിൽ താൻ ഉദ്ദേശിച്ച ഇംപാക്ട് വരുത്തിയെന്ന് ഉറപ്പാകുമ്പോൾ, ഗൈഡ് പതുക്കെ നമ്മളെ പനോരമ മുറിയിലേക്ക് ആനയിക്കും. അവിടെ പനോരമ 3 D യിലൂടെ അമേരിക്കൻ സാമ്രാജ്യ മോഹികൾക്കെതിരെ കൊറിയൻ സൈന്യത്തിന്റെയും ജനതയുടെയും വീരശൂര പരാക്രമങ്ങൾ കണ്ടു നമുക്ക് അത്ഭുതം കൂറാം.

മ്യൂസിയത്തിലെ ഏറ്റവും വലിയ തുറുപ്പുചീട്ട് ഇതൊന്നുമല്ല. തയ്ദോങ് നദിയുടെ കൈവഴിയായ പൊട്ടോങ് നദിയിൽ നങ്കൂരമിട്ട് കിടക്കുന്ന അമേരിക്കൻ നേവിയുടെ പടക്കപ്പലായ USS Pueblo സന്ദർശിക്കുന്നതാണത്. വടക്കൻ കൊറിയക്കാരുടെ ഭാഷയിൽ അമേരിക്കയുടെ ഈ കപ്പൽ 1968 ജനുവരി 23 ന് 83 നാവികരോടുകൂടി വടക്കൻ കൊറിയയുടെ സമുദ്രാതിർത്തി ലംഘിച്ച് ചാരപ്രവർത്തനം നടത്തുന്നതിനിടയിൽ അവരുടെ കമാൻഡോകൾ അതിസാഹസികമായി പിടിച്ചെടുത്തതാണ്.

ഈ സൈനിക നീക്കത്തിനിടയിൽ ഒരു അമേരിക്കൻ സൈനികൻ വീര മൃത്യുവരിക്കുകയും ചെയ്തു.

ഇനി KPA Officer പറയുന്നത് കേൾക്കുക. "അമേരിക്കയുടെ ഭീഷണിയും ഞങ്ങൾക്കെതിരെ സൈനികനീക്കം നടത്താനുള്ള ശ്രമവുമൊക്കെ പാളി, എല്ലാ മാർഗ്ഗങ്ങളും അടഞ്ഞപ്പോൾ ഞങ്ങളുടെ മുമ്പിൽ മുട്ടുമടക്കി മാപ്പപേക്ഷിച്ചു. ഞങ്ങൾ മനുഷ്യത്വമുള്ളവരായതുകൊണ്ട് ഒരു പോറൽപോലും ഏല്പിക്കാതെ 82 നാവികരെയും, മരിച്ച സൈനികന്റെ മൃതദേഹവും അമേരിക്കയ്ക്ക് വിട്ടുകൊടുത്തു. കപ്പൽമാത്രം ഞങ്ങൾ ഓർമ്മയ്ക്കായ് സൂക്ഷിച്ചു."

സൈനികരെ കൈമാറുന്നത് കപ്പൽ പിടിച്ചെടുത്ത് ഏകദേശം ഒരു വർഷം കഴിഞ്ഞ് നവംബർ 23 നാണ്. അത്രയും നാൾ ഇരുരാജ്യങ്ങളും തമ്മിൽ വാക്പയറ്റ് നടക്കുകയായിരുന്നു എന്ന് ചുരുക്കം.

Cu Spy Ship, 1990 വരെ രാജ്യത്തിന്റെ കിഴക്കൻ തുറമുഖമായ Wonsan-ൽ ആയിരുന്നു നങ്കൂരമിട്ടിരുന്നത്. പിന്നീട് അതിനെ കൊറിയൻ ഉപഭൂഖണ്ഡം ചുറ്റിവലിച്ചു കൊണ്ടുവന്ന് പ്യോങ്യാങ്ങിലെ പൊട്ടോങ് നദിക്കരയിൽ സ്ഥാപിക്കുകയായിരുന്നു.

ഈ കപ്പൽ കാണിക്കുന്നതോടൊപ്പം ഈ കപ്പൽ കഥയുടെ കൊറിയൻ വേർഷൻ, അത്യധികം ഉദ്വേഗം നിറഞ്ഞ, നമ്മളെ മുൾമുനയിൽ നിർത്തുന്ന ഒരു സ്പൈ ത്രില്ലർ ചിത്രം കാണുന്ന പ്രതീതി ഉളവാക്കിക്കൊണ്ടാണ് പട്ടാളക്കാരി അവതരിപ്പിക്കുന്നത്. ഒരു മണിക്കൂർ കടന്നുപോകുന്നത് അറിയില്ല. കഥയ്ക്ക് തിരശ്ശീല വീഴുമ്പോൾ നമ്മൾ ഓർത്തുപോകും, ഏതു കഥയ്ക്കും നിങ്ങളുടെയും അവരുടെയും പാഠഭേദങ്ങളുണ്ട്, പിന്നെ സത്യത്തിന്റെയും.

ഒരു തമാശ എന്താണെന്നു വച്ചാൽ US Navy യുടെ ഔദ്യോഗിക രേഖകളിൽ ഈ കപ്പൽ ഇപ്പോഴും അമേരിക്കയുടെതായി രേഖപ്പെടുത്തിയിരിക്കുന്നു. USS Constitution ന് ശേഷം അമേരിക്കയുടെ പക്കലുള്ള ഏറ്റവും പഴക്കമാർന്ന കപ്പലാണ് USS Pueblo. അത്യപൂർവ്വമായി മാത്രമേ ഒരു അമേരിക്കൻ യുദ്ധക്കപ്പൽ ശത്രുരാജ്യം പിടിച്ചെടുത്തിട്ടുള്ളൂ. അതിൽ ഒന്നാണിതെന്ന് അപഖ്യാതി ഇതിനുണ്ട്.

1944 ൽ പണിത ഈ ചരക്കുകപ്പൽ 1960 കളിൽ അമേരിക്കൻ നേവിയുടെ Environmental Reserch Ship ആയി പരിവർത്തനം ചെയ്യപ്പെട്ടു. പ്രകൃതി നിരീക്ഷണം പേരിൽ മാത്രമായിരുന്നു. പ്രധാന അവതാരോദ്ദേശ്യം ചാരപ്രവർത്തനമായിരുന്നു. അതായത് രാജ്യങ്ങളും വ്യക്തികളും അയയ്ക്കുന്ന ഗൂഢസന്ദേശങ്ങൾ പിടിച്ചെടുത്ത് വ്യാഖ്യാനിക്കുക. Signals Intelligence Collection Management എന്ന് ശാസ്ത്രീയമായി അറിയപ്പെടുന്ന ഈ കാര്യം സാമാന്യഭാഷയിൽ ലളിതമായി പറഞ്ഞാൽ ചാരവൃത്തിതന്നെ.

പക്ഷേ, വടക്കൻ കൊറിയ ഈ കപ്പൽ പിടിച്ചെടുത്തത് ചാരപ്പണിയുടെ സംശയം ഉണ്ടായിരുന്നതുകൊണ്ടോ, ചാരപ്രവർത്തനം നടത്തി

യതുകൊണ്ടോ ആയിരുന്നില്ല. ആരാണ്, എന്താണ്, ഏതാണ് എന്നൊന്നും നോക്കാതെ എവിടെയും വലിഞ്ഞുകേറിച്ചെന്ന് വിളയാടുന്ന അമേരിക്കൻ സായ്‌വിന്റെ ധാർഷ്ട്യമായിരുന്നു പ്രശ്നം.

അവർ അങ്ങനെ, നമ്മൾ നമ്മുടെതെന്നും അവർ അവരുടെതെന്നും പറയുന്ന വടക്കൻ കൊറിയയുടെ സമുദ്ര മേഖലയിലേക്ക് കപ്പലും പായിച്ചങ്ങു ചെന്നു. തന്റെ അനുവാദം ചോദിക്കാൻപോലും മിനക്കെടാതെ തറവാടിന്റെ തിരുമുറ്റത്ത് പുലികളി കണ്ട കോമ്രേഡ് കാരണവർക്ക് അസാരം ശുണ്ഠി വന്നു. നാലു കിങ്കരന്മാരെ വിളിച്ച് ഇത് തോന്നിയ വാസമാണെന്നും വീണ്ടുമാവർത്തിച്ചാൽ വിവരമറിയുമെന്നും ഉപദേശിച്ചു വിടാൻ കല്പിച്ചു. ദൂതുമായി ചെന്ന ഹംസങ്ങളെ കണ്ടപ്പോൾ സായിപ്പിന് പരമപുച്ഛം. ദൂതർക്ക് കോപം ജ്വലിച്ചു. കേട്ടതുപാതി കേൾക്കാത്തതു പാതി എന്നു പറഞ്ഞതുപോലെ സായിപിന്റെ ചന്തിക്ക് നാലടിയും കൊടുത്ത് എല്ലാവനേയും വരിഞ്ഞുകെട്ടി, അവന്റെ കപ്പലും കോപ്പും കുന്ത്രാണ്ടവുമൊക്കെ പിടിച്ചെടുത്ത് വടക്കൻ കൊറിയയിലേക്ക് വലിച്ചു കൊണ്ടുചെന്ന് കെട്ടിപ്പൂട്ടിയിട്ടു. ശേഷം, കാരണവർ പക്ഷം നിജസ്ഥിതി ബോധിപ്പിച്ചു. കാരണവർ പിള്ളമാരുടെ തന്തയെവിളിച്ച് മക്കളെ നേരും നെറിയുമായി വളർത്താത്തതിന്റെ വളർത്തുദോഷം പറഞ്ഞ് നാലാട്ടുവച്ചു കൊടുത്തു. ഇത്രയുമാണ് ആകെ ഉണ്ടായത്. ഇതിനാണ് അമേരിക്കയിലെ അവന്മാര്....

മാസ്സ് ഗെയിംസ്

പ്രത്യക്ഷത്തിൽ കാണാനില്ലെങ്കിൽ കൂടി, ചോയ് പറയുന്നത്, അതി ഭീകരമായ തിരക്കാണ് പ്യോങ്യാങ്ങിൽ എന്നാണ്. ഈ ജനം മുഴുവനും നഗരത്തിൽ അരങ്ങേറുന്ന വർണ്ണവിസ്മയ ഉത്സവമായ മാസ്സ് ഗെയിംസ് കാണാനെത്തിയവരാണ്. വടക്കൻ കൊറിയയുടെ അഭിമാനമായിരുന്ന ഈ കലാകായിക പ്രകടനം അഞ്ചു വർഷം മുമ്പ് നിലച്ചുപോയിരുന്നു. ഈ രാജ്യം സ്ഥാപിച്ചതിന്റെ എഴുപതാം പിറന്നാൾ ആഘോഷിക്കുന്ന സെപ്തംബർ 9 ന് ഒരിക്കൽക്കൂടി ഈ മാമാങ്കം പുനർജ്ജനിക്കുകയാണ്. ലോകത്തിലെ ഏറ്റവും വലിയ സ്റ്റേഡിയമായ മെയ്ഡേ സ്റ്റേഡിയത്തിലാണ് ഈ മഹാമഹം. തയ്ദോങ് നദിയിലെ റുൻഗ്ര ദ്വീപിലാണ് ഈ സ്റ്റേഡിയം. ഒരു ലക്ഷത്തി പതിനാലായിരം ആണ് ഈ ബ്രഹ്മാണ്ഡം കളിക്കളത്തിന്റെ സീറ്റിങ് കപ്പാസിറ്റി.

മാസ്സ് ഗെയിംസിനുള്ള ടിക്കറ്റുമായി ഉച്ചയ്ക്ക് വരാം എന്നു പറഞ്ഞു പോയ ചോയ്, തിരിച്ചുവന്നത് അത്ര ശുഭവാർത്തയുമായി ആയിരുന്നില്ല. വിദേശികൾക്ക് മൂന്നാം ക്ലാസ് ടിക്കറ്റു മാത്രമേ ലഭ്യമായിട്ടുള്ളൂ, അതാകട്ടെ സ്റ്റേഡിയത്തിന്റെ ഏറ്റവും മുകളിലെ ഇരിപ്പിടങ്ങളും. മൂന്നാം ക്ലാസിനുതന്നെ 100 യൂറോ ആണ് ചാർജ്ജ്.

കൃത്യമായി എത്ര മണിക്കാണ് പരിപാടി തുടങ്ങുന്നതെന്ന് ആർക്കും അറിയില്ല. 4 മണിക്ക് തയ്യാറായി നിന്നുകൊള്ളണം, ക്യാമറയോ, മൊബൈലോ കൈയിലെടുക്കരുത്. സെക്യൂരിറ്റി പരിശോധനകൾ ഉണ്ടെന്നും പറഞ്ഞു. പറഞ്ഞ സമയത്തുതന്നെ ഞങ്ങളെ അടുത്തുള്ള ഒരു പരേഡ് ഗ്രൗണ്ടിൽ കൊണ്ടുചെന്നു വിട്ടു. പൂരത്തിനുള്ള ജനസഞ്ചയം. ഇത്രയും വിദേശികൾ ഈ നഗരത്തിലുണ്ടായിരുന്നു എന്ന് വിശ്വസിക്കാനാവുന്നില്ല.

വിശദമായ സെക്യൂരിറ്റി പരിശോധനകൾ കഴിഞ്ഞ് ഏതാനും കിലോ മീറ്റർ അകലെയുള്ള സ്റ്റേഡിയത്തിലെത്തിയപ്പോൾ സമയം ഏഴര കഴിഞ്ഞു. ഇരുൾ പരന്നുതുടങ്ങി. വെളിച്ചത്തിൽ കത്തിജ്ജ്വലിച്ചു നില്ക്കുന്ന പർവ്വതരൂപിയായ സ്റ്റേഡിയം. ഞാനൊന്നമ്പരന്നു. ഇത്തരമൊരെണ്ണം ജീവിതത്തിൽ ആദ്യമായി കാണുകയാണ്. സ്റ്റേഡിയത്തിനകത്തുനിന്നാവണം തപ്പിന്റെയും തുടിയുടെയും താളവാദ്യങ്ങളുടെയും മേളം പുറത്തേക്ക് ഒഴുകിപ്പരക്കുന്നു. സാവധാനത്തിൽ ബാച്ച് ബാച്ചായി ഞങ്ങൾ വിദേശികളെ അകത്തേക്ക് പ്രവേശിപ്പിച്ചു.

അകത്തെ കാഴ്ച അത്യത്ഭുതകരമായിരുന്നു. വിദേശികൾക്കൊഴിച്ചിട്ടിരിക്കുന്ന സീറ്റുകളിലൊഴിച്ച്, ബാക്കി സ്റ്റേഡിയം മുഴുവനും നാട്ടുകാർ കൈയടക്കി ഇരുന്നുകഴിഞ്ഞിരുന്നു. ഒരുലക്ഷത്തിൽ പരം ആളുകളെ ഉൾക്കൊള്ളാൻ കഴിയുന്ന ഭീമൻ സ്റ്റേഡിയം നിറഞ്ഞു കവിഞ്ഞു കഴിഞ്ഞു.

ഏതാനും നിമിഷം കഴിഞ്ഞപ്പോൾ നാട്ടുകാർ ഒന്നാകെ ഒരാരവത്തോടെ എഴുന്നേറ്റുനിന്നു. ആരുടെയോ വരവിനെ അഭിവാദ്യം ചെയ്യുകയാണവർ. ഞങ്ങളും എഴുന്നേറ്റുനിന്ന് എത്തിനോക്കി. വടക്കൻ കൊറിയയുടെ പരമാധികാരിയായ കിം ജോങ് ഉൺ നേയും ഭാര്യയേയും ജനസഹസ്രങ്ങൾ എതിരേല്ക്കുന്നതാണ് ഞങ്ങൾ കാണുന്നത്.

അവർ ആസനസ്ഥരായതോടെ മാസ്സ് ഗെയിംസ് ഔദ്യോഗികമായി ഉദ്ഘാടനം ചെയ്യപ്പെട്ടു. സമയം കൃത്യം 8 മണി. പ്രവേശനത്തിന് ഇത്ര

കടുത്ത സെക്യൂരിറ്റി പരിശോധനയുടെ കാരണം അതായിരുന്നിരിക്കണം.

ടിക്കറ്റിന് ഒപ്പംതന്നെ അന്നത്തെ പരിപാടിയുടെ വിശദാംശങ്ങൾ വിവരിക്കുന്ന ഇംഗ്ലീഷിലെ പ്രോഗ്രാം ഷീറ്റും തന്നിരുന്നു. ഇപ്രാവശ്യത്തെ മാസ്സ് ഗെയിംസിന്റെ ഔദ്യോഗിക നാമവും പ്രമേയവും Glorious Country-ശ്രേഷ്ഠമായ രാജ്യം എന്നതാണ്. ലേസർ ഷോയിൽ ഉത്തര കൊറിയയുടെ പതാക ഉയർത്തിയാണ് തുടക്കം. പിന്നെ ലേസറിൽത്തന്നെ വിപ്ലവത്തിന്റെ പ്രതീകമായ മൗണ്ട് പൈക്തുവിലെ സൂര്യോദയം.

അഞ്ചു ഭാഗങ്ങളും, ഉപവിഭാഗങ്ങളുമായി ഒരു കഥപറയുന്ന രീതിയിലാണ് ഗ്ലോറിയസ് കൺട്രിയുടെ രംഗസംവിധാനം. ഒടുവിൽ We have a Great Party എന്ന കലാശ കൊട്ടോടെ ഈ ഉത്സവ കേളിക്ക് തിരശ്ശീല വീഴും. അനേകായിരം പേർ ഒരുമിച്ച് പങ്കെടുക്കുന്ന അക്രോബാറ്റിക്സും ജിംനാസ്റ്റിക്സും ഡാൻസും ഡ്രാമയും ഒക്കെ ഇടകലർന്നതാണ് ഓരോ രംഗവും. അതിന് മോടിപിടിപ്പിക്കാനായി ലേസർ ഷോയുടെ അകമ്പടിയും. ആകാശത്ത് പതിനായിരക്കണക്കിന് അമിട്ടുകൾ ഒന്നിച്ചു പൊട്ടുമ്പോൾ ഉണ്ടാകുന്ന വർണ്ണപ്രപഞ്ചത്തിന് സമാനമാണ് ഓരോ ആക്ടും. കടും നിറങ്ങൾ കോരിയൊഴിച്ച് ചെയ്ത ഒരു പെയിന്റിങ്ങിന്റെ വർണ്ണഭംഗി. വേദിയുടെ മറുവശത്ത് നൂറുകണക്കിന് കുട്ടികൾ നിരന്നിരിക്കുകയാണ്. അവരുടെ കൈകളിൽ പലനിറങ്ങളിലുള്ള പ്ലക്കാർഡുകളാണ്. അവ ഒരുമിച്ചു മാറ്റി അവർ സൃഷ്ടിക്കുന്ന ജീവജാലങ്ങളുടെയും പർവ്വതങ്ങളുടെയും നഗര ഗ്രാമങ്ങളുടെയും പാറ്റേണുകൾ അത്ഭുതാദരങ്ങളോടെ മാത്രമേ കണ്ടിരിക്കാനാവൂ.

മാസ്സ് ഗെയിംസിന്റെ കോറിയോഗ്രാഫിയുടെ ഏറ്റവും വലിയ പ്രത്യേകത രംഗങ്ങൾക്കും അതിന്റെ ഉപഘടകമായ സീനുകൾക്കും തമ്മിൽ ഇടവേളകൾ ഇല്ലായെന്നതാണ്. ഒരുവശത്ത് ഒരു രംഗം അവസാനിക്കുമ്പോൾ മറുവശത്ത് പുതിയൊരെണ്ണം ആരംഭിച്ചിരിക്കും. എവിടെ തുടങ്ങുന്നു, എവിടെ അവസാനിക്കുന്നു എന്നു തിരിച്ചറിയാൻ വയ്യാത്തവണ്ണമാണ് ഇത് സിംക്രണൈസ് ചെയ്തിരിക്കുന്നത്. നൂറുകണക്കിന് കലാകാരന്മാരാണ് ഒരു അണുവിട തെറ്റാതെ തികച്ചും ആയാസരഹിതമായി ഓരോ രംഗവും അവതരിപ്പിക്കുന്നത്.

മാസ്സ് ഗെയിംസിനെ വേണമെങ്കിൽ മാസ്സ് ജിംനാസ്റ്റിക്സ് എന്നു വിളിക്കാം. കാരണം, ജിംനാസ്റ്റിക്സ് ആണ് ഓരോ ആക്ടിലെയും കാതലായ അംശം. ആയിരക്കണക്കിന് കലാകാരന്മാർ കലയെ ജിംനാസ്റ്റിക്സിലേക്ക് സംക്രമിപ്പിച്ച് ഒരു മായികലോകം സൃഷ്ടിക്കുകയാണിവിടെ.

മാസ്സ് ഗെയിംസ് കണ്ടുകൊണ്ടിരിക്കുമ്പോൾ, ഏത് ആക്റ്റ് ആണ്, ഏത് സീൻ ആണ്, ഇപ്പോൾ അവതരിപ്പിച്ചുകൊണ്ടിരിക്കുന്നതെന്ന് തിരിച്ചറിയാൻ പ്രയാസമാണ്. യഥാർത്ഥത്തിൽ ഇത് തിരിച്ചറിയാൻ നാട്ടുകാർക്കും പ്രയാസമായിരിക്കണം. അതുകൊണ്ടായിരിക്കണം അവരും ഇടയ്ക്കിടെ പ്രോഗ്രാം ഷീറ്റ് നോക്കുന്നത്. ഓരോ രംഗവും ഇന്നതാണെന്ന് വലിയൊരു സ്ക്രീനിൽ സ്ക്രോൾ ആയി എഴുതി വരുന്നുണ്ട്,

പക്ഷേ, അത് കൊറിയൻ ഭാഷയിൽ ആണ്. മിക്ക വിദേശികളും പ്രോഗ്രാം ചാർട്ട് കൂടെക്കൂടെ നോക്കുന്നത് കാണാമെങ്കിലും ഭൂരിപക്ഷം പേരും കഥയറിയാതെ ആട്ടം കാണുകയാണ്. ഭാഗ്യത്തിന് എന്റെ അടുത്തിരുന്നത് നാട്ടുകാരിയായ ഒരു പെൺകുട്ടിയായിരുന്നു. അതിലുപരി ഇംഗ്ലീഷ് ഭാഷ അനായാസം വഴങ്ങുന്നവൾ. അവൾ ഓരോ ആക്റ്റും സീനും എന്താണെന്നും അതിന്റെ പ്രത്യേകതകൾ എന്തൊക്കെയാണെന്നും എന്നെ പറഞ്ഞു മനസ്സിലാക്കിക്കൊണ്ടിരുന്നു.

ആയിരക്കണക്കിന് കലാകാരന്മാർ ഒത്തുചേർന്നു ഒരേ മനസ്സോടെ ഒരേ ലയത്തോടെ, ഒരു രംഗം അവതരിപ്പിക്കുമ്പോഴുണ്ടാകുന്ന അനിർവ്വചനീയമായ അനുഭൂതിയാണ് പ്രേക്ഷകനുള്ള സമ്മാനം.

ഇത്തരം ബൃഹത്തായ മാസ്സ് ഗെയിംസ് ലോകത്തിനുള്ള ഉത്തര കൊറിയയുടെ സംഭാവനയൊന്നുമല്ല. സ്റ്റാലിന്റെ കാലത്തെ സോവിയറ്റ് യൂണിയനിലും പല സോഷ്യലിസ്റ്റ് രാജ്യങ്ങളിലും വലുതും ചെറുതുമായ രീതിയിൽ ഇത്തരം കേളികൾ അരങ്ങേറാറുണ്ടായിരുന്നു. പക്ഷേ, സാവധാനത്തിൽ ചരിത്രത്തിന്റെ കുത്തൊഴുക്കിൽ എല്ലായിടത്തുനിന്നും ഈ മനോഹര സംരംഭം അപ്രത്യക്ഷമായി. അരിരാങ് എന്ന പേരിൽ 2002 മുതൽ 2013 വരെ വടക്കൻ കൊറിയയിൽ മാത്രം മാസ്സ് ഗെയിംസ് നിലനിന്നിരുന്നു. അതിനുശേഷം അവരും ഈ മഹാമേളയെ കൈവിട്ടു. അഞ്ചുവർഷത്തെ ഇടവേളയ്ക്കു ശേഷം 2018 ൽ ആണ് ഇതിനൊരു

പുതുജന്മം കിട്ടുന്നത്. എനിക്ക് തോന്നുന്നത് രാജ്യത്തിന്റെ 70-ാം പിറന്നാളാഘോഷം കൊഴുപ്പിക്കാനായി ഒരിക്കൽക്കൂടി ഇത് ആവർത്തിച്ചതാണെന്നാണ്. ഇത്തരത്തിലുള്ള ഒരു മഹാസംഭവം രൂപകല്പന ചെയ്ത് അവതരിപ്പിക്കുന്നതിനുപിന്നിലുള്ള അതിഭീമമായ മനുഷ്യ പ്രയത്നവും പണച്ചെലവും നമ്മുടെ ഊഹങ്ങൾക്കും അപ്പുറത്താണ്. അത് താങ്ങാനുള്ള കെല്പ് ഉത്തര കൊറിയപോലത്തെ ഒരു ചെറുരാജ്യത്തിന് പോയിട്ട് സാമ്പത്തിക ഭദ്രതയുള്ള രാജ്യങ്ങൾക്കുപോലും ബുദ്ധിമുട്ടാണ്. അതുകൊണ്ട് മാസ്സ് ഗെയിംസുകൾക്ക് മിക്കവാറും ചരിത്രപുസ്തകത്തിലെ താളുകളിലേക്ക് ഒതുങ്ങിക്കൂടാനാണ് വിധിയെന്ന് വേണം കരുതാൻ.

ഉത്തര കൊറിയൻ സാമൂഹ്യ ജീവിതം

നമ്മുടെ കൊച്ചി 'അറബിക്കടലിന്റെ റാണി' എന്നറിയപ്പെടുന്നതു പോലെ, കൊറിയയുടെ വിശ്വപ്രസിദ്ധമായ വിളിപ്പേരാണ് (Sobriquet) The Land of Morning ഇത് മഹാപ്രഭാത ശാന്തിയുടെ നാട്. ഇംഗ്ലീഷ് പര്യവേക്ഷകനും എഴുത്തുകാരനുമായിരുന്ന A Henri Savage Lander, 1895 ൽ എഴുതിയ *Corea-Chosen* എന്ന പുസ്തകത്തിലെ കൊറിയ ഭരിച്ചിരുന്ന Joseon രാജവംശത്തെക്കുറിച്ചുള്ള പരാമർശത്തിൽ നിന്നാണ് ഈ വിളിപ്പേരിന്റെ ഉത്ഭവം. Joseon എന്ന കൊറിയൻ വാക്കിന് പുലർകാല ദീപ്തി (Morning Brightness) എന്നാണ് അർത്ഥം.

ഒരു ദിവസം ഞാനും ചോയ്-യും പ്യോങ്യാങ്ങിലെ പ്രസിദ്ധമായ Arch of Triumph കാണാൻ പോയി. കൊറിയൻ ഭാഷയിൽ ഇത് അറിയപ്പെടുന്നത് Kaesonmun എന്നാണ്. പാരീസിലെ ഇതേ പേരിലുള്ള മോണിമെന്റിന്റെ തൽസ്വരൂപം. പക്ഷേ, അതിലും വലുതാണിത്. അതായത് ലോകത്തിലെ ഏറ്റവും വലിയ രണ്ടാമത്തെ വിജയ സ്തംഭമാണിത്. ഏറ്റവും വലുത് മെക്സിക്കോയിലാണ്. 60 മീറ്റർ പൊക്കത്തിൽ ഗ്രാനൈറ്റ് കല്ലുകൾ പാകിയുണ്ടാക്കിയ സുന്ദരൻ നിർമ്മിതി. സഖാവ് കിം-ന്റെ 70-ാം പിറന്നാൾ ആഘോഷത്തിന്റെ ഭാഗമായി നിർമ്മിച്ചതാണിത്. ഉത്തര കൊറിയയുടെ ദേശീയ പുഷ്പമായ Magnolia, 70 എണ്ണം ഇതിന്റെ സ്തംഭത്തിൽ കൊത്തിവച്ചിരിക്കുന്നു. നമ്മൾ പ്യോങ്യാങ്ങിലൂടെ സഞ്ചരിക്കുമ്പോൾ പല സ്മാരകങ്ങളും മന്ദിരങ്ങളും കിം-ന്റെ 60-ാം പിറന്നാളിനും, 70-ാം പിറന്നാളിനും അതിന്റെ ഓർമ്മയ്ക്കായ് പണിതതാണെന്നുമൊക്കെ കേൾക്കാം. എന്തുകൊണ്ടാണ് ഈ വർഷങ്ങളിലെ പിറന്നാളുകൾക്ക് ഇത്ര പ്രാധാന്യം, ഞാൻ അത്ഭുതത്തോടെ ചോയ്-യോട് ആരാഞ്ഞു.

കൊറിയയിൽ 60-ാം പിറന്നാളിനെ Hwangap എന്നാണ് പറയുക. നമുക്ക് ഷഷ്ഠിപൂർത്തി. മുൻപൊക്കെ 60 വയസ്സുവരെ ഒരാൾ ജീവിക്കുന്നത് വലിയൊരു സംഭവമായിരുന്നു. അതുകൊണ്ടുതന്നെ ഈ പിറന്നാൾ വലിയൊരാഘോഷവുമായിരുന്നു. ഇന്ന് വടക്കൻ കൊറിയയിലെ ശരാശരി ആയുർ ദൈർഘ്യം 70 വയസ്സാണ്. 60-ാം വയസ്സിന്റെ പ്രാധാന്യം കുറഞ്ഞുവെങ്കിൽ കൂടി കാലാകാലങ്ങളായി അഭംഗുരം നടന്നുവരുന്ന ഈ ചടങ്ങ് കൊറിയൻ സംസ്കാരത്തിന്റെ അവിഭാജ്യഘടകമാണ്.

ചോയ് ഭർത്താവുമായി പിരിഞ്ഞിരിക്കുകയാണെന്ന് എനിക്കറിയാമായിരുന്നു. അതുകൊണ്ടുതന്നെ അദ്ദേഹവുമായി ബന്ധപ്പെട്ട ചോദ്യങ്ങളൊക്കെ ഞാൻ ഒഴിവാക്കാറാണ് പതിവ്. എന്നാലും ഒരു ദിവസം കൗതുകത്തോടെ അവളോട് ചോദിച്ചു. “ഭർത്താവിനെ എങ്ങനെ കണ്ടുപിടിച്ചു? പ്രേമമായിരുന്നോ?” Dating ഉം, പ്രേമവുമൊന്നും ഉത്തര കൊറിയയിൽ അത്ര പതിവില്ല എന്നാണ് ഞാൻ കേട്ടിരുന്നത്. എന്തിന്, പരസ്യമായ സ്നേഹ പ്രേമ പ്രകടനങ്ങൾപോലും നിഷിദ്ധമാണ്.

“ഞങ്ങൾ ഇരുവരുടേയും, മാതാപിതാക്കൾ തീരുമാനിച്ച വിവാഹമായിരുന്നു ഞങ്ങളുടേത്.” ഞാൻ ശരിക്കുമൊന്നു ഞെട്ടി. നമ്മുടെ നാട്ടിലൊഴിച്ച് ലോകത്ത് എവിടെയെങ്കിലും വിവാഹത്തിന് അത്തരമൊരു രീതി നടപ്പിലുണ്ടെന്ന് ഞാൻ കരുതിയിരുന്നില്ല. ഉത്തര കൊറിയയിൽ ഈ രീതി സാർവ്വത്രികമാണത്രേ. നഗരങ്ങളിൽ സോഷ്യൽ ക്ലബ്ബുകളിൽ യുവ മിഥുനങ്ങൾ ഒത്തുകൂടി ഇണയെ തെരഞ്ഞെടുക്കുന്ന രീതിയും പ്രചാരത്തിലുണ്ട്.

മിക്കവാറും സ്ത്രീകൾ 21 നും, 24 വയസ്സിനും ഇടയിൽ വിവാഹിതരാകും. ഉത്തര കൊറിയയിൽ സ്ത്രീകൾ ഉൾപ്പെടെ എല്ലാവരും ജോലിക്കു പോകണമെന്ന് നിർബ്ബന്ധമാണെങ്കിലും വിവാഹിതരെ ഈ നിയമത്തിൽ നിന്ന് ഒഴിവാക്കിയിട്ടുണ്ട്. പുരുഷന്മാർക്ക് 10 വർഷത്തെ സൈനിക സേവനം നിർബ്ബന്ധമാണ്. 2015 മുതൽ സ്ത്രീകൾക്കും സൈനിക സേവനം നിർബ്ബന്ധമാക്കിയിട്ടുണ്ടെങ്കിലും കാലയളവ് കുറവാണ്. പട്ടാളത്തിൽനിന്നും വിരമിച്ച ശേഷമാണ് കോളേജ് വിദ്യാഭ്യാസം. അതിനിടയിൽ കൊറിയൻ വർക്കേഴ്സ് പാർട്ടിയുടെ ജൂച്ചേ സ്റ്റഡി ക്ലാസുകളിൽ പങ്കെടുക്കുകയും, പാർട്ടി അംഗത്വം ലഭിക്കുക കൂടി ചെയ്താൽ അനുരൂപയായ വധുവിനെ ലഭിക്കാനും വിവാഹം കഴിക്കാനും മറ്റൊരു ക്വാളിഫിക്കേഷനും വേണ്ട. അയാൾ ഏവർക്കും സ്വീകാര്യനായ വരനായി കഴിഞ്ഞു. പക്ഷേ, ഈ സ്ഥിതിയിലെത്താൻ 30 വയസ്സെങ്കിലും ആവുമെന്നു മാത്രം.

വിവാഹം സർക്കാരിന്റെ ഏർപ്പാടാണ്. ഭാര്യാഭർത്താക്കന്മാർ വിപ്ലവ സഖാക്കളാണ് എന്നാണ് പാർട്ടി മതം (Partners are Revolutionary Comrads). വിവാഹ ചടങ്ങുകളുടെ അവിഭാജ്യ ഘടകമാണ് ജീവനുള്ള കോഴികൾ. വിവാഹത്തിനെത്തുന്ന അതിഥികൾ പൂക്കൾ പിടക്കോഴിയുടെ കൊക്കിലും, ചുവന്ന മുളക് പൂവൻ കോഴിയുടെ കൊക്കിലും നിറയ്ക്കും. ചിലയിടങ്ങളിൽ കോഴികളെ നീല, ചുവപ്പ് തുണികൾകൊണ്ടു മൂടി കല്യാണ ചടങ്ങ് നടക്കുന്നതിനടുത്തുതന്നെ സ്ഥാപിക്കും. രീതികൾ ഏതായാലും കോഴികൾ കല്യാണാഘോഷത്തിന്റെ ഭാഗമായി വേദിയിൽത്തന്നെ ഉണ്ടാകുമെന്ന് ഉറപ്പ്. അതിപുരാതനമായ ഈ ഏർപ്പാട്, സോഷ്യലിസം വന്നെങ്കിലും ഇപ്പോഴും ഒരു മാറ്റവുമില്ലാതെ തുടരുന്നു.

വിവാഹശേഷം വധൂവരന്മാർ പൂക്കളും പൂക്കൂടകളുമായി കിം പ്രതിമകൾക്ക് മുന്നിലെത്തി തങ്ങളുടെ ബഹുമാനവും ഭക്തിയും ആദരവും അചഞ്ചലമായ വിശ്വസ്തതയും കൂറുമൊക്കെ താണുവണങ്ങി വെളിപ്പെടുത്തുന്നു. വധൂവരന്മാർ വിവാഹ പിറ്റേന്നുതന്നെ താന്താങ്ങളുടെ ജോലിയിലേക്കു മടങ്ങുന്നു. ഹണിമൂൺ, മധുവിധു തുടങ്ങിയ ഏർപ്പാടുകളൊക്കെ മുതലാളിത്ത സങ്കല്പങ്ങളാണ് എന്നാണ് സോഷ്യലിസ്റ്റ് വടക്കൻ കൊറിയക്കാരുടെ അടിയുറച്ച വിശ്വാസം.

മതമില്ലാത്ത ഉത്തര കൊറിയയിൽ എങ്ങനെയായിരിക്കും മരണാനന്തര ചടങ്ങുകൾ? ആദ്യം മരിച്ചയാളിന്റെ വായ് പച്ചരികൊണ്ടു നിറയ്ക്കും. പരേതന്റെ പരലോകത്തെ ഭക്ഷണമാണിത്. മൃതശരീരം വെള്ള തുണിയിൽ പൊതിഞ്ഞ് ശവപ്പെട്ടിയിൽ വച്ച് മൂന്നു ദിവസം കാത്തിരിക്കും. മരിച്ചയാൾ എങ്ങാനും മടങ്ങിവന്നാലോ! എന്നിട്ടും ഒന്നും സംഭവിക്കുന്നില്ലെങ്കിൽ മരണം ഉറപ്പാക്കി മലയുടെ താഴ്വരകളിലെ സിമിത്തേരിയിൽ അടക്കം ചെയ്യും. Chuseok, എന്ന ഉത്തര കൊറിയയിലെ വിളവെടുപ്പ് ഉത്സവകാലത്ത്, ബന്ധുമിത്രാദികൾ കുഴിമാടങ്ങൾ സന്ദർശിച്ച് പ്രാർത്ഥന നടത്തും. മത ദൈവ വിശ്വാസം ഇല്ല എന്നതൊക്കെ നേര്,

എന്നാലും പിതൃക്കളെ വലിയ പേടിയാണ് കൊറിയക്കാർക്ക്. അവരെ വേണ്ട വിധം ആദരിക്കാതിരുന്നാൽ, കോപത്താൽ അവർ ശിക്ഷിക്കും എന്ന് കൊറിയക്കാർക്ക് ഉറപ്പാണ്. ഇവിടെ മരണവും സർക്കാർ ചെല വിലാണ്. അതിനായി അരിയും മദ്യവുമൊക്കെ ലഭിക്കുകയും ചെയ്യും.

ഉത്തര കൊറിയൻ സാഹിത്യം

പ്രൊപ്പഗാൻഡ കൃതികൾ മാറ്റിനിർത്തിയാൽ വിപുലമായ ഒരു സാഹിത്യ രംഗം ഉത്തര കൊറിയയിലുണ്ടോ? പ്യോങ്‌യാങ്ങിൽ എവിടെ ചെന്നാലും പ്രധാന കടകളിലൊക്കെ, അത് ബുക്ക്ഷോപ്പ് ആവണമെന്നൊന്നുമില്ല, സുവനീർ കടകളിൽ പോലും കൊറിയൻ ഭാഷയിലും വിദേശഭാഷകളിലുമുള്ള ധാരാളം പുസ്തകങ്ങൾ കാണാം. പക്ഷേ, അവയൊക്കെതന്നെ ഒന്നുകിൽ ഭരണാധികാരികളായ കിം കുടുംബത്തിന്റെ കൃതികളോ അവരുടെ ജീവചരിത്രമോ ജൂച്ചേ സാഹിത്യമോ ഒക്കെയാണ്. അല്ലാതെ നോവലോ ചെറുകഥകളോ മറ്റേതെങ്കിലും സാഹിത്യ കൃതികളോ ഇംഗ്ലീഷിലേക്ക് തർജ്ജമ ചെയ്തത് മരുന്നിനെടുക്കാനായെങ്കിലും ഒരെണ്ണംപോലും കണ്ടില്ല. ഇനി ഇത്തരം കൃതികൾ ഉത്തര കൊറിയയിൽ നിന്നും പ്രസിദ്ധീകരിക്കാത്തതാവുമോ? ഉണ്ടെന്നാണ് ചോയ് പറഞ്ഞത്. പക്ഷേ, അവ കൊറിയൻ ഭാഷയിൽ ആണെന്നുമാത്രം.

മറ്റു വിനോദ മാർഗ്ഗങ്ങൾ അധികമൊന്നും ഇല്ലാത്തതുകൊണ്ടാവും വായന ഇപ്പോഴും വലിയൊരു സംഭവമാണ് ഈ രാജ്യത്ത്. എഴുത്തുകാരെ രാജ്യവും ജനങ്ങളും വളരെയധികം സ്നേഹത്തോടും ബഹുമാനത്തോടുമാണ് കരുതുന്നതും. Choson Writers Alliance എഴുത്തുകാരുടെ അതിശക്തമായ സംഘടനയാണ്. അതിൽ അംഗത്വമുള്ളവർക്കു മാത്രമേ ഉത്തര കൊറിയയിൽ കൃതികൾ പ്രസിദ്ധീകരിക്കാൻ അനുവാദമുള്ളൂ. ജൂച്ചേ തത്ത്വസംഹിതയ്ക്കനുസരിച്ച് എന്ത് എങ്ങനെ എഴുതണം തുടങ്ങിയ മാർഗ്ഗനിർദ്ദേശങ്ങൾ അടങ്ങിയ പുസ്തകംപോലും അവർ പ്രസിദ്ധീകരിച്ചിട്ടുണ്ട്.

ഉത്തര കൊറിയൻ യാത്രകഴിഞ്ഞുവന്നതിനുശേഷമാണ് അവിടത്തെ ഒരു സാഹിത്യകാരൻ തൂലികാനാമത്തിൽ എഴുതി, ഇംഗ്ലീഷി

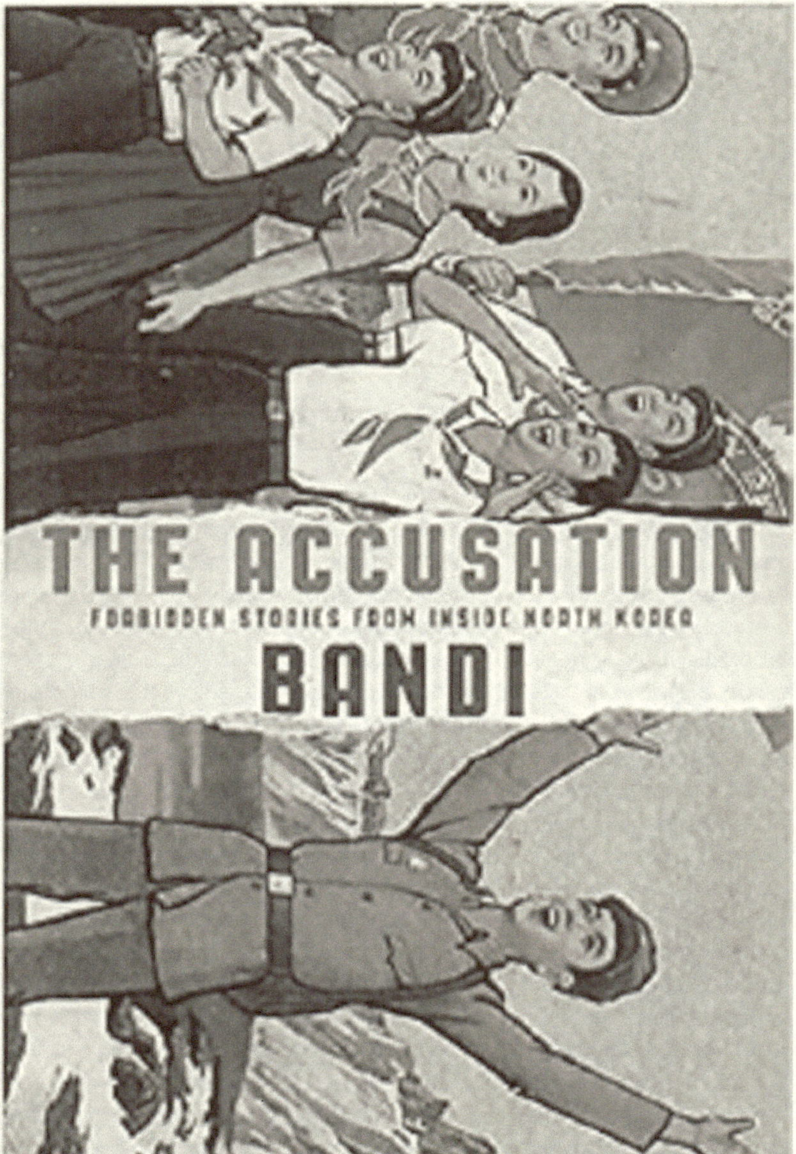

ലേക്ക് വിവർത്തനം ചെയ്തു പ്രസിദ്ധീകരിച്ച ഒരു കൃതി വായിക്കുന്നത്. *The Accusation: Forbidden Stories from Inside North Korea*. ഏഴു ചെറുകഥകളുടെ സമാഹാരമാണിത്. Bandi എന്നാൽ Fire fly, മിന്നാമി

നുങ്ങ്, ഇതാണ് എഴുത്തുകാരന്റെ തൂലികാനാമം. *Deborah Smith* ഇംഗ്ലീഷിലേക്ക് വിവർത്തനം ചെയ്ത് 2017 ലാണിത് പ്രസിദ്ധീകരിക്കുന്നത്.

ഈ പുസ്തകത്തിന്റെ പ്രസിദ്ധീകരണം തന്നെ ഒരു കഥയാണ്. ഉത്തര കൊറിയയിൽ ഞാൻ സഞ്ചരിച്ച വടക്ക് കിഴക്കൻ ഭാഗത്തെ North Hamgyong പ്രവിശ്യയിലാണ് എഴുത്തുകാരനായ ബാൻഡിയുടെ താമസം. എഴുത്തുകാരുടെ സംഘടനയുടെ സെൻട്രൽ കമ്മിറ്റി മെമ്പർ എന്ന ഉന്നത പദവി വഹിക്കുന്നയാൾ. ഉത്തര കൊറിയയിൽ പരക്കെ അറിയപ്പെടുന്ന പ്രശസ്തനായ ഒരു എഴുത്തുകാരനാണ് ശ്രീമാൻ. യഥാർത്ഥത്തിൽ ആരാണ് ഈ എഴുത്തുകാരൻ എന്നത് ഇന്നും അജ്ഞാതം.

കാലം 2012. തെക്കൻ കൊറിയയിലുള്ള Do-hee youn എന്ന മനുഷ്യാവകാശ പ്രവർത്തകന് ഒരു Urgent Call കിട്ടുകയാണ്, ചൈനയിൽ നിന്നും. ഉത്തര കൊറിയയിൽനിന്നും ഒളിച്ചോടിയ ഒരു സ്ത്രീ ചൈന പൊലീസിന്റെ തടങ്കലിലായെന്നും അവരെ തിരിച്ച് ഉത്തര കൊറിയയിലേക്ക് നാടുകടത്താനുള്ള നടപടികൾ തുടങ്ങിക്കഴിഞ്ഞു എന്നും, എങ്ങനേയും അവരെ രക്ഷിക്കണം എന്നുമായിരുന്നു ഫോൺവിളിയുടെ സാരാംശം.

ഇനി ചെയ്യാനുള്ളത്, ഏതെങ്കിലും തരത്തിൽ ചൈനാ പൊലീസിനെ സ്വാധീനിച്ച്, പണമെറിഞ്ഞുതന്നെ, അവരെ രക്ഷപ്പെടുത്തി ദക്ഷിണ കൊറിയയിൽ എത്തിക്കുക എന്നതാണ്. സാധാരണനിലയ്ക്ക് പൊലീസ് വലയിൽപ്പെടുന്നവരുടെ കാര്യം പുറത്തുള്ളവർ അറിയാറില്ല. ഇവിടെ ഭാഗ്യം ആ സ്ത്രീക്ക് അനുകൂലമായിരുന്നു എന്നുമാത്രം.

അവരെ ചൈനയിൽനിന്നും രക്ഷപ്പെടുത്തുന്നതാണ് കഥയുടെ രണ്ടാം ഭാഗം. അവൾ തന്നെ രക്ഷപ്പെടുത്തിയ Do എന്ന ആ മനുഷ്യാവകാശ പ്രവർത്തകനോട് മറ്റൊരു കഥ പറയുകയാണ്. അതായത്, താൻ നാട്ടിൽനിന്നും രക്ഷപ്പെടുന്നതിനുമുൻപ് യാത്ര പറയാനായി ബാൻഡി എന്നറിയപ്പെടുന്ന സാഹിത്യകാരനെ കണ്ടിരുന്നു എന്നും അദ്ദേഹം രഹസ്യമായി എഴുതി സൂക്ഷിച്ചിരുന്ന ഒരു കഥാസമാഹാരത്തിന്റെ കൈയെഴുത്തുപ്രതികൂടി പോകുമ്പോൾ കൂടെ കൊണ്ടുപോകണമെന്ന് അപേക്ഷിക്കുകയും ചെയ്തിരുന്നു എന്ന കാര്യമാണ് അവർ വെളിപ്പെടുത്തിയത്. പക്ഷേ, തനിക്ക് ആ അഭ്യർത്ഥന നിരസിക്കേണ്ടി വന്നു. കാരണം ഏതെങ്കിലും കാരണവശാൽ രാജ്യം വിടുന്ന സമയത്ത് താൻ പിടിക്കപ്പെട്ടാൽ, ഈ കൈയെഴുത്തുപ്രതി അധികാരികളുടെ കൈകളിലെങ്ങാനും എത്തിപ്പെടുകയാണെങ്കിൽ, എഴുത്തുകാരനും കുടുംബവും ഭൂമുഖത്തു നിന്ന് അപ്രത്യക്ഷനാവാൻ അധികം വൈകേണ്ടി വരില്ല എന്നതുറപ്പാണ്.

ഇനി എങ്ങനെ ആ കൈയെഴുത്തു പ്രതി ഉത്തര കൊറിയയ്ക്ക് പുറത്തേക്ക് കടത്തുമെന്ന ചിന്തയിലായി ദോ. അങ്ങനെ അയാൾ ചൈനീസ് പൗരനായ ഒരു കൊറിയക്കാരനെ സഞ്ചാരിയായി വേഷം കെട്ടിച്ച് ഉത്തര കൊറിയയിലേക്ക് അയക്കുകയാണ്. വർഷം 2013. അതീവ രഹസ്യമായി, 743 പേജോളം വരുന്ന നൂലിട്ടു കെട്ടിയ ആ മാനുസ്ക്രിപ്റ്റ്,

പ്രൊപ്പഗാൻഡ പുസ്തകങ്ങൾക്കകത്തുവച്ച് ചൈനയിലേക്ക് കടത്തി അവിടെനിന്നും ദക്ഷിണ കൊറിയയിൽ എത്തിക്കുകയായിരുന്നു. പക്ഷേ, ഇതൊന്നു പ്രസിദ്ധീകരിച്ച് കാണാനുള്ള കടമ്പകൾ ഇനിയും ഏറെയായിരുന്നു. അതിൽ പരമ പ്രധാനം, ഇതെഴുതിയ ആൾ ആരാണെന്ന് ഒരു കാരണവശാലും ലോകത്തെ മറ്റൊരാളും അറിയാൻ ഇടവരരുത് എന്നതായിരുന്നു. അറിഞ്ഞാൽ എഴുത്തുകാരന്റെയും കുടുംബത്തിന്റെയും സർവ്വനാശമായിരിക്കും ഫലം.

എഴുതിയ ആളെ പരസ്യപ്പെടുത്താനാവില്ല എന്ന ഒറ്റക്കാരണം കൊണ്ടുതന്നെ ഇതിന്റെ ആധികാരികത വിശ്വസിക്കാൻ പ്രസിദ്ധീകരണക്കാർ തയ്യാറായില്ല. ഇത് പ്രസിദ്ധീകരിക്കുകയും, പിന്നീട് പറഞ്ഞതെല്ലാം കളവും, ഉത്തര കൊറിയയുടെ പേരിൽ നടന്ന മറ്റൊരു തട്ടിപ്പാണെന്ന് തെളിയുകയും ചെയ്താൽ പ്രസിദ്ധീകരിച്ചവരുടെ വിശ്വാസ്യത തകരും. അതുകൊണ്ടാണ് അത്തരം ഒരു ആത്മഹത്യക്ക് ആരും മുതിരാതിരുന്നത്. അങ്ങനെ ഈ കൃതിയുടെ പ്രസിദ്ധീകരണം സംശയത്തിന്റെ മുൾമുനയിൽ നീണ്ടുനീണ്ടുപോയി. പിന്നീട് നോർത്ത് കൊറിയയിൽനിന്നും കൂറുമാറിയ എഴുത്തുകാർ ഈ കൃതി വായിക്കുകയും അവർക്കുമാത്രം അറിയാവുന്നതും, അവരുടേതുമാത്രമായ പദശൈലികളും വാക്യഘടനയും വ്യക്തമാക്കി കൊടുക്കുകയും ചെയ്ത ശേഷമാണ് ഈ കൃതി അച്ചടിമഷി പുരണ്ടത്. പക്ഷേ, കഷ്ടം എന്നല്ലാതെ എന്തുപറയാൻ, കൊറിയൻ സമൂഹത്തിൽ ഒരു ചെറുചലനം പോലും സൃഷ്ടിക്കാതെ ഈ ചെറുകഥാ സമാഹാരം കടന്നുപോയി. കുറച്ചു കാലത്തിനുശേഷം ഈ കൃതിയുടെ ഫ്രഞ്ച് വിവർത്തനം ഉണ്ടായി. അതിനു ശേഷമാണ് ഈ കൃതിയും സ്രഷ്ടാവും വിശ്വപ്രസിദ്ധിയിലേക്ക് കുതിച്ചുയരുന്നത്.

ഉത്തര കൊറിയയിലെ ജനങ്ങൾ അനുഭവിക്കുന്ന ദുരന്തങ്ങൾ യഥാതഥമായി ഇതിലെ കഥകളിൽ ചിത്രീകരിക്കപ്പെട്ടിരിക്കുന്നു. എല്ലായ്പ്പോഴും സർക്കാരും അവരുടെ ആശ്രിതരായ ഉദ്യോഗസ്ഥ വൃന്ദവുംതന്നെ പ്രതിക്കൂട്ടിൽ.

The Story of Defection ൽ തുടങ്ങുന്ന കഥകൾ The Red Mushroom ൽ അവസാനിക്കുന്നു. ഒരു പൊലീസ് സ്റ്റേറ്റിൽ ഞെരിഞ്ഞമരുന്ന സാധാരണ പൗരന്മാരുടെയും അവരുടെ കുടുംബത്തിന്റെയും യാതനകളാണ് ഓരോ കഥയിലേയും പ്രമേയം. ഉത്തര കൊറിയയുടെ മാത്രം പീഡന മുറകളായ Songbun, Inminban തുടങ്ങിയവയൊക്കെ ഈ കഥകളിൽ കറുപ്പും വെളുപ്പുമായി കോറിയിട്ടിരിക്കുന്നു. രണ്ടു പതിറ്റാണ്ടു മുമ്പത്തെ ഉത്തര കൊറിയ എന്താണ് എങ്ങനെയായിരുന്നു എന്നറിയാൻ ഈ വായന കുറച്ചൊന്നുമല്ല നമ്മളെ സഹായിക്കുന്നത്.

ഇനി ഇപ്പോൾ ആരെങ്കിലും ഈ രാജ്യത്തു പോകുകയാണെങ്കിൽ തീർച്ചയായും ഈ പുസ്തകം ഒന്നു വായിച്ചിരിക്കണം. അവിടെ വന്ന മാറ്റങ്ങൾ ഉറപ്പായും നിങ്ങളെ അത്ഭുതപ്പെടുത്തും.

വടക്കു കിഴക്കൻ ഉത്തര കൊറിയയിലേക്ക്

ഒരു സാധാരണ സഞ്ചാരിയുടെ ഉത്തര കൊറിയൻ യാത്ര നാലോ അഞ്ചോ നാളുകളിൽ ഒതുങ്ങും. പ്യോങ്യാങ് നഗരവും പരിസരവും, DMZ എന്ന De Militarized Zone-ഉം അതിനടുത്തുള്ള കെയ്സോങ് നഗരവും കണ്ടുകഴിയുമ്പോൾതന്നെ നാലഞ്ചു ദിവസമാകും.

ഇതല്ലാതെ ഉത്തര കൊറിയയുടെ മറ്റു ഭാഗങ്ങളിലേക്ക് പോകാനുള്ള താല്പര്യമുണ്ടെങ്കിൽപ്പോലും അതിനുള്ള അനുവാദം വിദേശികൾക്ക് പലപ്പോഴും ലഭിക്കാറുമില്ല. അതുകൊണ്ടുതന്നെ ഒരു സഞ്ചാരി താൻ ഉത്തര കൊറിയ കണ്ടു എന്നുപറയുന്നത് തലസ്ഥാനവും പരിസരവും പിന്നെ ദക്ഷിണ കൊറിയയുമായി അതിർത്തി പങ്കിടുന്ന DMZ-ഉം മാത്രം കണ്ടിട്ടാണ്. അതായത് ഒരാൾ കേരളം കണ്ടിട്ട് ഞാൻ ഇന്ത്യ കണ്ടു എന്നു പറയുന്നതുപോലെ.

എന്നാൽ അപൂർവ്വമായെങ്കിലും വിദേശ ടൂറിസ്റ്റുകൾക്ക് പോകാൻ അനുവാദം ലഭിക്കുന്ന സ്ഥലങ്ങളിൽ ഒന്നാണ് North Hamgyong പ്രവിശ്യ ഉൾപ്പെടുന്ന വടക്കുകിഴക്കൻ പ്രദേശങ്ങൾ. റഷ്യ, ഉത്തര കൊറിയയുമായി 18 കിലോമീറ്റർ നീളമുള്ള അതിർത്തി പങ്കിടുന്നത് ഇവിടെയാണ്.

മറ്റൊരു പ്രത്യേകതയുംകൂടി ഈ ഭാഗത്തിനുണ്ട്. വിദേശ രാജ്യങ്ങളിൽ, പ്രത്യേകിച്ചും പാശ്ചാത്യ രാജ്യങ്ങളിൽ ഒരു പക്ഷേ, പ്യോങ്യാങ് എന്ന് തലസ്ഥാനം കഴിഞ്ഞാൽ ഏറ്റവും അധികം വാർത്തകളിൽ നിറഞ്ഞുനിന്ന സ്ഥലവും ഇതായിരിക്കും. ഇതിന്റെ കാരണം ഉത്തര കൊറിയയിൽനിന്നും കൂറുമാറിയ അല്ലെങ്കിൽ പലായനം ചെയ്ത ഭൂരിപക്ഷം പേരും ഈ പ്രദേശത്തുനിന്നുള്ളവരായിരുന്നു എന്നതാണ്. ഈ രാജ്യത്ത് അവരനുഭവിച്ച കൊടിയ യാതനകളും പീഡനങ്ങളും അവ

സാനം അവരുടെ രക്ഷപ്പെടലിന്റെ കഥകളുമൊക്കെ പാശ്ചാത്യ ലോകത്ത് വാർത്താപ്രാധാന്യമുള്ളതാണ്. അവർ പറഞ്ഞ അനുഭവ കഥകളുടെ വെളിച്ചത്തിലാണ് ഉത്തര കൊറിയയിൽ എന്താണ് നടക്കുന്നതെന്ന് ലോകം തിരിച്ചറിയുന്നത്. ഇതല്ലാതെ ഇത്രയും രഹസ്യാത്മകമായ (Secretive) ഈ രാജ്യത്തിനകത്ത് എന്താണ് നടക്കുന്നതെന്നറിയാൻ മറ്റു മാർഗ്ഗങ്ങൾ യാതൊന്നുമില്ല.

എന്തുകൊണ്ടാണ് ഉത്തര കൊറിയയുടെ വടക്കുകിഴക്കു ഭാഗത്തുള്ളവർക്കുമാത്രം ഈ രാജ്യത്തുനിന്നും രക്ഷപ്പെടാനാകുന്നു? അത് പ്രധാനമായും ഈ പ്രദേശത്തിന്റെ ഭൂമിശാസ്ത്രപരമായ ചില പ്രത്യേകതകൾ കൊണ്ടാണ്. ഈ രാജ്യത്തുനിന്നും കൂറുമാറി രക്ഷപ്പെടുന്ന എല്ലാവരുടെയും അവസാന ലക്ഷ്യവും ആശ്രയവും ദക്ഷിണ കൊറിയയാണ്. അവിടെ എത്തിപ്പെടാനുള്ള ഏറ്റവും ലളിതവും ഋജുവുമായ മാർഗ്ഗം ചൈനയിലേക്ക് ഒളിച്ചു കടക്കുകയും അവിടെനിന്നും ദക്ഷിണ കൊറിയയിൽ എത്തുക എന്നതുമാണ്.

ചൈനയും ഉത്തര കൊറിയയുമായുള്ള മുക്കാൽ ഭാഗം അതിർത്തിയും, ഏകദേശം 1400 കിലോമീറ്റർ വരും. ഇത്, യാലു നദിയാണ്. നമ്മുടെ ഗംഗയ്ക്ക് സമാനമായ പടുകൂറ്റൻ നദിയാണിത്. അതിർത്തിയിലുള്ള പട്ടാളത്തിന്റെ കണ്ണുവെട്ടിച്ച് ഈ നദി മുറിച്ചുകടന്ന് ചൈനയിലേക്ക് രക്ഷപ്പെടുന്നത് പ്രായോഗികമല്ല. പിടിക്കാനോ മുങ്ങിമരിക്കാനോ ഉള്ള സാദ്ധ്യത തുല്യമാണ്.

എന്നാൽ ഉത്തര കൊറിയയുടെ വടക്കുകിഴക്കൻ ഭാഗത്തുമാത്രം ചൈനീസ് അതിർത്തിയിൽ യാലു നദിയല്ല, ഒരു ചെറിയ നദിയായ തുമെൻ ആണ്. വീതിയും ആഴവും കുറഞ്ഞ ഒരു ചെറു നദിയാണിത്. ചിലയിടത്തെങ്കിലും നടന്നും വലിഞ്ഞൊന്നു നീന്തിയും മറുകരയായ ചൈനയിൽ എത്താനാവും. ശൈത്യകാലത്തെ കൊടും തണുപ്പിൽ ഈ നദി മഞ്ഞുറഞ്ഞ് കട്ടിയായിപ്പോകും. ആ സമയത്ത് വേണമെങ്കിൽ നടന്നു തന്നെ മറുകര പൂകാം. മറ്റൊരു പ്രധാനകാരണം, യാത്രാസൗകര്യങ്ങളുടെ അപര്യാപ്തതമൂലം ഉത്തര കൊറിയൻ സർക്കാരിന് വടക്ക് കിഴക്കൻ ഭാഗങ്ങളിൽ നിയന്ത്രണം പൊതുവിൽ കുറവാണ്. അത് ഈ ഭാഗത്തെ ചൈന അതിർത്തിയിലെ പേരിനുമാത്രമുള്ള പട്ടാള, പൊലീസ് പട്രോളിങ്ങിലും പ്രതിഫലിക്കും. ഈ 21-ാം നൂറ്റാണ്ടിൽ പോലും നേരത്തെ എഴുതിയതുപോലെ പെട്ടെന്നൊന്നും ഇവിടെ എത്തിപ്പെടാനാവില്ല അപ്പോൾ ഒന്നു രണ്ടു പതിറ്റാണ്ടുമുമ്പത്തെ സ്ഥിതി ഊഹിക്കാമല്ലോ.

ഇതുകൊണ്ടൊക്കെ, ഈ രാജ്യത്തുനിന്നും രക്ഷപ്പെടാൻ ശ്രമിക്കുന്നവർക്ക് കാര്യങ്ങൾ പ്രായേണ എളുപ്പമാണിവിടെ. ഒരു കാര്യത്തിൽ മാത്രമേ അതീവശ്രദ്ധ ആവശ്യമുള്ളൂ. അത് ചൈനയിലെത്തിയാൽ, ചൈനീസ് പൊലീസിന്റെ കൈയിൽ പെടാതെ സൂക്ഷിക്കണം എന്നതു മാത്രമാണ്.

വടക്കൻ കൊറിയയുടെ നോർത്ത് ഹാംഗ്യോങ് പ്രോവിൻസിന് മറു

വശത്തുള്ള ചൈനീസ് ഭാഗം യാൻബിയാൻ കൊറിയൻ സ്വയംഭരണാവകാശ പ്രദേശമാണ് (പ്രിഫാക്ചർ). ചൈനയുടെ പൗരന്മാരായ വടക്കൻ കൊറിയ വംശജരാണിവിടത്തെ ഭൂരിപക്ഷം. ഏകദേശം 20 ലക്ഷത്തോളം പേരുണ്ട് അവർ. അതിർത്തി കടന്നുവരുന്നവർക്ക് സ്വന്തം ഭാഷ സംസാരിക്കുന്ന സ്വന്തം വംശജർ വലിയൊരാശ്വാസവും അഭയവുമാണ്. പക്ഷേ, രക്ഷപ്പെട്ടുവരുന്നവർക്ക് ചൈനയിൽ അവരോടൊപ്പം തങ്ങാനാവില്ല, അതിനനുവദിക്കുകയുമില്ല. അത്തരം ഒരു നീക്കം തീകൊണ്ട് തല ചൊറിയലാണെന്ന് കൊറിയൻ വംശജർക്ക് നന്നായറിയാം. അവരുടെ നിലനില്പുപോലും അപകടത്തിലാക്കുന്ന കാര്യം. അതുകൊണ്ട് കൂറുമാറ്റക്കാരെ എങ്ങനെയെങ്കിലും ദക്ഷിണ കൊറിയയിൽ എത്തിക്കുക എന്നതാണ് അവരുടെ ആത്യന്തിക ലക്ഷ്യം. ഇതിന് ആളും അർത്ഥവും നല്കി സഹായിക്കാൻ ധാരാളം വിദേശ കൊറിയൻ സന്നദ്ധ സംഘടനകളും സദാ തയ്യാറാണ്.

ഉത്തര കൊറിയ വിടുന്നവർ കഷ്ടകാലത്തിന് ചൈനീസ് പൊലീസിന്റേയോ അതിർത്തി കാവൽ സേനയുടെയോ പിടിയിലകപ്പെട്ടാൽ നാട്ടിലേക്ക് തിരിച്ചയക്കപ്പെടും എന്നത് ഉറപ്പ്. കാരണം ചൈനയും ഉത്തര കൊറിയയും തമ്മിൽ നിലനില്ക്കുന്ന ഗാഢ സൗഹൃദത്തിന് ഉലച്ചിൽ തട്ടുന്ന ഒന്നും ചൈനാ സർക്കാർ ചെയ്യില്ല, ചെയ്യാൻ മുതിരില്ല. നാട്ടിൽ തിരിച്ചെത്തുന്ന കൂറുമാറ്റക്കാരന് മിക്കവാറും ഭൂമുഖത്തുനിന്ന് അപ്രത്യക്ഷനാവാനായിരിക്കും നിയോഗം. ഈ പ്രതിബന്ധങ്ങളൊക്കെ തരണം ചെയ്ത് ദക്ഷിണ കൊറിയയിൽ എത്തിയാൽ രാജകീയ സ്വീകരണമാണവിടെ. അക്ഷരാർത്ഥത്തിൽ ഒരു Red Carpet Welcome.

മറ്റു വികസ്വര രാജ്യങ്ങളുമായി താരതമ്യപ്പെടുത്തുമ്പോൾ, സാമൂഹ്യാവസ്ഥയുടെ കാര്യത്തിൽ താഴ്ന്ന നിലവാരമുള്ള ഉത്തര കൊറിയൻ സ്റ്റാൻഡേർഡ് എങ്കിലും എത്തണമെങ്കിൽ ഈ വടക്കു കിഴക്കൻ പ്രേദേശങ്ങൾ ഇനിയും ഒരു 15 കൊല്ലം മുന്നോട്ടു പോകണം. അത്ര പരിതാപകരമാണ് ഇവിടെ കാര്യങ്ങൾ. പലരും പറയുന്നത് രണ്ടു ദശകം മുമ്പ് പ്യോങ്യാങ്ങും പരിസരവും ഇതുപോലെയായിരുന്നു എന്നാണ്. നമ്മളിവിടെ കാണുന്ന പട്ടണങ്ങളിലും ഗ്രാമങ്ങളിലും ആളനക്കം അപൂർവ്വം. പ്രേതഭൂമിപോലെ കിടക്കുന്ന വിശാലമായ നഗര ചത്വരങ്ങൾ. വല്ലപ്പോഴും പോകുന്ന ഒരു ബസോ, പട്ടാള ട്രക്കോ ആണ് ആകെയുള്ള മോട്ടോർ വാഹനങ്ങൾ. ബാക്കി അത്യാവശ്യത്തിനുമാത്രം കാണുന്നതൊക്കെ സൈക്കിളുകളും കാളവണ്ടികളും മാത്രം. അത്ഭുതപ്പെടുത്തുന്ന അമ്പരപ്പിക്കുന്ന നിശ്ശബ്ദതയാണെങ്ങും. വല്ലപ്പോഴും കാണുന്ന മനുഷ്യരാകട്ടെ നമ്മളെ സംശയദൃഷ്ടിയോടെ ഒന്നു നോക്കിയിട്ട് തിരക്കിട്ട് നടന്നു നീങ്ങുന്നു. യഥാർത്ഥ ഉത്തര കൊറിയ ഇതാണല്ലേ? മറുപടി അതേ എന്നുതന്നെ.

നോർത്ത് ഹാംഗ്യോങ് പ്രവിശ്യയിലെ പ്രധാന നഗരം ചോങ്ജിൻ ആണ്. രാജ്യതലസ്ഥാനത്തിനും ഏതാനും പ്രധാന നഗരങ്ങൾക്കും പുറ

ത്തുള്ള റോഡുകളുടെ സ്ഥിതി ദയനീയമാണ്. പ്യോങ്യാങ്ങിൽനിന്ന് വെറും 775 കിലോമീറ്റർ മാത്രം അകലെ കിടക്കുന്ന ഈ സ്ഥലത്ത് റോഡുവഴിയെത്താൻ മൂന്നു ദിവസം വേണം.

തലസ്ഥാനത്തുനിന്നും റഷ്യൻ നഗരമായ വ്ളാഡിവോസ്റ്റോക്, നഗരത്തിലേക്കുള്ള അന്തർദ്ദേശീയ ട്രെയിനും ചോങ്ജിൻ വഴിയാണ് പോകുന്നത്. അതിലെ യാത്രയും അത്ര മികവുറ്റതാണെന്നൊന്നും പറയാനില്ല. ഈ രാജ്യത്ത് ഇന്ധനക്ഷാമം അതിരൂക്ഷമാണ്. പെട്രോളും ഡീസലുമൊക്കെ ഭീമമായ വിലയ്ക്ക് ചൈനയിൽനിന്നും ഇറക്കുമതി ചെയ്യുകയാണ്. പിന്നെ ആകെയുള്ള ആശ്രയം വൈദ്യുതിയാണ്. അതിന്റെ സ്ഥിതിയും അത്ര ശുഭകരമല്ലെങ്കിൽക്കൂടി തമ്മിൽ ഭേദമാണ്. ട്രെയിനുകളൊക്കെ ഇലക്ട്രിസിറ്റി കൊണ്ടാണ് ഓടുന്നത്. വൈദ്യുതി ഇടയ്ക്കിടെ നിലയ്ക്കുമ്പോൾ ട്രെയിൻ യാത്ര സ്തംഭിക്കുകയും ചെയ്യും. എന്നാൽ പോലും ഒരു 30 മണിക്കൂർകൊണ്ട് ഇവിടെ എത്താം എന്നത് വലിയൊരാശ്വാസമാണ്.

വിമാന സഞ്ചാരമാണ് ഇവിടെ എത്താനുള്ള ഏറ്റവും എളുപ്പവും നല്ലതുമായ മാർഗ്ഗം. ദേശീയ വിമാന കമ്പനിയായ എയർ കൊറ്യോ പ്യോങ് യാങ്ങിൽനിന്ന് ചോങ്ജിൻ-ന് അടുത്തുള്ള ഒറാങ് എയർപോർട്ടിലേക്ക് ആഴ്ചയിൽ രണ്ടു ദിവസം വിമാന സർവ്വീസ് നടത്തുന്നുണ്ട്. ലോക പ്രശസ്ത Airline Rating Agency ആയ Skytrax ലോകത്തിലെ 681 വിമാന കമ്പനികളെ സുരക്ഷയുടെയും പ്രവർത്തന മികവിന്റെയും അടിസ്ഥാനത്തിൽ റാങ്ക് ചെയ്തിട്ടുണ്ട്. അതിലെ ഏറ്റവും താഴ്ന്ന ഒറ്റ സ്റ്റാർ മാത്രം ലഭിച്ചിട്ടുള്ള ഒരേയൊരു വിമാനകമ്പനിയെ ലോകത്തുള്ളൂ. അത് ഉത്തര കൊറിയയുടെ എയർ കൊറ്യോ ആണ്. അത്രയ്ക്കും മോശം എയർ ലൈൻ ആണോ ഇത്?

ഈ വസ്തുതകളൊക്കെ മറ്റു വിദേശ സഞ്ചാരികളെപ്പോലെ എന്നേയും വല്ലാതെ അസ്വസ്ഥനാക്കുന്നുണ്ട്. എന്നാലും, ഈ രാജ്യത്തെ ആഭ്യന്തര വിമാന സർവ്വീസിൽ കയറാനുള്ള അസുലഭാവസരവും ഭാഗ്യവുമാണ് എനിക്ക് കൈവന്നിരിക്കുന്നതെന്ന സന്തോഷവും മനസ്സിലുണ്ട്. ഒരു വിദേശിക്ക് നൂറു ശതമാനവും അസാദ്ധ്യമായ ഒരു കാര്യമാണിത്. ചൈനക്കാർ ഒഴിച്ചുള്ള മറ്റു വിദേശികളെ ഈ ഭാഗത്തേക്ക് വരാനേ സർക്കാർ അനുവദിക്കില്ല, പിന്നെയല്ലേ വിമാനത്തിൽ കയറൽ.

പ്യോങ്യാങ്ങിൽനിന്നും 30 കിലോ മീറ്റർ അകലെയാണ് സുനൻ പ്രദേശത്തുള്ള വിമാനത്താവളം. നഗരത്തിൽനിന്നും അവിടെയെത്താൻ ഇവിടത്തെ ട്രാഫിക്കിൽ അരമണിക്കൂർ ധാരാളമാണ്. ഞങ്ങൾ ഏതാനും വിദേശികൾ മാത്രമേ ചെക്ക് ഇൻ ചെയ്യാനായിട്ടുള്ളൂ. ഈ നാട്ടിലെ ഹോട്ടലിലും റസ്റ്റോറന്റിലും എന്തിന് നാലാൾ കൂടുന്നിടത്തൊക്കെ ഉള്ള പെട്ടിക്കടകൾ അഭ്യന്തര ടെർമിനലിലും ഉണ്ട്. അവിടെ അത്യാവശ്യം സ്നാക്സും കൂൾ ഡ്രിങ്ക്സും ബീർ-ഒക്കെ കിട്ടും. കൂട്ടത്തിൽ ധാരാളം പുസ്തകങ്ങളും വില്പനയ്ക്കുണ്ടാകും. പ്രചാരണ സാഹിത്യംതന്നെ

ഭൂരിഭാഗവും. ഇംഗ്ലീഷിൽ മാത്രമല്ല, റഷ്യൻ ചൈനീസ് ജർമ്മൻ ഭാഷകളിലും ഇവയൊക്കെ ലഭ്യമാണ്. കെട്ടിപ്പെറുക്കി കൊണ്ടുപോകാനാവുമെങ്കിൽ എന്തിന് കുറയ്ക്കണം. സഖാവ് കിം-ന്റെ *Collected Works* എന്ന എൻസൈക്ലോപീഡിയ ബ്രിട്ടാണിക്കാ സൈസിലുള്ള, അനേക വാള്യങ്ങൾ വ്യാപിച്ചു കിടക്കുന്ന മഹത്തായ കൃതിതന്നെ വാങ്ങാം. ഒരു ജന്മംകൊണ്ട് വായിച്ചു തീരില്ല എങ്കിൽക്കൂടി, ഈ കൃതി ഈ വീടിന്റെ ഐശ്വര്യം എന്നുപറഞ്ഞ് ചന്തമായി അലമാരയിൽ നിരത്തി വയ്ക്കാം.

എന്റെ ഗൈഡുകളായ ചോയ്-യും, പാർക്കും എന്നോടൊപ്പം എയർ പോർട്ടിലേക്ക്, എന്നെ യാത്രയയ്ക്കാനായി വന്നിരുന്നു. അവർ തന്നെ യാത്രാ ഫോർമാലിറ്റീസ് പൂർത്തിയാക്കി ബോർഡിങ് പാസ് എന്റെ കൈവശം കൊണ്ടുതന്ന് യാത്രപറഞ്ഞു പിരിഞ്ഞു.

ഞങ്ങൾ വിമാനത്താവളത്തിൽ എത്തുമ്പോൾ, ടർമാക്കിൽ എയർ ചൈനയുടെ ഒരു കൂറ്റൻ ബോയിങ് 747 വിമാനം കിടക്കുന്നു. അതിലേക്ക് ടർമാക്കിൽ ഒരു ചുവന്ന പരവതാനി വിരിച്ചിട്ടുമുണ്ട്. ഒരു ബാൻഡു സംഘവും, കൊറിയൻ ദേശീയ വസ്ത്രമണിഞ്ഞ കുറെയേറെ സ്ത്രീകളും സൂട്ടിട്ട പുരുഷന്മാരും ചൈനയുടെയും ഉത്തര കൊറിയയുടെയും പതാകകളുമേന്തി കാത്തുനില്ക്കുന്നുമുണ്ട്. ചോയ് പറഞ്ഞു തന്നു, രാജ്യത്തിന്റെ 70-ാം സ്വാതന്ത്ര്യദിനാഘോഷങ്ങളിൽ പങ്കെടുക്കാനെത്തിയ ചൈനീസ് സംഘം മടങ്ങുകയാണെന്നും അവർക്കുള്ള ആചാരപരമായ യാത്രയയപ്പാണിതെന്നും.

ഞങ്ങൾ ഏതാനും വിദേശികൾ ഇതൊക്കെ സാകൂതം വീക്ഷിച്ചു കൊണ്ട് ടെർമിനലിലുണ്ട്. അല്പം അകലെ മാറി ഏതാനും പട്ടാളക്കാരും. ഞങ്ങൾ യഥേഷ്ടം യാത്രയയപ്പ് ചടങ്ങിന്റെ ഫോട്ടോകളൊക്കെ എടുക്കുന്നുണ്ട്. ആരും തടയുന്നൊന്നുമില്ല. ഒരുതരം വിലക്കുകളുമില്ല. ഞങ്ങൾക്ക് അത്ഭുതം തോന്നി, കാരണം നമ്മുടെ വിമാനത്താവളങ്ങളിൽപ്പോലും ഞങ്ങൾ കാണിക്കുന്ന സ്വാതന്ത്ര്യം ഒരു കാരണവശാലും അനുവദിച്ചുതരില്ല എന്നതുറപ്പാണ്. പലപ്പോഴും, പലയിടത്തുംവച്ച് തോന്നിയിട്ടുണ്ട്, വലിയൊരു വൈരുദ്ധ്യം (Contradiction) ആണ് ഉത്തര കൊറിയ.

യഥാർത്ഥത്തിൽ സ്വാതന്ത്ര്യദിനാഘോഷങ്ങളിൽ ചൈനീസ് പ്രസിഡന്റ് ആയിരുന്നുവത്രേ മുഖ്യാതിഥി ആവേണ്ടിയിരുന്നത്. ചില അസൗകര്യങ്ങൾ നിമിത്തം അദ്ദേഹത്തിന് പങ്കെടുക്കാനായില്ല. അദ്ദേഹത്തിന്റെ അഭാവത്തിൽ അദ്ദേഹത്തിന്റെ പ്രതിപുരുഷനാണ് വിശിഷ്ടാതിഥിയായി എത്തിയത്. അദ്ദേഹം വന്ന് വിമാനത്തിൽ കയറി പുറപ്പെടുന്നതുവരെ ചടങ്ങുകൾ നീണ്ടു. വിമാനം നീങ്ങി ഏതാനും നിമിഷങ്ങൾക്കകം അദ്ദേഹത്തിന് യാത്രയയപ്പ് നല്കാൻ തടിച്ചുകൂടിനിന്ന ജനങ്ങളും പട്ടാളക്കാരും ബാൻഡുമേളക്കാരുമൊക്കെ എങ്ങോട്ടെന്നറിയാതെ അപ്രത്യക്ഷരായി.

ഞങ്ങൾക്കു പോകുവാനുള്ള സമയമായി. പതിവുപോലെ സെക്യൂ

രിറ്റി പരിശോധന തുടങ്ങിയ സംഭവങ്ങൾ എല്ലായിടത്തും ഉള്ളതുപോലെ തന്നെ. ഇവിടെ ഈ ജോലികളൊക്കെ പൂർണ്ണമായും സ്ത്രീകളുടെ ഉത്തരവാദിത്വമാണ്. ഞങ്ങൾക്കു പോകുവാനുള്ള വിമാനം ടർമാക്കിൽ വന്നു നിന്നു. ഇല്യൂഷൻ 18 എന്ന സോവിയറ്റ് നിർമ്മിത ടർബോ പ്രോപ് വിമാനം. 1957 കാലഘട്ടത്തിൽ നിർമ്മിച്ച ഇത്തരം വിമാനങ്ങൾ പല സോവിയറ്റ് ചേരി രാജ്യങ്ങളിലും ധാരാളമായി ഉപയോഗിച്ചിരുന്നു. കാലക്രമത്തിൽ ബോയിങ് എയർബസ് വിമാനങ്ങളുടെ വരവോടെ ഇവയൊക്കെ കാലയവനികയ്ക്കുള്ളിൽ മറഞ്ഞു. വിക്കിപീഡിയ പോലും പറയുന്നത് ലോകത്ത് ഒരു സ്ഥലത്തും ഒരു വിമാനകമ്പനിയും ഇല്യൂഷൻ വിമാനങ്ങൾ ഉപയോഗിക്കുന്നില്ല എന്നാണ്. എന്തിന്, റഷ്യൻ വിമാന കമ്പനിയായ എറോഫ്ളോട്ട് പോലും അവർതന്നെ നിർമ്മിച്ച വിമാനങ്ങൾ ഉപയോഗിക്കുന്നില്ല, പിന്നല്ലെ മറ്റു രാജ്യങ്ങൾ. പക്ഷേ, ഉത്തര കൊറിയയുടെ സ്ഥിതി വ്യത്യസ്തമാണ്. പടിഞ്ഞാറൻ ലോകത്തിന്റെ സാമ്പത്തിക ഉപരോധം മൂലം അവർക്ക് ആധുനിക വിമാനങ്ങൾ വാങ്ങാൻ നിർവ്വാഹമില്ല. അപ്പോൾ ഇത്തരം പഴയ സോവിയറ്റ് വിമാനങ്ങൾകൊണ്ട് തൃപ്തിപ്പെടുകയേ നിവൃത്തിയുള്ളൂ.

ഡൊമസ്റ്റിക് ടെർമിനലിൽ വിമാനത്തിലേക്ക് നേരിട്ട് പ്രവേശിക്കാനുള്ള എയ്റോ ബ്രിഡ്ജ് സംവിധാനമൊന്നുമില്ല. ഞങ്ങൾ ടർമാക്കിലൂടെ നടന്നു ചെന്നാണ് വിമാനത്തിൽ കയറിയത്. 210 പേർക്ക് സഞ്ചരിക്കാവുന്ന സാമാന്യം വലിയൊരു വിമാനമാണ് ഇല്യൂഷൻ 18. വിമാനത്തിന്റെ ഉൾവശം മൂന്നു ഭാഗങ്ങളായി തിരിച്ചിരിക്കുന്നു. സീറ്റ് സംവിധാനം 23 എന്നക്രമത്തിലാണ്. ഒരു നിരയിൽ 5 സീറ്റുകൾ മാത്രം. ജനാലകൾക്ക് ഷട്ടർ ഇല്ല. പകരം കർട്ടൻ ഇട്ടിരിക്കുകയാണ്. എയർ കൊറ്യോയുടെ എയർ ഹോസ്റ്റസുമാർ കറുത്ത ഫ്രോക്ക് അണിഞ്ഞ് കറുത്ത തൊപ്പിയും വച്ചിരിക്കുന്ന സുരസുന്ദരിമാരാണ്. എന്റെ സീറ്റ് ഏറ്റവും മുന്നിലെ 3 ഇ ആണ്. കൈയിൽകൊണ്ടുനടക്കുന്ന ക്യാബിൻ ബാഗേജ് വയ്ക്കാൻ മുകളിൽ സ്ഥലമുണ്ട്. പക്ഷേ, നമ്മുടെ ട്രാൻസ്പോർട്ട് ബസിലെപോലെ തുറന്നു കിടക്കുകയാണെന്നുമാത്രം. അടച്ചുറപ്പിനുള്ള സംവിധാനമൊന്നുമില്ല. വിമാനത്തിന്റെ അകവശവും അവിടെ നിന്നുള്ള പുറം കാഴ്ചകളും ഫോട്ടോ എടുക്കാൻ പാടില്ല എന്നാണ്. എന്നാലും ഈ കൗതുക കാഴ്ചകൾ കണ്ണിൽ മാത്രം ഒതുക്കാൻ ഞാൻ ഉൾപ്പെടെയുള്ള വിദേശികൾക്കായില്ല എന്നതു സത്യമാണ്. ഫോട്ടോ എടുക്കുന്നതുകാണുമ്പോൾ എയർ ഹോസ്റ്റസുമാർ ചിരിച്ചുകൊണ്ട് വിലക്കും, മുഖം തിരിക്കും. അത്ര തന്നെ. ഞങ്ങളുടെ ഫോട്ടോ സെഷൻ നിർബ്ബാധം തുടരുകയും ചെയ്യും. ഞങ്ങൾ ഏതാനും പേർ ഒഴികെ യാത്രക്കാർ മുഴുവനും നാട്ടുകാരാണ്. വിദേശികളായതുകൊണ്ടാവും ഞങ്ങളെയാണ് ആദ്യം വിമാനത്തിൽ കയറാൻ അനുവദിച്ചത്. അരമണിക്കൂറിനുള്ളിൽ യാത്രക്കാർ നിറഞ്ഞുകഴിഞ്ഞു. വിമാനത്തിന്റെ പ്രൊപ്പെല്ലർ പതുക്കെ കറങ്ങാൻ തുടങ്ങി. സെക്യൂരിറ്റി സുരക്ഷാ സംവിധാനങ്ങളുടെ വിവരണം നടക്കുമ്പോൾതന്നെ

വലിയ പക്ഷി പതുക്കെ ഓടി അനായാസം ചിറകടിച്ച് ആകാശത്തിലേക്ക് ഉയർന്നു. Take Off ൽ എയർ ബസിലോ, ബോയിങ്ങിലോ ഉണ്ടാകുന്ന നേർത്ത കുലുക്കം പോലുമില്ല. സൗമ്യതയോടെയുള്ള സമ്പൂർണ്ണമായ പറന്നുയരൽ (Really Smooth and Perfect Take Off). എയർ കൊറ്യോ -യുടെ പൈലറ്റുമാർ മിടുമിടുക്കരാണെന്ന് പറഞ്ഞു കേട്ടിട്ടുണ്ട്. ഇപ്പോൾ നേരിട്ട് അനുഭവിക്കുകയും ചെയ്തു. ഇത്തരം വിമാനങ്ങൾ പറത്തണമെങ്കിൽ അസാമാന്യ പാടവം നിശ്ചയമായും വേണം. കാരണം, ആധുനിക പാശ്ചാത്യ വിമാനങ്ങൾ കമ്പ്യൂട്ടർ സഹായത്തോടെയാണ് പറക്കുന്നത്. പൈലറ്റിന്റെ പ്രാഗത്ഭ്യം അത്യപൂർവ്വം അവസരങ്ങളിൽ മാത്രമേ ആവശ്യമുള്ളൂ. ഇല്യൂഷൻ പോലുള്ള പഴയ വിമാനങ്ങളാകട്ടെ നൂറു ശതമാനവും പൈലറ്റിന്റെ നിയന്ത്രണത്തിൽ മാത്രമാണ് പറക്കുന്നത്. അതാണ് വ്യത്യാസം.

ഞാൻ താഴേക്ക് നോക്കി ഇരിക്കുകയാണ്. കുറച്ചു കഴിഞ്ഞ് മേഘം വന്ന് കാഴ്ചകൾ മറച്ചു. സങ്കടം തോന്നി. വിമാനത്തിലെ ഓരോ ക്യാബിനിലും രണ്ട് ഫ്‌ളൈറ്റ് അറ്റൻഡന്റ് വീതമുണ്ട്. നേരിയ തണുപ്പുള്ളത്, A/C പ്രവർത്തിച്ചിട്ടാണോ അതോ ഉയരത്തിലെത്തിയതുകൊണ്ടാണോ എന്ന് കൃത്യമായി പറയാനാവുന്നില്ല. പ്രൊപ്പല്ലർ കറങ്ങുന്ന ശബ്ദം അകത്ത് ലേശം അസ്വസ്ഥത സൃഷ്ടിക്കുന്നമട്ടിൽതന്നെ കേൾക്കാം. വിമാനത്തിന്റെ പ്രായം, എയർ കൊറ്യോയുടെ സുരക്ഷ റേറ്റിങ് തുടങ്ങിയ മാനസിക പ്രയാസം ഉണ്ടാക്കുന്ന കാര്യങ്ങൾ ഒഴിവാക്കിയാൽ ഈ വിമാനയാത്ര ഭീതിജനകം എന്ന ഗണത്തിലൊന്നുംപെടില്ല എന്നതാണ് യാഥാർത്ഥ്യം. ഇടയ്ക്ക് കൊണ്ടുത്തന്ന ഒരു ഗ്ലാസ് ജ്യൂസാണ് ആകെയുള്ള റിഫ്രഷ്മെന്റ്, പിന്നെ *പ്യോങ്‌യാങ് ടൈംസ്* എന്ന ഇംഗ്ലീഷ് പത്രത്തിന്റെ ഒരു കോപ്പിയും. പത്രം എല്ലാവർക്കുമില്ല. ഒരു വരിയിൽ ഒന്ന് എന്നാണ് കണക്ക്.

കൃത്യം ഒരു മണിക്കൂർ കഴിഞ്ഞപ്പോൾ വിമാനം ലാൻഡ് ചെയ്യാൻ പോകുന്നു എന്ന് അറിയിപ്പുകിട്ടി. ഒരു പാടത്തിന്റെ നടുവിലുള്ള റൺവേയിൽ ടേക്ക്ഓഫ് ചെയ്തതുപോലെ തന്നെ അനായാസമായി വന്നിറങ്ങി. റൺവേയുടെ ഇരുവശവും കണ്ണെത്താദൂരം വയലുകളാണ്. കൊയ്യാനായി വിളഞ്ഞുകിടക്കുന്ന പാടം. കുറച്ചകലെയായി ഒരു കെട്ടിടം കാണാം. നാട്ടുകാർ ആ കെട്ടിടം ലക്ഷ്യമാക്കി പൂഴി റോഡിലൂടെ നടക്കുകയാണ്. ഞങ്ങൾ അവരെ പിൻതുടരുകയും. ഇതാണ് ചോങ്ജിൻ എയർപോർട്ട്. പൈലറ്റുമാരും ഞങ്ങളോടൊപ്പം ഇറങ്ങിവന്നു. രണ്ടുപേരും നന്നായി വിയർത്തിരിക്കുന്നു. തൂവാലകൊണ്ട് മുഖത്തെ വിയർപ്പു തുടയ്ക്കുന്നു. കോക്പിറ്റിൽ നല്ല ചൂടാണെന്നു തോന്നുന്നു.

രണ്ടോ മൂന്നോ മുറി മാത്രമുള്ള ചെറിയൊരു കെട്ടിടമാണ് എയർപോർട്ട്. ഞങ്ങളുടെ ലഗേജ് വരാൻ ഒരു മണിക്കൂറെടുത്തു. ബാഗുകളും ലഗേജ് ടാഗുകളും തമ്മിൽ ഒത്തുനോക്കി കൃത്യമാണെന്ന് ഉറപ്പുവരുത്തിയിട്ടു മാത്രമേ കൊണ്ടുപോകാൻ അനുവദിച്ചുള്ളൂ.

ചോങ്ജിൻ

ഓറാങ് വിമാനത്താവളത്തിൽനിന്നും ചോങ്ജിൻ നഗരത്തിലേക്കുള്ള യാത്ര, അനന്തതവരെ നീളുന്ന വിളഞ്ഞ നെൽപ്പാടങ്ങൾക്കിടയിലെ ടാറിടാത്ത റോഡിലൂടെയായിരുന്നു. സഞ്ചാരികൾ എന്നുപറയാനായി ആകെ ഈ ഭാഗത്ത് വരുന്നത് ഏതാനും ചൈനക്കാർ മാത്രമാണ്. ഈ ടൂറിസ്റ്റ് സംവിധാനമൊക്കെ, ഗൈഡും, ബസുമൊക്കെ അവരുടെ ആവശ്യങ്ങൾക്കുള്ളതുമാണ്. ഞങ്ങളെപ്പോലെ തെന്നിത്തെറിച്ചെത്തുന്ന മറ്റു വിദേശികളാകട്ടെ അപൂർവ്വത്തിൽ അപൂർവ്വവും. അതുകൊണ്ടുതന്നെ

പ്യോങ്യാങ്ങിലെ മാറിയ ലിബറൽ സാഹചര്യങ്ങൾ ഇവിടത്തെ ടൂറിസം വകുപ്പിന് അജ്ഞാതവുമാണ്. അല്ലെങ്കിൽ, കൊള്ളിയാൻ മിന്നുന്നതു പോലെ മാത്രം പ്രത്യക്ഷപ്പെടുന്ന ഏതാനും പേർക്കുവേണ്ടി കാലാകാലങ്ങളായി തുടരുന്ന രീതികൾ മാറ്റാൻ അവർക്ക് താല്പര്യമില്ലായിരിക്കും. അതിനാൽത്തന്നെ കടുത്ത നിയന്ത്രണങ്ങളുടെയും സമ്മർദ്ദങ്ങളുടെയും തിക്തഫലങ്ങൾ സാമാന്യം നന്നായിത്തന്നെ ഞങ്ങൾക്കിവിടെ അനുഭവിക്കേണ്ടിവരുകയും ചെയ്തു.

സർക്കാർ ഉടമസ്ഥതയിലുള്ള ചിൽബോസാൻ ട്രാവൽ കമ്പനിക്കാണ് ഈ ഭാഗത്തുവരുന്ന സന്ദർശകരുടെ ഉത്തരവാദിത്വം. അവരുടെ ഗൈഡായ സുൻ ജോഗി-നെയാണ് ഞങ്ങളുടെ കാര്യങ്ങൾ നോക്കിനടത്താനായി ഏല്പിച്ചിരിക്കുന്നത്. ഞങ്ങൾ ഇവിടെ പാലിക്കേണ്ട മാർഗ്ഗനിർദ്ദേശങ്ങൾ കിറുകൃത്യമായി, വ്യക്തമായി യാത്രയ്ക്കിടെ പറഞ്ഞു. അതിൽ ഏറ്റവും പ്രധാനം ഫോട്ടോഗ്രാഫിയായിരുന്നു. തന്റെ അനുവാദമില്ലാതെ, താൻ പറയാതെ ആരും ഫോട്ടോകൾ എടുക്കുവാൻ പാടില്ല. അതിനു വിപരീതമായി പ്രവർത്തിച്ചാൽ തനിക്കു മുഷിയേണ്ടിവരും, ക്യാമറയിലെ ചിത്രങ്ങൾ ഡിലീറ്റ് ചെയ്യിക്കാൻ നിർബ്ബന്ധിതനായിത്തീരും എന്ന് സ്വല്പം ആധികാരികമായിത്തന്നെ ഞങ്ങളെ അറിയിച്ചു. ദുഃഖത്തോടെ ഞാൻ ഒരു നിമിഷം ചോയ്-യെ ഓർത്തു.

വിളഞ്ഞു പൊന്നണിഞ്ഞ വയലേലകളും അതിന് അതിരിടുന്ന പർവ്വതങ്ങളും, അതിന്റെ താഴ്വരയിലെ ഓടുമേഞ്ഞ ഒറ്റനില വീടുകൾ മാത്രമുള്ള സുന്ദരൻ ഗ്രാമങ്ങളും ഒക്കെയാണ് പുറത്തെ കാഴ്ചകൾ. ഇവയുടെയൊക്കെ ചിത്രമെടുത്താൽ എന്താണ് കുഴപ്പമെന്ന് തിരിച്ചു ചോദിക്കാൻ തോന്നിപ്പോയി. ഈ ചിത്രങ്ങളൊക്കെ നിങ്ങളുടെ രാജ്യത്തെക്കുറിച്ചുള്ള മതിപ്പ് വിദേശങ്ങളിൽ വർദ്ധിപ്പിക്കാനല്ലെ ഉപകരിക്കൂ എന്നൊക്കെ ഒരു നാലു വർത്തമാനം പറഞ്ഞാലെന്തെന്ന് മനസ്സിൽ വന്നു. ഉടൻ മനസ്സ് ശാസിച്ചു. ഇത് വടക്കൻ കൊറിയയാണ്. ഇവിടെ ചോദ്യങ്ങൾ പാടില്ല. പറയുന്നത് കേൾക്കുക, അനുസരിക്കുക മാത്രം.

ഞങ്ങളുടെ ആദ്യ ലക്ഷ്യം ക്യോങ്സോങ് പട്ടണമാണ്. സമയം ഉച്ച കഴിഞ്ഞിരിക്കുന്നു. വയറാകട്ടെ കത്തിക്കാളുകയും. അതിരാവിലെ കഴിച്ച പ്രാതലിനുശേഷം ആഹാരമൊന്നും അകത്തുചെന്നിട്ടില്ല. ഒരു പത്തു കിലോമീറ്റർ കൂടി മുന്നോട്ടുപോയി, കടൽത്തീരത്ത് എത്തി. യോംബുൺജിൻ. ഇതാണ് യോംബുൺ വിപ്ലവ സ്ഥലം (Yombun Revolutionary Site). 1947 ൽ വടക്കൻ കൊറിയ സ്ഥാപിതമാകുന്നതിനുമുമ്പ് നിയുക്ത ഭരണാധികാരി സഖാവ് കിം-ഉം ഭാര്യയും ഇവിടെ വന്ന് നവരാജ്യ നിർമ്മാണത്തെക്കുറിച്ച് മുക്കുവരുമായി സംസാരിച്ചിരുന്നുപോലും. ഇതിൽ എന്തു വിപ്ലവം? അല്ലെങ്കിൽത്തന്നെ ഇത്രയും നിസ്സാരമായ ഒരു സംഭവം ഒരു സ്ഥലത്തെ, രാജ്യത്താകമാനം അറിയപ്പെടുന്ന വിപ്ലവ പ്രാധാന്യമുള്ളതായി പ്രഖ്യാപിക്കാൻ മതിയായ കാരണമാണോ?

യോംബുൺ വിപ്ലവ സ്ഥലം

എന്നൊക്കെ അല്പ ബുദ്ധികളായ നമുക്ക് തോന്നും. പക്ഷേ, ഉത്തര കൊറിയയിലെ ഭരണവർഗ്ഗത്തിന് വിപ്ലവ ബന്ധത്തിന് ഇതൊക്കെതന്നെ ധാരാളം. ഇതു കൂടാതെ ഇതുപോലുള്ള വിപ്ലവവുമായി ബന്ധപ്പെട്ട 60 ൽ പരം സ്ഥലങ്ങളെങ്കിലും ഈ രാജ്യത്തുണ്ടുപോലും. വടക്കൻ കൊറിയയുടെ പൊലിപ്പിച്ചെടുത്ത വിപ്ലവകഥവെച്ച് നോക്കിയാൽ ഒരു 600 എണ്ണമെങ്കിലും വേണ്ടിയിരുന്നില്ലേ എന്ന് പരിഹാസപൂർവ്വം ഓർത്തു. ഇതൊക്കെ കിം കൾട്ടിന്റെ ഭാഗമായി, കിം കുടുംബത്തിന്റെ അപ്രമാദിത്വം സ്ഥാപിച്ചെടുക്കാൻ വേണ്ടി ചെയ്യുന്നതാണെന്നാണ് വിമർശകരുടെ ഭാഷ്യം. ഭാഗികമായെങ്കിലും അത് സത്യവുമാണ്.

മുന്നിൽ കാണുന്ന കൊറിയൻ ഈസ്റ്റ് സീ, കിഴക്കൻ കടൽ സുന്ദരികളിൽ സുന്ദരിയാണ്. പാറക്കൂട്ടങ്ങളിൽ മുടിയുലമ്പിക്കൊണ്ട് നില്ക്കുകയാണവൾ. അർദ്ധചന്ദ്രാകൃതിയിൽ കിടക്കുന്ന പാറക്കെട്ടുകളും വെളുത്ത പഞ്ചാരമണൽ നിറഞ്ഞ കടൽത്തീരവും. അതങ്ങനെ കാണാമറയത്തോളം നീണ്ടു കിടക്കുകയാണ്.

ഞങ്ങൾക്ക് ജാപ്പാനിസ് വിഭവങ്ങളടങ്ങിയ ഒരു ലഞ്ച് ബോക്സ് തന്നു. ജപ്പാനിൽ കാണുന്ന Bento തന്നെ. സുഷിയും മറ്റു വിഭവങ്ങളുമാണ് ബോക്സിനുള്ളിൽ.

വണ്ടി നിർത്തിയ സ്ഥലത്തുനിന്നും താഴേക്കിറങ്ങിയാൽ പാറക്കെട്ടുകൾക്കിടയിലൂടെ ചെറിയൊരു നടപ്പാത നീണ്ടുകിടക്കുന്നു. കുറച്ചകലെ കടലിലേക്ക് ഇറക്കിക്കെട്ടിയിരിക്കുന്ന ഒരു തൂക്കുപാലവും അതിന്റെ മറുവശത്ത് പവിലിയൻ പോലെയിരിക്കുന്ന ഒരു കോൺക്രീറ്റ് നിർമ്മിതി

യും. പണിതുടങ്ങി ഉപേക്ഷിച്ച ഒരു ഹോട്ടൽ പ്രൊജക്ടിന്റെ അവശിഷ്ടമാണിത്.

ഏതാനുംപേർ ആ പാറക്കെട്ടുകളിൽ അവിടെയും ഇവിടെയുമിരുന്ന് ചൂണ്ടയിടുന്നുണ്ട്. കടലിൽ മുക്കുവരുടെ ഏതാനും ചെറു വഞ്ചികൾ. ഇതല്ലാതെ കടൽത്തീരത്തോ പരിസരത്തോ പേരിനുപോലുമില്ല ജീവന്റെ സാന്നിദ്ധ്യം.

മഹാകവി ജിയുടെ കവിത മനസ്സിൽ മുഴങ്ങുന്നു, ശ്രാന്തമംബരം...... Bryan W Proctor-ടെ ഇംഗ്ലീഷ് കവിതയും മനസ്സിൽ തികട്ടിവന്നു. The Sea, The Sea, The Open Sea. The Blue, The Fresh, The Ever free. കടൽക്കണ്ട് മതിമറന്നതുകൊണ്ട് പുറപ്പെടാൻ വൈകി. അതുകൊണ്ടു തന്നെ ക്യോങ്സോങ് നഗരത്തിൽ ഇറങ്ങിയില്ല. കഷ്ടമായിപ്പോയി. അതിപ്രശസ്തമാണ് ഇവിടത്തെ ഉഷ്ണജലധാരകൾ. അതിലെ തേച്ചുകുളി സർവ്വരോഗ സംഹാരിയാണത്രേ.

ഞങ്ങൾ ചോങ്ജിൻ-ൽ എത്തുമ്പോൾ സമയം 5 കഴിഞ്ഞു. അപ്പോഴും കത്തിനില്ക്കുന്ന വേനൽ വെയിൽ. Pohang Square എന്ന അതിവിശാലമായ നഗര ചത്വരം. രാജവീഥിപോലെ നീണ്ടുപോകുന്ന റോഡുകൾ. പക്ഷേ, മനുഷ്യ ജീവികൾ മരുന്നിനെടുക്കാനെന്നോണം അവിടെയും ഇവിടെയുമായി ഏതാനും പേർമാത്രം. ഒരുതരം അമ്പരപ്പിക്കുന്ന അലോസരപ്പെടുത്തുന്ന വിജനതയും അതിനെ ചൂഴ്ന്നുനില്ക്കുന്ന നിശ്ശബ്ദതയും. ആളുകളെമുട്ടി നടക്കാനാവാത്ത രാജ്യത്തുനിന്നും വരുന്ന എനിക്ക് ശ്വാസംമുട്ടലുണ്ടാക്കുന്ന കാഴ്ചകൾ. ഉത്തര കൊറിയയിലെ എല്ലാ നഗരമദ്ധ്യങ്ങളിലുമെന്നപോലെ ഇവിടെയും അച്ഛന്റെയും മകന്റെയും കൂറ്റൻ വെങ്കല പ്രതിമകൾ. കൂട്ടത്തിൽ കാൽപ്പാദത്തിനു താഴെ വരിവരിയായി നിരന്നിരിക്കുന്ന പൂക്കൂടകളും. മറ്റൊരുവശത്ത് ചുവന്ന ബാനറുകളിൽ വെളുത്ത കൊറിയൻ ലിപികളിൽ എഴുതപ്പെട്ട വിപ്ലവ സൂക്തങ്ങൾ. കണ്ടുകണ്ട് മനംമടുപ്പിക്കുന്ന, വിരസമായി ആവർത്തിക്കുന്ന കോമാളിക്കാഴ്ചകൾ.

ചോങ്ജിൻ-ലെ E-Library പ്രശസ്തമാണ്. പ്രധാന ലൈബ്രേറിയൻ നേരിട്ടുവന്ന് ഹാർദ്ദമായി സ്വീകരിച്ച് ഞങ്ങളെ അകത്തേക്കാനയിച്ചു. ലൈബ്രറിയിലുടനീളം സഖാവ് കിം-ന്റെ പ്രബോധനങ്ങൾ മനോഹരമായി എഴുതിവച്ചിരിക്കുന്നു. ഇവിടെയുള്ളതുമുഴുവൻ അദ്ദേഹത്തിന്റെ വിദ്യാഭ്യാസവുമായി ബന്ധപ്പെട്ട ഉദ്ബോധനങ്ങളാണ്. ലൈബ്രേറിയന് സാമാന്യം നന്നായി ഇംഗ്ലീഷ് ഭാഷ കൈകാര്യം ചെയ്യാനാവും. അദ്ദേഹം കൊറിയൻ ഭാഷയിൽ എഴുതിയിരിക്കുന്ന ഒന്നുരണ്ടെണ്ണം വായിച്ച് അർത്ഥം പറഞ്ഞു തന്നു. ഒരു വ്യക്തിയുടെ ചിന്തകളാണ് എല്ലാ കാര്യങ്ങളും തീരുമാനിക്കുന്നത്. ആദർശത്താൽ പ്രചോദിതനായ ഒരാൾക്ക് കഴിയാത്തതായി ഒന്നുമില്ല (Everything is decided by a person's thougts and if he is ideologically motivated, then there is nothing he cannot do). അതി പ്രശസ്തമായ മറ്റൊന്ന്. എന്റെ ദൈവം ജനങ്ങളല്ലാതെ മറ്റാ

ചോങ്ജിൻ-ലെ ഇ- ലൈബ്രറി

രുമല്ല (My God is none other than people).

കെട്ടിടത്തിനകത്ത് നിരനിരയായി കമ്പ്യൂട്ടറുകൾ. അതിനുമുന്നിൽ ചടഞ്ഞുകൂടിയിരിക്കുന്ന യുവതിയുവാക്കൾ. ഞങ്ങളെ കണ്ടതും എല്ലാവരും തകൃതിയിൽ എന്തോ ചെയ്യുന്നു, അതോ ചെയ്യുന്നതായി ഭാവിക്കുകയോ?

ഉത്തര കൊറിയയിൽ ഇന്റർനെറ്റ് ഉണ്ടോ? പലരും പല ഭാവത്തിൽ ചോദിക്കുന്ന ചോദ്യം. തീർച്ചയായും ഉണ്ട്. പക്ഷേ, അത് പൊതുജനങ്ങൾക്കുവേണ്ടിയുള്ളതല്ല. സർക്കാരിലെ ഉന്നതർക്കും, ഉത്തര കൊറിയയിൽ സ്ഥിരമായി താമസിക്കുന്ന വിദേശികൾക്കും എംബസികൾക്കും മാത്രമായി പരിമിതപ്പെടുത്തിയിരിക്കുന്നു. ഇവിടെയും ബ്രോഡ് ബാൻഡ് സൗകര്യങ്ങളും ഫൈബർ ഓപ്റ്റിക് ശൃംഖലയും ഒക്കെയുണ്ട്.

നാട്ടുകാർക്കായി 2000 മുതൽ National Internet ലഭ്യമാണ്. Kwanmyong എന്നാണിത് അറിയപ്പെടുന്നത്. ഇതൊരു Closed Platform ആണ്. അതായത് സർവ്വീസ് തരുന്നയാൾക്ക് കമ്പ്യൂട്ടറിലെ എല്ലാകാര്യങ്ങളുടെയുംമേൽ അധികാരവും അവകാശവുമുണ്ട് എന്നർത്ഥം. ഇവിടത്തെ കമ്പ്യൂട്ടറുകളിലെ ഓപ്പറേറ്റിങ് സിസ്റ്റം Fedora Linux-ൽനിന്നും വികസിപ്പിച്ചെടുത്തതാണ്. ഇതിന് 1.0 മുതൽ 4.0 വരെ വേർഷൻ ഉണ്ട്. Red Star 4.0 OS, Apple Operating System ത്തിന്റെ തനിപകർപ്പാണത്രേ. ഇതിലുപയോഗിക്കുന്ന Browser, Mozilla Firefoxൽ നിന്നും ഉരിത്തിരിഞ്ഞുവന്ന Naenara (My Country) ആണ്.

Internet വഴി ബന്ധിപ്പിച്ചിരിക്കുന്ന എല്ലാ കമ്പ്യൂട്ടറുകളിലും വെബ് സെർച്ച് എഞ്ചിനും, ഇ-മെയിൽ അയയ്ക്കുവാനുള്ള സംവിധാനവും ന്യൂസ് ഗ്രൂപ്പുകളും, സോഷ്യൽ നെറ്റ്-വർക്കിങ് പ്ലാറ്റ്ഫോമുകളുമൊക്കെയുണ്ട്. ഉത്തര കൊറിയയിലെ ഏതു പൗരനും 24 മണിക്കൂറും തികച്ചും സൗജന്യമായി ഇതിന്റെ സാദ്ധ്യതകൾ പ്രയോജനപ്പെടുത്താം. ആദ്യകാലത്തെ നമ്മുടെ ഇന്റർനെറ്റുപോലെ ഡയൽ അപ് രീതിയിൽ ടെലിഫോൺ ലൈനുമായി ബന്ധിപ്പിച്ചിരിക്കുന്നു. വിദേശികൾക്ക് ഈ നെറ്റ്വർക്കിൽ കയറാനാകില്ല, ഉപയോഗിക്കാനും.

Red Star ഓപ്പറേറ്റിങ് സിസ്റ്റത്തിന്റെ ഏറ്റവും വലിയ പ്രത്യേകത ഒരു രീതിയിലുമുള്ള മാറ്റങ്ങളും, ഉപഭോക്താക്കൾക്ക് ഇതിൽ നടത്താനാകില്ല എന്നതാണ്. അതായത് ഏതെങ്കിലും രീതിയിൽ ഇതിലെ Firewall പ്രവർത്തനക്ഷമമല്ലാതാക്കുകയോ, വേറെ ഏതെങ്കിലും പ്രോഗ്രാമോ മറ്റെന്തെങ്കിലുമോ ലോഡ് ചെയ്യുവാൻ ശ്രമിച്ചാൽ ഒന്നുകിൽ കമ്പ്യൂട്ടർ നിശ്ചലമാകും, അല്ലെങ്കിൽ റിബൂട്ട് ചെയ്യും. പോരാത്തതിന് ഈ കമ്പ്യൂട്ടറുകളിൽ USB Stick, Micro SD Card എന്നിവകൾ ഉപയോഗിക്കാനുള്ള സ്ലോട്ടുകളോ സംവിധാനങ്ങളോ ഒന്നുമില്ല. അതായത് പുറത്തുനിന്നും കൊണ്ടുവരുന്ന ഒന്നും ഇതിൽ ലോഡ് ചെയ്യുവാനോ ഉപയോഗിക്കുവാനോ സാദ്ധ്യമല്ല. അങ്ങനെയുള്ള എന്തെങ്കിലും തരികിട നടത്താൻ ശ്രമിച്ചാൽ ആ വിവരം രേഖപ്പെടുത്താനുള്ള സംവിധാനവും ഇതിനകത്തുണ്ട്. അങ്ങനെ വല്ലതും ചെയ്തുവെന്ന് കണ്ടുപിടിക്കപ്പെട്ടാൽ, ശേഷം ഉപഭോക്താവിന്റെ സ്ഥിതി, ഈ രാജ്യത്തെക്കുറിച്ച് അറിയാവുന്നവർക്ക് ഊഹിക്കാവുന്നതേയുള്ളൂ.

അസൂയപ്പെടാൻ ഒന്നുമില്ല

ഞാൻ ചോങ്ജിനിൽ വരാൻ ഇത്രയും നിർബ്ബന്ധം പിടിച്ചതിനും അതിനായി ഇത്രയും ബുദ്ധിമുട്ടിയതിനും ഒരു പ്രധാനകാരണം ഉത്തര കൊറിയയെക്കുറിച്ചും അവിടെ നിന്നുള്ള കൂറുമാറ്റത്തെക്കുറിച്ചും ഞാൻ വായിച്ചൊരു പുസ്തകമാണ്. *Los Angeles Times* എന്ന അമേരിക്കൻ പത്രത്തിന്റെ ബെജിങ് ബ്യൂറോ ചീഫ് ബാർബറാ ഡെമിക് എഴുതിയ *Nothing to Envy, അസൂയപ്പെടാൻ ഒന്നുമില്ല* എന്ന പ്രശസ്ത ഗ്രന്ഥ മാണ്. ഞാൻ ഇപ്പോഴുള്ള ചോങ്ജിൻ നഗരത്തിൽനിന്ന് ചൈനയിലേക്ക് രക്ഷപ്പെടുന്ന സാധാരണക്കാരായ ആറ് ഉത്തര കൊറിയക്കാരുടെ കഥ പറയുന്ന ഒരു പുസ്തകമാണിത്. 15 വർഷം നീളുന്ന ഒരു കാലഘട്ട മാണ് ഇതിൽ അനാവരണം ചെയ്യുന്നത്. 1990 കളുടെ മദ്ധ്യം ആണ് സമയം. മഹാനായ നേതാവ് സഖാവ് കിം മരിച്ചുകഴിഞ്ഞു. പ്രിയ നേതാവായ മകന്റെ ഭരണകാലം. ദാരിദ്ര്യവും ക്ഷാമവും രാജ്യത്തിലെ അഞ്ചിൽ ഒന്ന് ജനങ്ങളെ തുടച്ചുനീക്കിയ കാലം.

ബാർബറാ തന്റെ പുസ്തകത്തിൽ പറയുന്നത് ചോങ്ജിൻ ആണ് ഉത്തര കൊറിയയുടെ യഥാർത്ഥ മുഖം എന്നാണ്. കാലത്തിന്റെ രഥയാത്രയിൽ രാജ്യത്തിന്റെ മറ്റെല്ലാ ഭാഗങ്ങളും കുറെയെങ്കിലും മാറിക്കഴിഞ്ഞു. ചോങ്ജിൻ ഉൾപ്പെടുന്ന പ്രദേശങ്ങൾ മാത്രം ഏകാന്തദ്വീപിൽ എത്തപ്പെട്ട നാവികനെപ്പോലെ കാലം എന്നെങ്കിലും കൊണ്ടുവരുമെന്ന് കരുതുന്ന മാറ്റത്തിനായി അനിശ്ചിതമായി കാത്തിരിക്കുകയാണ്.

1970 കളിൽ പുറത്തിറങ്ങിയ ഒരു ഉത്തര കൊറിയൻ സിനിമയിലുള്ള ഒരു കുട്ടി കവിത (Nursery Rhyme) ആണ്, We have nothing to envy in this World. നമുക്ക് അസൂയപ്പെടാൻ ലോകത്ത് ഒന്നുമില്ല. Sesang-e burom opsora എന്ന് കൊറിയൻ ഭാഷയിൽ. സിനിമയുടെ

പേരും ഇതുതന്നെ. ഈ പേരെടുത്താണ് ബാർബറ തന്റെ പുസ്തക ത്തിനിട്ടിരിക്കുന്നത്. Ordinary Lives in North Korea, ഉത്തര കൊറിയ യിലെ സാധാരണ ജീവിതങ്ങൾ, എന്നത് പുസ്തക പേരിന്റെ ശിഷ്ടഭാ ഗം. 1990 കളിൽ ഉത്തര കൊറിയയിൽനിന്നും, പ്രത്യേകിച്ച് ചോങ്ജിൻ -ൽനിന്നും അനധികൃതമായി നാടുവിട്ട ഏകദേശം 100പേരെ വിശദമായി ഇന്റർവ്യൂ ചെയ്ത് തയ്യാറാക്കിയതാണ് ഒരു നോവൽ പോലെ വായിച്ചു പോകാവുന്ന *Nothing to Envy.*

ഉത്തര കൊറിയൻ സമൂഹത്തിന്റെ പരിച്ഛേദമായി ആറു പ്രധാന കഥാപാത്രങ്ങളെയാണ് ഇതിൽ അവതരിപ്പിക്കുന്നത്. Mrs. Song-ഉം, Oak

Heeയും അമ്മയും മകളുമാണ്. അമ്മ സർക്കാരിന്റെ വിശ്വ സ്തയാണ്. വളരെ നല്ല സോങ്ബുൺ ഉള്ളവൾ. പോരാത്ത തിന് ഇൻമിൻബാൻ എന്ന നൈബർഹു ഡ് വാച്ച് ഗ്രൂപ്പിന്റെ തലൈവിയും. മകളാ കട്ടെ സർക്കാരിന്റെ കടുത്ത വിമർശക. അവൾ അമ്മയോട് പറയുന്നു, ജനറൽ (ഭരണാധിപൻ കിം ജോങ് ഇൽ-നെ പരാമർശിച്ച്) നമ്മ ളെയൊക്കെ മന്ദബു ദ്ധികളാക്കിയെന്ന്. അവൾ ദക്ഷിണ കൊ റിയൻ ടെലിവിഷൻ പ്രോഗ്രാമുകൾ അ തീവ രഹസ്യമായി കാ ണാറുണ്ട്. അവൾ ക്കറിയാം, പുറം ലോ കത്തെപ്പറ്റി തന്റെ സർക്കാർ പറയുന്നതൊക്കെ കള്ളമാണെന്ന്. അവൾക്ക് ഈ നാടുവിട്ടേ മതിയാകൂ. ദൗർഭാഗ്യവശാൽ രാജ്യം വിടാൻ ശ്രമിക്കുന്നതിനിടയിൽ അവൾ പിടിക്കപ്പെട്ടു. ജയിൽ ഉദ്യോഗസ്ഥൻ അവളോടു പറഞ്ഞു, വീണ്ടും ചൈനയിലേക്ക് രക്ഷപ്പെടാൻ ശ്രമിക്കുകയാണെങ്കിൽ പിടിക്ക

പ്പെടാതിരിക്കാൻ ശ്രദ്ധിക്കൂ.

ഇതിനിടയിൽ, ഒരു ഖനി തൊഴിലാളിയുടെ സുന്ദരിയായ മകളായ മി-റാൻ ന്റെയും, ജുൺസാങ് എന്ന ചെറുപ്പക്കാരന്റെയും പ്രേമത്തിന്റെ വെളിച്ചത്തിൽ ഉത്തര കൊറിയയിലെ സാമൂഹ്യവ്യവസ്ഥിതി അനാവരണം ചെയ്യുന്നു എഴുത്തുകാരി. മിറാൻ വളരെ താഴ്ന്ന സോങ്ബുൺ ഉള്ളവളാണ്. അവൾക്ക് ഈ രാജ്യത്ത് ഏതെങ്കിലും തരത്തിലുള്ള ഒരു ഉയർച്ച അസാദ്ധ്യമാണ്. അവളുടെ കാമുകനാകട്ടെ ജപ്പാനിൽ വേരുകളുള്ള കൊറിയക്കാരനാണ്. ഉന്നത നിലയിൽ ജീവിക്കുന്ന കുടുംബത്തിൽ നിന്നും വരുന്നവൻ. അവൻ ഉത്തര കൊറിയയുടെ സർക്കാരിനെതിരെ നീങ്ങുന്നവനല്ല, അവനതിന്റെ ആവശ്യവുമില്ല. പക്ഷേ, അവനും കാമുകിയുടെ ഇൻഫ്ളൂവൻസിൽ റിബലായി മാറി രാജ്യം വിടാൻ തയ്യാറാവുന്നു.

ദക്ഷിണ കൊറിയയിലേക്ക് കുടിയേറി പാർത്തവർക്ക് ആ മുതലാളിത്ത വ്യവസ്ഥിതി താങ്ങാനാവുന്നില്ല. തന്റെ കുടുംബത്തെക്കുറിച്ച്, താൻ ജനിച്ചുവളർന്ന നാടിനെക്കുറിച്ചോർക്കുമ്പോൾ, തന്നെ ദത്തെടുത്ത നാട്ടിൽ താൻ തികച്ചും അന്യനും ഏകനുമാണെന്നറിയുമ്പോൾ, തിരിച്ചു പോകണം എന്ന ത്വര മനസ്സിൽ കുടിയേറും. പക്ഷേ, തിരിച്ചു ചെന്നാൽ ദയനീയമാണ് നാട്ടിലെ സ്ഥിതി. ക്ഷാമകാലമാണ്. ആവശ്യത്തിന് ഭക്ഷണമില്ല. പകലന്തിയോളം നടുവൊടിക്കുന്ന കൊടും പണികൾ. രാത്രിയിൽ പാർട്ടി സ്റ്റഡിക്ലാസുകൾ. അയലത്തുകാരൻ തന്റെ ജീവിത രഹസ്യങ്ങൾ ബോവിബു എന്ന രഹസ്യപൊലീസിന് ചോർത്തിക്കൊടുക്കുമോ എന്ന പേടി ഡമോക്ലീസിന്റെ വാൾ ആയി സദാസമയവും തലയ്ക്കുമുകളിൽ തൂങ്ങിക്കിടക്കുന്നു. കിം കുടുംബത്തെക്കുറിച്ചുള്ള ഒരു മോശം പരാമർശം അല്ലെങ്കിൽ നിർദ്ദോഷകരമായ ഒരു തമാശ, അത്രയും മതി, നിങ്ങൾ ഗുലാഗിൽ എത്തിയാൽ ഭാഗ്യം, വധിക്കപ്പെടാനുള്ള സാദ്ധ്യതയാണ് ഏറെ.

അനധികൃതമായി ഉത്തര കൊറിയ വിട്ടവർ, കൂറുമാറിയവർ ഈ രാജ്യത്തിന്റെ ജനതയുടെ യഥാർത്ഥ പ്രതിനിധികളല്ല. അവർ മിക്കവാറും എല്ലാവരുംതന്നെ സാധാരണ പൗരന്മാരെക്കാളും ചിന്തയിലും പ്രവൃത്തിയിലും ഉയർന്ന നിലവാരത്തിലുള്ളവരാണ്. അതുകൊണ്ടുതന്നെ *Nothing to Envy* ഈ രാജ്യത്തെ സാധാരണക്കാരന്റെ ജീവിതകഥയാവാനുള്ള സാദ്ധ്യത തുലോം കുറവാണ്. എന്നാലും, വടക്കൻ കൊറിയ മൂന്നുനാലു ദിവസം മാത്രമെടുത്ത് കണ്ടുവന്ന ഒരു സഞ്ചാരി പറയുന്ന കഥകളെക്കാളും സത്യസന്ധമാണ് ഈ കഥകൾ എന്നു പറയാതെവയ്യ.

ചോങ്ജിൻ ദിനങ്ങൾ

ചോങ്ജിനിൽ ഞാൻ താമസിച്ച ഹോട്ടലിന്റെ ദയനീയ സ്ഥിതിയാണ് നഗരത്തിനുമെങ്കിൽ, ഹാ കഷ്ടം എന്നല്ലാതെ മറ്റൊന്നും പറയാനില്ല. ഹോട്ടൽ കെട്ടിടത്തിന് റിപ്പയറും, പെയിന്റിങ്ങും നടത്തേണ്ട കാലം എത്രയോ മുമ്പുതന്നെ അതിക്രമിച്ചിരിക്കുന്നു. മുറിക്കുള്ളിൽ മാത്രമല്ല, ലോബിയിൽപോലും പായലും പൂപ്പലും പിടിച്ച ഫർണിച്ചറുകളും കർട്ടൻ വിരികളുമാണ്. കുളിമുറിയിലെ ടാപ്പിൽക്കൂടി നൂൽവണ്ണത്തിലാണ് വെള്ളം വരുന്നത്. വാഷ്ബേസിൻ ആണെങ്കിൽ പൊട്ടിയൊലിക്കുന്നു. ടോയ്ലെറ്റിലെ ഫ്ളഷ് എന്നോ പണിമുടക്കിയിരിക്കുന്നു. മുകളിൽ മൂളുന്ന കുറച്ചു കൊതുകുകളും താഴെ കിടക്കയിൽ ഏതാനും മൂട്ടകളും കൂടിയുണ്ടായിരുന്നെങ്കിൽ സംഗതി തികഞ്ഞേനെ. പ്യോങ്യാങ്ങിലെ താമസസൗകര്യമൊന്നും ഞാൻ ഇവിടെ പ്രതീക്ഷിച്ചിരുന്നില്ലെങ്കിലും ഇത്രയും പരിതാപകരമാണ് കാര്യങ്ങൾ എന്ന് കരുതിയിരുന്നില്ല.

ചൈനയ്ക്ക് ചോങ്ജിനിൽ ഒരു കോൺസുലേറ്റ് ഉണ്ട്. അതും ഈ ഹോട്ടലിൽതന്നെ. ഒരു കോൺസുലേറ്റ് സ്ഥാപിക്കാൻ മുഷിഞ്ഞുനാറിയ ഈ ഹോട്ടൽ അല്ലാതെ മറ്റൊരു സ്ഥലവും കിട്ടിയില്ലേ ഈ ചീനന്മാർക്ക്, ഞാൻ മനസ്സിലോർത്തു. ഉത്തര കൊറിയയുടെ മാത്രമല്ല, വടക്കുകിഴക്കൻ ചൈനയുടെയും സുപ്രധാന തുറമുഖമാണ് ചോങ്ജിൻ. ഈ ഭാഗത്തെ ചൈനയുടെ മുഴുവൻ എക്സ്പോർട്ടും ഈ തുറമുഖം വഴിയാണ് പോകുന്നത്. അക്കാരണത്താൽ ചൈനീസ് ബിസിനസുകാരുടെ വലിയൊരു സംഘം ഈ നഗരത്തിലുണ്ട്. അവരുടെ ആവശ്യാർത്ഥമാണ് കോൺസുലേറ്റ്. ഹോട്ടലിന്റെ മുന്നിൽതന്നെയാണ് തുറമുഖം. അതിനുമപ്പുറം ചക്രവാളംവരെ നീണ്ടുകിടക്കുന്ന കൊറിയൻ ഈസ്റ്റ് സീയും.

വടക്കൻ കൊറിയയിൽ എവിടെ പോയാലും ഒരു സ്കൂൾ

സന്ദർശനം തീർച്ചയായും അജണ്ടയിൽ ഉണ്ടാകും. പല പാശ്ചാത്യ സഞ്ചാരികൾക്കും അത്ര താല്പര്യമില്ലാത്ത ഒരു കാര്യമാണിതെന്നത് മറ്റൊരു കാര്യം. വടക്കൻ കൊറിയക്കാരുടെ പാഠ്യപദ്ധതികളും പഠിതാക്കളും എത്ര ഉയർന്ന നിലവാരം പുലർത്തുന്നവരാണെന്ന് കാണിക്കാനുള്ള വളരെ കൃത്യമായി ആസൂത്രണം ചെയ്യപ്പെട്ട ഒരു നാടകമാണിതെന്നാണ് പല ടൂറിസ്റ്റുകളും കരുതുന്നത്.

ഞാൻ പക്ഷേ, ഇതിനെ വേറൊരു രീതിയിലാണ് കാണാൻ ശ്രമിച്ചത്. വടക്കൻ കൊറിയയിലെ വിദ്യാർത്ഥികൾ വളരെ ചെറിയ ക്ലാസുമുതൽ ഇംഗ്ലീഷ് പഠിക്കുന്നുണ്ടെങ്കിലും ആ ഭാഷ പ്രയോഗത്തിൽ കൊണ്ടുവരാൻ അതായത് സംസാരിക്കാൻ അവർക്കാവില്ല. വടക്കൻ കൊറിയക്കാർതന്നെ എഴുതിയുണ്ടാക്കിയ അബദ്ധജഡിലമായ പാഠപുസ്തകൾ വച്ചാണ് ഇവിടത്തെ കുട്ടികളെ ഇംഗ്ലീഷ് പഠിപ്പിക്കാൻ ശ്രമിക്കുന്നത്. പിന്നെങ്ങനെ നന്നാവാനാണ്!

ഇവർ കോളേജ് വിദ്യാഭ്യാസമൊക്കെ കഴിഞ്ഞിറങ്ങിയാലും സ്ഥിതി ഇതൊക്കെതന്നെ. അതുകൊണ്ടാണ് ട്രാൻസ്‌ലേഷൻ സോഫ്റ്റ്‌വെയറിന്റെ സഹായമില്ലാതെ ഇവിടത്തെ നാട്ടുകാരുമായി സംസാരിക്കാനാവാത്തത്.

പക്ഷേ, നമ്മൾ സന്ദർശിക്കുന്ന സ്കൂളിലെ, അല്ലെങ്കിൽ നമ്മളെ കൊണ്ടുപോകുന്ന സ്കൂളിലെ കുട്ടികൾക്ക് സാമാന്യമായി ഇംഗ്ലീഷിൽ വിവരമുണ്ടാകും, അത്യാവശ്യം സംസാരിക്കാനുമാകും. മാത്രവുമല്ല ഈ സ്കൂളുകളിൽ വച്ച് കൊറിയൻ ഗൈഡുകളുടെ സാന്നിദ്ധ്യമില്ലാതെ കുട്ടികളുമായി സംവദിക്കാം. ഈ ഒരു Advantage ഈ യാത്രയിൽ മറ്റൊരിടത്തുനിന്നും കിട്ടില്ല. എന്റെ സ്കൂൾ സന്ദർശന താല്പര്യത്തിനു കാരണം ഇതാണ്.

ഞങ്ങൾ ചോങ്ജിനിലെ ഫോറിൻ ലാംഗ്വേജ് സ്കൂളിലെ ഇംഗ്ലീഷ് ഡിപ്പാർട്ടുമെന്റിലാണ് സന്ദർശനത്തിനു ചെന്നത്. ഞങ്ങൾ ചെല്ലുമ്പോൾ ക്ലാസ് നടക്കുകയാണ്. കൗതുകത്തോടെ ഞങ്ങൾ ആ പഠനരീതി കണ്ടിരുന്നു. പഠനനിലവാരം തുലോം മോശമാണ് എന്നറിയാൻ പാഴൂർപഠിപ്പുരവരെയൊന്നും പോകേണ്ട. ക്ലാസുകഴിഞ്ഞ് വിദ്യാർത്ഥികളുമായി സംസാരിക്കാനും ഇടപഴകാനും ഉള്ള അവസരമാണ്. രണ്ടു പെൺകുട്ടികൾ താല്പര്യപൂർവ്വം അടുത്തുവന്ന് എന്നെക്കുറിച്ചുള്ള വിവരങ്ങൾ അന്വേഷിച്ചു. വിരുന്നുകാരുടെ കൂട്ടത്തിൽ കറുമ്പനായ ഒരേയൊരാൾ ഞാൻ മാത്രമായിരുന്നു. അതാണെന്നു തോന്നുന്നു അവരിൽ കൗതുകം ജനിപ്പിച്ചത്. ഇത്രമാത്രം പാർശ്വവല്ക്കരിക്കപ്പെട്ട ഒരു ജനതയ്ക്ക് ലോകപരിജ്ഞാനം കുറവ് എന്നതുപോകട്ടെ അല്പമെങ്കിലും ഉണ്ടാകുമോ എന്നുതന്നെ സംശയമുണ്ടായിരുന്നു. രണ്ടു പെൺകുട്ടികൾക്കും പ്രായം 19-20 കാണും. ജനിച്ച ശേഷം ഈ നഗരംവിട്ട് മറ്റൊരിടത്തേക്കും അവർ പോയിട്ടില്ല. പക്ഷേ, ഇരുവർക്കും അത്യാവശ്യം ലോകകാര്യങ്ങൾ അറിയാം, എന്തിന് ഇന്ത്യയെക്കുറിച്ചുപോലും അവശ്യം ഒരു ധാരണയൊക്കെയുണ്ട്.

മാധ്യമങ്ങൾ ഒന്നുമില്ലാത്ത ഇവരുടെ ലോകത്ത് എങ്ങനെയാണ് ഇവർ ഇതൊക്കെ അറിഞ്ഞത്, അല്ലെങ്കിൽ അറിയുന്നത്. പുസ്തകം വായിച്ചാണെങ്കിൽ ലെയിറ്റസ്റ്റ് ന്യൂസ് അറിയില്ലല്ലോ. എന്റെ ആ കുസൃതി ചോദ്യത്തിനുള്ള ഉത്തരം വിടർന്നൊരു പുഞ്ചിരിമാത്രമായിരുന്നു.

ദക്ഷിണ കൊറിയയിൽ നിന്നുള്ള CD, പുസ്തകങ്ങൾ, സോപ്പ്ഓപ്പറയുടെ കാസറ്റുകൾ ഒക്കെ ചൈനവഴി ഇവിടെ എത്തുന്നുണ്ട്. രഹസ്യമായിട്ടാണെങ്കിലും ഇതൊക്കെ കാണാനുള്ള സൗകര്യം ഈ ഭാഗത്തെ ജനങ്ങൾക്ക് ലഭിക്കാറുമുണ്ട്. അതാണ് ഈ വിദ്യാർത്ഥിനികളുടെ ലോക പരിചയത്തിന്റെ ഉറവിടം.

ഞാൻ അങ്ങോട്ടു ചോദിച്ചതിൽ കൂടുതൽ എന്നോട് ചോദിച്ചറിയാനായിരുന്നു അവർ രണ്ടുപേരും ശ്രമിച്ചത്. ഇതിനിടയിൽ അവരുടെ അദ്ധ്യാപികയും ഞങ്ങളുടെ സംഭാഷണത്തിൽ ഭാഗഭാക്കായി. ഞാൻ സഞ്ചരിച്ച ലോക രാജ്യങ്ങൾ, അവിടെ കണ്ട കാഴ്ചകൾ ഒക്കെ ഞാൻ വിവരിക്കുമ്പോഴും എന്റെ ഐപാഡിൽ അവിടത്തെ ഫോട്ടോകൾ കാണിച്ചു കൊടുക്കുമ്പോഴും അവരുടെ കണ്ണിൽ മിന്നി മറയുന്ന അത്ഭുത ഭാവങ്ങൾ ഞാൻ ആ രാജ്യം വിട്ടിട്ടും എന്നെ പിൻതുടർന്നുകൊണ്ടേയിരുന്നു. പെട്ടെന്നാണ് അവർ ഇരുവരും ഒരുമിച്ച് എന്നോട് ആ ചോദ്യം ചോദിക്കുന്നത്. “വീട്ടിൽ കാർ ഉണ്ടോ?” ഉണ്ടെന്നു പറഞ്ഞപ്പോൾ പിന്നെ കാറിനെ പറ്റിയായി ചോദ്യങ്ങളുടെ പെരുമഴ. സ്വന്തമായി ഒരു കാർ ഉണ്ടാവുക എന്നത് അവർക്ക് സ്വപ്നങ്ങളിൽ മാത്രം സംഭവിക്കുന്ന ഒന്നാണ്. അത്തരം ഒരെണ്ണം സ്വന്തമായുള്ള ഞാൻ എന്റെ രാജ്യത്തെ എലീറ്റ് ശ്രേണിയിൽ പെട്ട ആരെങ്കിലും ആയിരിക്കണം എന്നൊക്കെയായിരിക്കും

പാവം കുട്ടികൾ മനസ്സിൽ കരുതിയിരിക്കുന്നത്. അല്ലാതെ പണം കൊടുത്താൽ ആർക്കും വാങ്ങാവുന്ന ഒന്നാണ് ഒരു കാർ എന്ന് ചിന്തിക്കാൻ വടക്കൻ കൊറിയയിൽ ജീവിക്കുമ്പോൾ പ്രയാസമാണ്. അവരുടെ മുന്നിലെ ഉദാഹരണങ്ങൾ അതാണ്. ഈ നാട്ടിൽ കാർ ഉള്ളവർ അധികാരത്തിന്റെ അത്യുന്നതങ്ങളിൽ മേയുന്നവർ മാത്രം.

ചോങ്ജിനിൽ നിന്ന് റഷ്യയുടെ അതിർത്തിയിലേക്ക് 150 കിലോമീറ്റർ ദൂരമേയുള്ളു. പക്ഷേ, ബോർഡർ വെറും 18 കിലോമീറ്റർ മാത്രമേയുള്ളു. എന്നാൽക്കൂടി ധാരാളം ഉത്തര കൊറിയക്കാർ റഷ്യൻ നഗരങ്ങളിൽ ജോലി ചെയ്യുന്നുമുണ്ട്. പണ്ടത്തെയത്രയും ഇല്ലെങ്കിലും ഇപ്പോഴും ഇരുരാജ്യങ്ങളും തമ്മിൽ നല്ല ചങ്ങാത്തത്തിലുമാണ്. ഒരു റഷ്യൻ കോൺസുലേറ്റും നഗരത്തിലുണ്ട്.

ഉത്തര കൊറിയയുടെ ചരിത്രം മാത്രമല്ല, തങ്ങളുടെ അയൽപക്കക്കാരുടെ ചരിത്രംകൂടി തങ്ങളുടെ കൈവെള്ളയിലാണെന്ന് കരുതുന്ന ഇവിടത്തെ ഗൈഡുകൾ പൊലിപ്പിച്ചുപറയുന്ന അവരുടെ കഥയിൽ സോവിയറ്റ് യൂണിയന്റെ റെഡ് ആർമിയുടെ 25-ാം യൂണിറ്റ് ഉത്തര കൊറിയയുടെ സ്വാതന്ത്ര്യത്തിനു വഹിച്ച പങ്കിനെക്കുറിച്ച് മിണ്ടില്ല. അല്ലെങ്കിൽ അങ്ങനെ ഒരു സംഭവം നടന്നതായി ഭാവിക്കുകപോലും ചെയ്യില്ല. 1948 ൽ വടക്കൻ കൊറിയ സ്വതന്ത്രമായതിനുശേഷമാണ് റെഡ് ആർമി ഈ രാജ്യം വിടുന്നതുതന്നെ.

ഞങ്ങൾ റഷ്യൻ അതിർത്തിയിൽ പോയില്ലെങ്കിലും ചോങ്ജിൻ നഗരത്തിലുള്ള ഒരു കുന്നിലെ റഷ്യൻ സ്മാരകത്തിൽ പോയിരുന്നു. രണ്ടാം ലോക മഹായുദ്ധത്തിൽ വീര ചരമമടഞ്ഞ സോവിയറ്റ് യോദ്ധാ

ക്കൾക്കുള്ള സ്മാരകവും അവരെ അടക്കം ചെയ്ത ഒരു സെമിത്തേരിയും ഉണ്ടിവിടെ. അന്ന് വീരമൃത്യുവരിച്ച സൈനികരുടെ കൂട്ടത്തിൽ റേഡിയോ ഓഫീസറായിരുന്ന ഒരു വനിതയും ഉണ്ടായിരുന്നു. റഷ്യൻ സ്മാരകം കാണുകയോ, കാണാതിരിക്കുകയോ ആവാം. പക്ഷേ, ഇവിടെനിന്നുള്ള ചോങ്ജിൻ നഗരത്തിന്റെയും അർദ്ധ ചന്ദ്രാകൃതിയിലുള്ള കിഴക്കൻ കടലിന്റെയും കാഴ്ച അവാച്യമായ ഒരു അനുഭൂതിയായി മനസ്സിൽ നിറയും.

ഞങ്ങളെ വല്ലാതെ ആനന്ദിപ്പിച്ച മറ്റൊന്നുകൂടി ഉണ്ടായിരുന്നു ചോങ്ജിനിൽ. അതൊരു കിന്റർഗാർട്ടൻ സന്ദർശനമായിരുന്നു. ഈ നേഴ്സറി സ്കൂൾ എന്റെ സങ്കല്പങ്ങളെ തകിടംമറിച്ചു എന്നതാണ് നേര്. ഈ പൊട്ടിപ്പൊളിഞ്ഞ ചോങ്ജിനിൽ മൂന്നു നിലകളിലായി സ്വപ്ന സദൃശ്യമായ സൗകര്യങ്ങളോടെയുള്ള ബാലവിദ്യാലയം, ഒരത്ഭുതമാണ്. 4 മുതൽ 6 വയസ്സുവരെയുള്ള കുട്ടികളാണ് പഠിതാക്കൾ. ഈ സ്കൂളിലെ മൂന്ന് നിലകളിലെ എല്ലായിടത്തും അകത്തും പുറത്തും മാനത്തും മച്ചിലും മതിലിലുമൊക്കെ വർണ്ണ മായാജാലപ്രപഞ്ചമാണ്. പൂമ്പാറ്റയിലും പുൽച്ചാടിയിലും പൂക്കളിലും തുടങ്ങി ഭൂമിമലയാളത്തിലുള്ള സകലതിനേയും കടും നിറങ്ങളിൽ എവിടെയൊക്കെ സ്ഥലമുണ്ടോ അവിടെയൊക്കെ വരച്ചുവച്ചിരിക്കുന്നു.

സന്ദർശകർക്കായി ചെറിയൊരു കലാപരിപാടി കുഞ്ഞുങ്ങളും അവരുടെ അദ്ധ്യാപകരും ചേർന്നൊരുക്കിയിരുന്നു. കൊറിയക്കാരുടെ പരമ്പരാഗത തനതു വാദ്യങ്ങൾ മുതൽ വയലിനും പിയാനോയും അടങ്ങുന്ന പാശ്ചാത്യവാദ്യങ്ങൾവരെ ആ കുരുന്നുകൾ അനിതര സാധാരണമായ കൈയടക്കത്തോടെ കൈകാര്യം ചെയ്യുന്നത് കണ്ട് ഞങ്ങൾ ആശ്ചര്യഭരിതരായി നിന്നുപോയി. ഇമചിമ്മാതെ നിന്നു കണ്ടുപോകുന്ന അത്യു

ഗ്രൻ പെർഫോമൻസ്. പലപ്പോഴും പല സംഗീതോപകരണങ്ങളും ഈ കുട്ടികളുടെ ശരീരത്തിന്റെ ഭാഗം തന്നെയാണോ എന്ന് സംശയിപ്പിക്കും വിധം ആണ് അവ മീട്ടുന്നത്. സംഗീതം മാത്രമല്ല നൃത്തവും അനന്യ സാധാരണമായിരുന്നു. കൊറിയൻ നാടോടിനൃത്തങ്ങൾ, ബാലെ, ഡാൻസ്, എല്ലാം ഒന്നിനൊന്നുമെച്ചം.

ഇതൊക്കെ ഈ കുരുന്നുകളെ തല്ലിപ്പഴുപ്പിച്ച് ചെയ്യിക്കുന്നതാണെന്ന ആരോപണം ഉന്നയിക്കാമെങ്കിലും, അവരുടെ മുഖത്തോ ശരീരഭാഷകളിലോ അവർ ആയാസമെടുത്ത് എന്തെങ്കിലും ചെയ്യുകയാണെന്നതിന്റെ നേരിയ ലാഞ്ഛനപോലും ഉണ്ടായിരുന്നില്ലായെന്നത് നൂറുശതമാനവും എനിക്ക് സാക്ഷ്യപ്പെടുത്താനാവും. അവർക്കായി കരുതിയിരുന്ന മിഠായിയും സ്നേഹോപഹാരങ്ങളും പ്രിൻസിപ്പാളിനെ ഏല്പിച്ച് നിറഞ്ഞു കവിഞ്ഞെങ്കിലും മതിവരാത്ത മനസ്സുമായാണ് ആ നേഴ്സറി സ്കൂൾ വിട്ടത്.

ചിൽബോ മലനിരകളിലേക്ക്

ചോങ്ജിനിൽ താമസിച്ച ഹോട്ടലിന്റെ പരിതാപാവസ്ഥ കാരണം എങ്ങനെയെങ്കിലും ഇവിടുന്ന് പുറത്തുകടന്നാൽ മതിയെന്നായി എനിക്ക്. ഞങ്ങളുടെ അടുത്ത ലക്ഷ്യം ചിൽബോ മലനിരകളാണ്. ഇവിടെനിന്നും ഏകദേശം 140 കിലോമീറ്റർ അകലെയാണിത്. റോഡിന്റെ ദയനീയാവസ്ഥ കൊണ്ട് ഒരു മൂന്നു മണിക്കൂറിൽ അവിടെയെത്തിയാൽ ഭാഗ്യം.

ചോങ്ജിൻ എന്ന മുക്കുവ ഗ്രാമം ഒരു നഗരമായി രൂപാന്തരം പ്രാപിക്കുന്നത് 19-ാം നൂറ്റാണ്ടിന്റെ തുടക്കത്തിൽ, ജപ്പാന്റെ അധിനിവേശത്തോടെയാണ്. അവർ ഈ നഗരം നന്നായി ആസൂത്രണം ചെയ്തുതന്നെ പടുത്തുയർത്തി. വലിയൊരു ഉരുക്കുശാല പണിത് വ്യവസായവല്ക്കരണത്തിനും നാന്ദികുറിച്ചു. 1945 ൽ രണ്ടാം ലോക മഹായുദ്ധത്തിനൊടുവിൽ ജപ്പാൻ സഖ്യകക്ഷികൾക്ക് കീഴടങ്ങിയതോടെ ആ യുഗം അവസാനിച്ചു. 1948 ൽ നിലവിൽവന്ന ഉത്തര കൊറിയ സർക്കാരും ഇതിനെ ഒരു സൈനിക വ്യാവസായിക നഗരമായി നിലനിർത്തി. 1990 കളിൽ വടക്കൻ കൊറിയയെ അടിമുടി പിടിച്ചുലച്ച അതിരൂക്ഷ ക്ഷാമത്തിൽ ഏറ്റവും ആഘാതം അനുഭവിച്ചത് ഈ ഭാഗത്തെ ജനങ്ങളാണ്. ചോങ്ജിനിലെ 20 ശതമാനം ആളുകളാണ് പട്ടിണിയിൽ മരിച്ചു വീണത്. രാജ്യത്തിന്റെ മറ്റുഭാഗങ്ങൾ സാവധാനത്തിൽ ഈ ദാരിദ്ര്യത്തിൽനിന്നും ഇല്ലായ്മയിൽനിന്നും കരകയറിയെങ്കിലും ഈ പ്രവിശ്യയിൽ സ്ഥിതി രൂക്ഷമായിത്തന്നെ കുറച്ചുകാലംകൂടി തുടർന്നു. ഇത് ഈ നഗരത്തിൽ പരസ്യമായ പ്രതിഷേധ പ്രകടനങ്ങൾക്ക് കാരണമായി. ഉത്തരകൊറിയ പോലുള്ള ഒരു രാജ്യത്ത് തികച്ചും അസംഭവ്യമായ ഒരു കാര്യം. എന്തിന്, 2008 ൽ പോലും സ്ത്രീ വ്യാപാരികൾ പൂഴ്ത്തിവയ്പ്പിനെതിരെ ഉയർത്തിയ പ്രതിഷേധ പ്രകടനങ്ങൾ വലിയ ലോകശ്രദ്ധയാണ്

ആകർഷിച്ചത്.

ഒരുപക്ഷേ, ഇക്കാരണത്താലാവാം ഭരണകൂടത്തിന് ഈ ഭാഗത്തോടുള്ള തികഞ്ഞ അവഗണനയാണ്. ചോങ്ജിൻ അനുഭവത്തിന്റെ വെളിച്ചത്തിൽ എനിക്കും അങ്ങനെതന്നെ തോന്നി.

ഞങ്ങൾ സുസോങ് നദി കടന്നതോടെ ചോങ്ജിൻ വിട്ടു. യാത്ര, ഒറാങ് എത്തുന്നതുവരെ ഇന്നലെ സഞ്ചരിച്ച വഴികളിലൂടെത്തന്നെയാണ്. അതിനുശേഷമാണ് ചിൽബോയിലേക്കുള്ള മലകയറ്റം.

കടൽത്തീരത്തുകൂടിയാണ് തെക്കോട്ടുള്ള യാത്ര. സമൃദ്ധമായ കൃഷിയിടങ്ങളും ഉപ്പളങ്ങളും ആണ് മുഗ്യേ തടാകം എത്തുന്നതുവരെ കാഴ്ചകൾ. അതിനുശേഷം ചെമ്മൺപാത കാനനസരണിക്ക് വഴിമാറും. അതാകട്ടെ കല്ലും കട്ടയും നിറഞ്ഞ വെട്ടുവഴിയും. ആടിയുലയുന്ന ഈ സാഹസിക സഞ്ചാരം ഒരു ആഫ്രിക്കൻ സഫാരിയെ ഓർമ്മിപ്പിക്കും.

ഇടതൂർന്ന് വളർന്നുനില്ക്കുന്ന മരക്കാടുകളും അതിനു നടുവിലൂടെ കയറ്റവും ഇറക്കവും വളവും തിരിവും ചാഞ്ചാട്ടവുമായി നടുവൊടിക്കുന്ന യാത്ര അങ്ങനെ പുരോഗമിക്കുകയാണ്. ആകെയുള്ള ആശ്വാസം, ഇടയ്ക്കെങ്കിലും പച്ചിലച്ചാർത്തുകളുടെ വിടവിലൂടെ കാണുന്ന സാഗരതീരത്തിന്റെ ചേതോഹരമായ കാഴ്ചകളാണ്. നിശ്ചലമായ മുക്കുവ ഗ്രാമങ്ങൾ. ജനശൂന്യമായ കടൽത്തീരങ്ങൾ. പച്ചയുടെ മഹാസാന്നിദ്ധ്യത്തെ വിഴുങ്ങാൻ നാക്കുനീട്ടുന്ന സാഗര നീലിമയുടെ ലഗൂണുകൾ.

സഞ്ചാരം അങ്ങനെ പുരോഗമിക്കുമ്പോൾ വഴിയോരത്ത് വലിയൊരു മൊസൈക് മാപ്പ് കാണാം. അതിനടുത്തുതന്നെ UNESCOയുടെ ചെറിയൊരു ഫലകവും. മൗണ്ട് ചിൽബോ ജൈവവൈവിദ്ധ്യ സംരക്ഷിത പ്രദേശം (Mount Chilbo Biosphere Reserve). കൊറിയൻ ഭാഷയിൽ മൗണ്ട് ചിൽബോ, ചിൽബോ സാൻ ആണ്. ജാപ്പനീസ് കൊറിയൻ ഭാഷകളിൽ വാക്കുകളോട് സാൻ ചേർക്കുന്നത് ബഹുമാന സൂചകമായിട്ടാണ്. അതായത് ഇംഗ്ലീഷിലെ Sirന് തുല്യം.

ചിൽബോ എന്ന വാക്കിനർത്ഥം ഏഴുനിധികൾ ഒളിപ്പിച്ച പർവ്വതം എന്നാണ്. (Mountain of Seven hidden Treasures) ഉത്തര കൊറിയ മലകളുടെ നാടാണ്. അതിപ്രശസ്തമായ മൂന്ന് മലനിരകളിൽ ഒന്നാണിത്. കൊറിയൻ ഉപഭൂഖണ്ഡത്തിന്റെ കിഴക്കായി, വടക്കൻ കൊറിയയുടെയും ചൈനയുടെയും അതിർത്തിയിലെ പൈക്തു മലനിരകളുടെ ഭാഗമാണ് ചിൽബോ. 200 ലക്ഷം സംവത്സരങ്ങൾക്കുമുമ്പ് നടന്ന അഗ്നിപർവ്വത സ്ഫോടനവും ശിലാപാളികളുടെ ചലനവും ഈ പർവ്വത ഭാഗങ്ങൾക്ക് ജന്മം കൊടുത്തു എന്നാണ് കരുതപ്പെടുന്നത്.

9000 അടി/2700മീറ്റർ ഉയരമുള്ള പൈക്തുസാൻ ആണ് കൊറിയൻ ഉപഭൂഖണ്ഡത്തിലെ ഏറ്റവും ഉയരമുള്ള പർവ്വതം. കൊറിയൻ ഇതിഹാസമനുസരിച്ച് അവരുടെ ആത്മാക്കളുടെ വാസസ്ഥാനമാണ് ഈ പർവ്വതം. നമ്മുടെ പുരാണങ്ങളിൽ ഹിമാലയ പർവ്വതത്തിനുള്ള

പ്രാമുഖ്യം ഇതിനുണ്ട്. വടക്കൻ, തെക്കൻ കൊറിയകളുടെ ദേശീയഗാനത്തിൽ ഈ പർവ്വതശ്രേഷ്ഠനെക്കുറിച്ചുള്ള പരാമർശങ്ങളുണ്ട്. ഉത്തര കൊറിയ സർക്കാരിന്റെ ഔദ്യോഗിക മുദ്രയിലും പൈക്തുസാൻ ഒരു ഭാഗമാണ്.

പ്യോങ്യാങ്ങിൽ മാൻസുദെ ഗ്രാന്റ് മോണിമെന്റിൽ ഇരുനേതാക്കൾക്കും പുറകിലായി കാണുന്ന പടുകൂറ്റൻ മ്യൂറൽ പൈക്തു പർവ്വതത്തിന്റേതാണ്. അത്രയും പ്രാധാന്യമാണ് കൊറിയൻ സംസ്കൃതിയിൽ ഈ പർവ്വതത്തിനുള്ളത്. ചിൽബോസാനിൽവച്ച് ഞങ്ങളെ പഠിപ്പിച്ച് ഞങ്ങൾ പാടിയിരുന്ന ഒരു കൊറിയൻ ഗാനമുണ്ട്. അത് ഈ പർവ്വത ഭീമനെ പാടിപ്പുകഴ്ത്തുന്നതാണ്.

കാരീര കാരീര പൈക്തു സാൻ ഉറോ കാരീര
ഉ റി റൂൾ പു റൂ നൂൺ പൈക്തു സാൻ ഉറോ കാരീര

We will go to Mount Paektu- ഞങ്ങൾ പൈക്തു പർവ്വതത്തിലേക്ക് പോകും എന്ന ഈ പ്രശസ്ത ഗാനം ഉത്തര കൊറിയയുടെ സ്വന്തം പോപ് സംഗീത ട്രൂപ്പായ Moranbong Band പാടി അനശ്വരമാക്കിയതാണ്. ഈ പാട്ട് ഇപ്പോഴത്തെ ഭരണാധികാരി കിം ജോങ് ഉൺ-നെ സ്തുതിക്കാൻ എഴുതിയതാണെന്നാണ് രഹസ്യകേൾവി. ഇതിന്റെ വീഡിയോ, യൂട്യൂബിൽ കണ്ടാൽ നമുക്കും അങ്ങനെ തോന്നാതിരിക്കില്ല.

പക്ഷേ, ഗാനത്തിന്റെ അർത്ഥം ഏതാണ്ട് ഇങ്ങനെയാണ്.
ഞാൻ വസന്തകാലത്തിലും ശീതകാലത്തിലും പോകും
പൈക്തു പർവ്വതത്തിലേക്ക്, പൈക്തു പർവ്വതത്തിലേക്ക്
എന്റെ ഹൃദയത്തിന്റെ സ്വന്തം നാട്ടിലേക്ക്
എന്നിൽ വിശ്വാസം ഊട്ടിഉറപ്പിക്കുന്ന കെടാവിളക്കാണത്
എന്നെ മാടിവിളിക്കുന്ന പൈക്തു പർവ്വതത്തിലേക്ക്
ഞാൻ പോകും, നമ്മൾ പോകും.

ഞങ്ങൾ ചിൽബോയിൽ വന്ന് ഈ പാട്ട് പഠിച്ച് പാടുമ്പോൾ വരികളുടെ അർത്ഥവും പറഞ്ഞു തന്നിരുന്നു. ഉത്തര കൊറിയയിൽ ഇന്റർനെറ്റ് ഇല്ലാത്തതുകൊണ്ട് കൂടുതൽ വിശദമായി അറിയാൻ മാർഗ്ഗമില്ലായിരുന്നു. പിന്നീട് നാട്ടിലെത്തി ഈ പുസ്തകം എഴുതാൻ വേണ്ടിയുള്ള അന്വേഷണം നടത്തുമ്പോഴാണ് മറ്റു പിന്നാമ്പുറ കഥകൾ അറിയുന്നത്.

ഏകദേശം 250 ചതുരശ്ര കിലോമീറ്റർ പ്രദേശത്ത് വ്യാപിച്ചു കിടക്കുന്ന മൗണ്ട് ചിൽബോയെ ഭൂപ്രകൃതി അനുസരിച്ച് മൂന്നായി തിരിച്ചിരിക്കുന്നു. Inner Chilbo, Outer Chilbo, Sea Chilbo. ചിൽബോ സാനെ ഒരു മുട്ടയോടുപമിച്ചാൽ പുറം തോട് സീ-ചിൽബോയും, വെള്ള ഔട്ടർ ചിൽബോയും, മഞ്ഞ - ഇന്നർ ചിൽബോയും ആണ്.

യാത്ര തുടർന്നുകൊണ്ടിരുന്നു. മുന്നിൽ കുത്തനെയുള്ള കയറ്റമായപ്പോൾ വണ്ടിനിന്നു. യാത്രക്കാരുമായി ഇതുകടക്കാൻ അതിനാവില്ല. ഈ സ്ഥലം ഇന്നർ ചിൽബോയുടെ ഭാഗമായ മൗണ്ട് പൊതാക് ആണ്. നടന്നുതന്നെ മല ചവിട്ടാതെ മറ്റു മാർഗ്ഗമൊന്നുമില്ല. ആദ്യമൊക്കെ നടക്കാൻ ഉത്സാഹം തോന്നിയെങ്കിലും ക്രമേണ കയറ്റം എങ്ങുമെത്താതെ നീണ്ടുപോകുമ്പോൾ ക്ഷീണിക്കുന്നതുപോലെ. എവിടേക്കാണ് പോകുന്നതെന്നോ എത്രദൂരം കൂടി താണ്ടാനുണ്ടെന്നോ അറിയാത്ത അനിശ്ചിതാവസ്ഥ കയറ്റത്തിന്റെ ആയാസം ഒന്നുകൂടി വർദ്ധിപ്പിച്ചു. ആകെയുള്ള ആശ്വാസം കൈയിൽ ആവശ്യത്തിന് വെള്ളമുണ്ടെന്നതുമാത്രമാണ്. മലമുകളായിട്ടും അന്തരീക്ഷത്തിന് തണുപ്പൊന്നുമില്ല എന്നുമാത്രമല്ല ഒരു വിധം നല്ല ചൂടും ആവിയുമാണ്. വല്ലാതെ വിയർക്കുന്നു, കൂട്ടത്തിൽ കത്തുന്ന ദാഹവും.

ചിൽബോ പർവ്വതം

ഞങ്ങൾ, ഇന്നർ ചിൽബോയിലെ പൊത്താക് കുന്നുകയറാൻ തുടങ്ങിയിട്ട് മണിക്കൂർ ഒന്നുകഴിഞ്ഞു. കഠിനമായ കയറ്റവും, ചൂടുംകൊണ്ട് തളർന്നു. മുന്നോട്ട് ഇനി ഒട്ടും വയ്യാ എന്ന് മനസ്സും ശരീരവും പറഞ്ഞുതുടങ്ങി. അപ്പോഴാണ്, ഒരു വളവ് തിരിഞ്ഞതും കൊറിയൻ വാസ്തുവിദ്യയിൽ പണിത ഏതാനും കൊച്ചു കെട്ടിടങ്ങൾ പ്രത്യക്ഷമായത്. ആൾ താമസത്തിന്റെ ലക്ഷണങ്ങൾ. മനസ്സൊന്നു തണുത്തു. ചെന്നുകയറിയത് Kaesim ബുദ്ധക്ഷേത്രത്തിലേക്കാണ്. ക്രിസ്തുവർഷം AD 826 ൽ Palhae രാജവംശം നിർമ്മിച്ചതാണിത്. AD 1377 ൽ Koryo രാജവംശം പുതുക്കിപ്പണിത് ഇന്നത്തെ നിലയിലാക്കി. പൗരാണിക കൊറിയൻ ക്ഷേത്രനിർമ്മാണ കലയിൽ പണിത രണ്ട് ശ്രീകോവിലും മൂന്ന് ഹാളുകളും ഒരു പവിലിയനും അടങ്ങുന്നതാണ് ക്ഷേത്രസമുച്ചയം. 1764 ൽ വെള്ളോടിൽ പണിത 180 കിലോ ഭാരമുള്ള ഒരു മണി ഇവിടുത്തെ ഒരു പ്രധാന ആകർഷണമാണ്.

ബുദ്ധവിഹാരത്തിലെ വിശ്രമം അനിവാര്യമായിരുന്നു. അത്രയ്ക്ക് ആയാസകരമായിരുന്നു കയറ്റം. മുന്നിലെ തൊട്ടിയിൽനിന്നും തേൻ മധുരമുള്ള വെള്ളം ആവോളം ആസ്വദിച്ചു കുടിച്ചു. ഏതാനും ദിവസം മുമ്പ് സഖാവ് കിം-ന്റെ ജന്മദേശമായ മൻഗ്യോങ്ദായിൽ പോയപ്പോൾ അവിടത്തെ കിണറ്റിൽനിന്നും കുടിച്ച വെള്ളത്തിന് സമാനമായ സ്വാദ്, അത്ഭുതപ്പെടുത്തുന്നു.

ക്ഷേത്രത്തിൽനിന്നും അല്പം മുകളിലേക്ക് കയറിയാൽ വ്യൂ പോയിന്റാണ്. ഒരു കുന്നിനുമുകളിൽ പണിത നാലുവശത്തും കാഴ്ചകൾ കാണാവുന്ന തുറന്ന പവലിയൻ. അവിടെ ബീറും, സ്നാക്സും, പാനീയങ്ങളുമൊക്കെ വില്ക്കുന്ന ചെറിയൊരു കടയുമുണ്ട്. ബുദ്ധവിഹാര

സന്ദർശനത്തിനുവരുന്ന നാട്ടുകാർക്കുവേണ്ടിയാവണം ഇത്, അല്ലാതെ വിദേശികളാരെങ്കിലും ഈ വഴി വരാനുള്ള സാദ്ധ്യത ഇല്ലേയില്ലാ, ചിലപ്പോൾ ചൈനീസ് ടൂറിസ്റ്റുകൾ വരുന്നുണ്ടാവാം.

പവലിയനിൽ നിന്നുനോക്കിയാൽ മൂന്നുവശത്തും ചിൽബോ മലനിരകളാണ്. മലകളും പാറക്കൂട്ടങ്ങളും പൈൻ മരക്കാടുകളും. ദൂരെ ചക്രവാളത്തിലും പർവ്വത നിഴലുകൾ. ഈ ഭാഗത്തെ വിശിഷ്ട കാഴ്ച പാറക്കെട്ടുകളാണ്. വിവിധ തരത്തിലും രൂപത്തിലും ഭാവത്തിലുമുള്ള ഭീമാകാരൻ പാറക്കൂട്ടങ്ങൾ. അവ പകർന്നുതരുന്ന കാഴ്ചയ്ക്ക് അനുസൃതമായി അവയ്ക്കൊക്കെ പേരുമിട്ടിരിക്കുന്നു. Marriage Rock, Couple Rock, Rabbit Rock എന്നിങ്ങനെ. പേരുകൾ അല്പം ഭാവനകൂടി ചേർത്ത് സൂക്ഷിച്ചു നോക്കിയാൽ അന്വർത്ഥമാണ് എന്ന് തോന്നിപ്പോകും.

കടയിൽനിന്നു വാങ്ങിയ ചിൽഡ് ബീറും, ലഞ്ചും പിന്നെ വിശ്രമവും മേമ്പൊടിക്ക് സുന്ദരകാഴ്ചകളും കൂടിയായപ്പോൾ ശരീരത്തിന്റെ ഉന്മേഷം കുറേയൊക്കെ വീണ്ടുകിട്ടുകതന്നെ ചെയ്തു.

ഞങ്ങൾ നില്ക്കുന്ന ഈ കാഴ്ചമണ്ഡപം ഒരു കോൺക്രീറ്റ് നിർമ്മിതിയാണെങ്കിലും പ്രകൃതിയോടിണങ്ങിച്ചേർന്ന രീതിയിലാണ് നിർമ്മിച്ചിരിക്കുന്നത്. ഞങ്ങൾ ചിൽബോ സഞ്ചാരത്തിനിടയ്ക്ക് ഇതുപോലുള്ള ധാരാളം പവലിയനുകൾ കണ്ടിരുന്നു. അതിൽ ഒന്നുപോലും ഇതിൽ നിന്നും വ്യത്യസ്തമായിരുന്നില്ല. മനസ്സിന് സുഖവും സന്തോഷവും തരുന്ന നിർമ്മിതികൾ.

ചിൽബോ മലനിരകൾ നാടോടിക്കഥകളുടെ അക്ഷയഖനിയാണ്. ഓരോ മലയെക്കുറിച്ചും പാറകളെക്കുറിച്ചും കഥകളുണ്ട്. ഞങ്ങളുടെ

ഗൈഡ് സുൻജോഗ് വാതോരാതെ ഇതൊക്കെ പറഞ്ഞുതരുന്നുമുണ്ട്.

ഇനി യാത്ര കാടിനകത്തേക്കാണ്. നടപ്പാതമാത്രം. വീണ്ടും ട്രെക്കിങ് തന്നെ. പക്ഷേ, കാര്യമായ കയറ്റമില്ല എന്ന സമാധാനം. അതിമനോഹരമായ കാഴ്ചകളുള്ള സ്ഥലങ്ങളിൽ വിശാലമായി നിന്നും ഇരുന്നും കാഴ്ചകൾ ആസ്വദിക്കാനുള്ള സൗകര്യങ്ങളും സജ്ജീകരണങ്ങളും സുലഭം. സുൻജോഗ് ഞങ്ങളെ സുങ്സോൺ (Sungson) പവലിയനിലേക്ക് നയിച്ചു. ഒരു വള്ളിക്കുടിൽ (Pergola) ആണിത്. സ്വർഗ്ഗാരോഹണം എന്നാണ് കൊറിയൻ ഭാഷയിൽ സുങ്സോൺ എന്ന വാക്കിന്റെ അർത്ഥം. യക്ഷഗന്ധർവ്വ കിന്നരാദികൾ ഇവിടെ വരാറുണ്ടെന്നും ഇവിടത്തെ Kuryong തടാകത്തിൽ നീരാടിയശേഷം സ്വർഗ്ഗാരോഹണം ചെയ്തു എന്നുമാണ് കൊറിയൻ ഐതിഹ്യം. ഇവിടെ നിന്നുള്ള ചിൽബോസാൻ കാഴ്ചയുടെ അനുഭൂതി അത് കണ്ടവർക്കുമാത്രം സ്വന്തം.

നടത്തം പുരോഗമിക്കുമ്പോൾ നടുവിൽ വിടവോടുകൂടിയ രണ്ടു കൂറ്റൻ പാറകൾ വഴിമുടക്കി നില്ക്കുകയാണ്. പിന്നെ അതായി കഥാവസ്തു. ഭാര്യാഭർത്താക്കന്മാർ അല്ലെങ്കിൽ കമിതാക്കൾ പരസ്പരം കെട്ടിപ്പുണർന്ന് (നന്നായിത്തന്നെ കെട്ടിപ്പുണരണം, അത്രയും വിടവെ പാറകൾക്കിടയിലുള്ളൂ) പാറകളുടെ വിടവിലൂടെ ഒരിടത്തും തൊടാതെ മറുവശത്തെത്തിയാൽ ദീർഘസുമംഗലീ ഭവഃ എന്നതാണ് വരം.

പിന്നീട്, പ്യോങ്യാങ്ങിൽവച്ച് ഈ പാറ കഥ ചോയിയോട് സ്വല്പം വിസ്തരിച്ചുതന്നെ ഞാൻ പറഞ്ഞുകൊടുത്തു. അവൾ കൗതുകത്തോടെ തിരിച്ചു ചോദിച്ചു. "എന്നിട്ട് നീ ആരോടൊപ്പമെങ്കിലും ഒന്നു ശ്രമിച്ചു നോക്കിയോ?" "ശ്രമിച്ചേനെ, നീ ചിൽബോസാനിൽ എന്നോടൊപ്പം വന്നിരുന്നുവെങ്കിൽ." അവളുടെ കരിമിഴികൾ നാണത്താൽ കൂമ്പിയോ? അവളുടെ കവിളിൽ ലജ്ജയുടെ അരുണിമ പടർന്നോ? ഞാൻ മഹാകവി പിയെ ഓർത്തു, 'വരുമോ കുങ്കുമം തൊട്ട സാന്ധ്യശോഭ കണക്കെ നീ.'

ട്രെക്കിങ്ങിനൊടുവിൽ ഒറ്റയടിപ്പാത ചെന്നുനിന്നത് ഒരു പടിക്കെട്ടിന്റെ മുന്നിലാണ്. ചെറിയൊരു കയറ്റമാണ്. പടികൾ ഉള്ളതുകൊണ്ട് ആയാസപ്പെടണ്ട. ഇതുവരെ കണ്ട കാഴ്ച വിസ്മയങ്ങളൊക്കെ കാണാൻ പോകുന്ന അത്ഭുതത്തിന്റെ മുന്നൊരുക്കങ്ങൾ മാത്രമാണെന്ന് അപ്പോൾ അറിഞ്ഞിരുന്നില്ല. മുകളിലെത്തിയപ്പോൾ, കഥകളിയുടെ തിരനോട്ടവും, പെട്ടെന്ന് തിരശ്ശീല മാറ്റി കളിതുടങ്ങുമ്പോൾ കാണികൾക്കുണ്ടാകുന്ന വിസ്മയവുമാണ് ഓർമ്മവന്നത്. സ്വർഗ്ഗവാതിൽ തുറന്നിരിക്കുന്നു. സ്വപ്നസമാനമായ കാഴ്ചകളാണ് കണ്ണിലേക്ക് പ്രവഹിക്കുന്നത്. കൊറിയൻ ഈസ്റ്റ് സീ ഉൾപ്പെടുന്ന ദൃശ്യവിസ്മയം.

പതുക്കെ ഞങ്ങൾ താഴേക്കിറങ്ങി. കാര്യമായി വലിഞ്ഞു നടന്നാലെ റോഡിലെത്തുകയുള്ളൂ. എന്നാലും കയറ്റത്തോളം പ്രയാസമില്ല. ഈ പൂഴിറോഡ് ചെന്നു നില്ക്കുന്നത് ബുദ്ധക്ഷേത്രത്തിന് മുന്നിലാണ്.

അവിടെ രണ്ടു ബുദ്ധഭിക്ഷുക്കൾ ഞങ്ങളെ കാത്തുനില്ക്കുന്നുണ്ട്. അവർ ഞങ്ങൾക്കായി ഈ ക്ഷേത്രത്തെക്കുറിച്ചും അതിന്റെ പ്രത്യേകതകളെക്കുറിച്ചുമൊക്കെ ഒരു ലഘുപ്രഭാഷണം നടത്തി. കൊറിയൻ ഭാഷയിലെ വാമൊഴി സുൻജോഗ് ഇംഗ്ലീഷിലേക്ക് മൊഴിമാറ്റം ചെയ്തു. ക്ഷേത്രം തുറന്നിട്ടുണ്ട്. പത്തു ചൈനീസ് യുവാൻ, അറുപത് രൂപയോളം കൊടുത്താൽ ഒരു കൂട് സാമ്പ്രാണിത്തിരികൾ വാങ്ങാം. അതാണ് ക്ഷേത്രത്തിന്റെ ഏക വരുമാന മാർഗ്ഗം. ഞാനും ഒരു കൂട് തിരികൾ വാങ്ങി ബുദ്ധ ഭഗവാന്റെ വിഗ്രഹത്തിനുമുന്നിൽ അർപ്പിച്ച് പ്രണമിച്ചു.

മതമില്ലാത്ത രാജ്യമായ ഉത്തര കൊറിയയിൽ ക്ഷേത്രവും ക്ഷേത്രാചാരങ്ങളുമൊക്കെ അനുവദിച്ചിട്ടുണ്ടോ എന്ന എന്റെ ചോദ്യത്തിനുള്ള സുൻജോഗിന്റെ മറുപടി കണ്ണിനുമുന്നിൽ കാണുന്നത് വിശ്വസിച്ചുകൂടെ എന്നായിരുന്നു. ഇതൊക്കെ ഇവിടത്തെ സർക്കാരിന്റെ ഒരു നാടകമല്ലേ എന്ന പതിവ് വിമർശനം ഒരുവശത്ത്, അപൂർവ്വമായിമാത്രം വിഷുവിനും

സംക്രാന്തിക്കും വരുന്ന ഞങ്ങളെപ്പോലുള്ള ഏതാനും വിദേശികൾക്കു വേണ്ടി ഇങ്ങനെയൊക്കെ കൊട്ടിയാടിക്കേണ്ട കാര്യമുണ്ടോ എന്ന ന്യായമായ സംശയം മറുവശത്ത്. അമ്പലത്തിൽ വിളക്ക് വെയ്ക്കുന്നുണ്ടോ, നിത്യപൂജ മുടക്കം കൂടാതെ നടക്കുന്നുണ്ടോ എന്നൊന്നും അറിഞ്ഞില്ലെങ്കിൽക്കൂടി, ക്ഷേത്രവും പരസരവും അതീവ വൃത്തിയോടെയും വെടിപ്പോടെയും പരിപാലിച്ചിട്ടുണ്ട് എന്നത് പറയാതെ വയ്യ.

ചിൽബോസാൻ മലനിരകളുടെ പ്രത്യേകതകൾ കാഴ്ചയുടെ വശ്യതമാത്രമല്ല, Bio Diversity യുടെ അക്ഷയഖനിയാണിവിടം. 800 ൽ പരം വിവിധയിനം വൃക്ഷലതാദികളും 70 ൽപരം പച്ചമരുന്നുചെടികളും ഇവിടുണ്ട്. ഇതിനും പുറമെയാണ് അപൂർവ്വ ജന്തുജാലങ്ങളും ഇവിടെമാത്രം വളരുന്ന, അത്യപൂർവ്വവും വിശ്വപ്രസിദ്ധവുമായ Songi Mushroom ഉം. ഇതിനോടൊപ്പം പ്രാധാന്യമുള്ള മറ്റൊന്നുകൂടി ചിൽബോസാനിന്റെ വകയായിട്ടുണ്ട്. അത് കൊറിയൻ ചരിത്രത്തിന്റെയും സംസ്കാരത്തിന്റെയും ശേഷിപ്പുകളാണ്.

ഹോംസ്റ്റേ വില്ലേജ്

ചിൽബോസാൻ മലനിരകളിൽനിന്നും മടങ്ങുമ്പോൾ വല്ലാത്ത തളർച്ചയായിരുന്നു. ഇന്നത്തെ യാത്രയും നടത്തവും അല്പം കൂടിപ്പോയി. ഞങ്ങൾ പോകുന്നത് കൊറിയൻ ഈസ്റ്റ് സീ കടൽത്തീരത്തുള്ള ഒരു ഹോംസ്റ്റേയിലേക്കാണ്. അതായത് അടുത്ത രണ്ടുദിവസം ഒരു വീട്ടിലാണ് അന്തിയുറക്കം, അല്ലാതെ ഹോട്ടലിലല്ല. ഒരു ഗ്രാമത്തിലെ ഒരു വീട്ടിൽ ഒരു ഉത്തര കൊറിയൻ കുടുംബത്തോടൊപ്പം രണ്ടു നാൾ. സഞ്ചാരികൾക്ക് നാട്ടുകാരുമായുള്ള സഹവാസം പോയിട്ട്, സംസർഗ്ഗം പോലും പൂർണ്ണമായി വിലക്കിയിട്ടുള്ള ഒരു രാജ്യത്ത്, ഒരു മറയുമില്ലാതെ, ഒരു ഗൈഡിന്റെയും വിലക്കുകളില്ലാതെ ആതിഥേയരുമായി ഇടപഴകാം. ഇതുമാത്രമല്ല, ഈ ഗ്രാമത്തിൽ എവിടെയും ഏതുസമയത്തും ആരുടെയും അകമ്പടിയില്ലാതെ സഞ്ചരിക്കാം. സ്വാതന്ത്ര്യം എന്നുപറഞ്ഞാൽ പോരാ, പരിപൂർണ്ണ സ്വാതന്ത്ര്യം. പുറമെനിന്നു നോക്കുമ്പോൾ ഇതൊക്കെ ഇത്ര പറയാൻ എന്തിരിക്കുന്നു എന്നു തോന്നാം. പക്ഷേ, ഉത്തര കൊറിയൻ ഭരണക്രമത്തിൽ ഇതൊക്കെ സ്വാതന്ത്ര്യത്തിന്റെ പരമോന്നതാവസ്ഥയാണ്. ഈ രാജ്യത്ത് സന്ദർശിച്ച, പക്ഷേ, ഈ പ്രദേശം കാണാത്ത വിദേശ സഞ്ചാരികൾക്കുപോലും വിശ്വസിക്കാൻ വിഷമമുള്ള കാര്യം.

ഞങ്ങൾ ഏകദേശം ഒരു മണിക്കൂർകൊണ്ട് മലയിറങ്ങി അടിവാരത്തെത്തി. യാത്ര കടൽത്തീരത്തു കൂടിയായി. കാട്ടു റോഡിറങ്ങി നാട്ടിലെത്തിയിട്ടും സ്ഥിതി മെച്ചപ്പെട്ടൊന്നുമില്ല. ചളിനിറഞ്ഞ് കുണ്ടും കുഴിയുമായി കിടക്കുന്ന യാത്രാപഥങ്ങൾ. ആളനക്കം പോയിട്ട്, ജീവന്റെ തുടിപ്പുകൾ പോലുമില്ലാത്ത, ശുഭ്രമായ മണൽവിരിച്ച ആധുനിക ലോകത്തിന്റെ സമ്മാനമായ മലിനീകരണം (Pollution) ഏതുമില്ലാത്ത നൂറുശ

തമാനവും ശുദ്ധമായ കടൽത്തീരങ്ങൾ. ഇടയ്ക്കിടെ കാണുന്ന മുക്കുവ ഗ്രാമങ്ങളാകട്ടെ ദാരിദ്ര്യത്തിന്റെ നേർക്കാഴ്ചകളാണ്. ഏതു നിമിഷവും നിലംപൊത്താവുന്ന പൊട്ടിപ്പൊളിഞ്ഞ കുടിലുകൾ. ആളുകൾ ചുള്ളിയും കമ്പും പെറുക്കുന്നു. പൂക്കളിറുക്കുന്നു. കടലിലൊന്നും പക്ഷേ, വഞ്ചികളോ മീൻ പിടിക്കുന്നവരെയോ കാണാനില്ല. അതൊക്കെ ഒരുപക്ഷേ, രാവിലെ ആയിരിക്കണം. കടൽത്തീരത്ത് ചിലയിടങ്ങളിലെങ്കിലും കമ്പിവേലി വലിച്ചു കെട്ടിയിട്ടുണ്ട്. ഇത് Electric Fence ആണോ? അറിയില്ല. ശത്രുവായ ജപ്പാന്റെ കടൽമാർഗ്ഗമുള്ള ആക്രമണം ചെറുക്കാനാണത്രേ ഇത്. ഈ ചെറിയ കമ്പിവേലികൊണ്ട് അത്രയ്ക്കൊക്കെ സാധിക്കുമോ എന്ന ചോദ്യം പ്രസക്തമല്ല. കഥയിൽ ചോദ്യമില്ലതന്നെ.

Pohon Ri ബീച്ചിനടുത്താണ് ഞങ്ങളുടെ ഹോംസ്റ്റേ വില്ലേജ്. അസ്തമന സൂര്യന്റെ ചെങ്കതിർ പ്രഭയാണ് ഞങ്ങളെ എതിരേറ്റത്. രണ്ടുവരികളായി നില്ക്കുന്ന ഇരുപതോളം വീടുകളുടെ ഒരു സമുച്ചയമാണിത്. ചില വീടുകൾക്ക് രണ്ടുനിലയുണ്ട്. പരമ്പരാഗത കൊറിയൻ വാസ്തുവിദ്യാശൈലിയിൽ പണിത സുന്ദരൻ മന്ദിരങ്ങൾ. Hanok എന്ന കൊറിയൻ ആർക്കിടെക്ച്ചർ സ്റ്റൈൽ ആണിത്. ഈ ഗൃഹ സമുച്ചയങ്ങൾക്കു നടുവിൽ ഒരു കമ്യൂണിറ്റി കം റിക്രിയേഷൻ സെന്ററും ഉണ്ട്. അത്യാവശ്യം കുടിക്കാനും കൊറിക്കാനും ഉള്ളതൊക്കെ ഇവിടെ കിട്ടും. ഞങ്ങളുടെ ഭക്ഷണം ഏർപ്പാടാക്കിയിരിക്കുന്നതും ഇവിടെത്തന്നെ.

2006 ൽ ഉത്തര കൊറിയയുടെ അന്നത്തെ ഭരണാധികാരിയായിരുന്ന കിം ജോങ് ഇൽ ഇവിടെവന്ന് 16-ാം നമ്പർ വീട്ടിൽ രണ്ടുദിവസം താമസിക്കുകയുണ്ടായി. അതിനുശേഷമാണ് വിദേശികൾക്കായി ഈ ഹോംസ്റ്റേ തുറന്നു കൊടുത്തത്. അതിനുമുമ്പും ചൈനയിൽനിന്നുള്ള സഞ്ചാരികൾ ഇവിടെ വരുമായിരുന്നുപോലും.

പക്ഷേ, വടക്കൻ കൊറിയയുടെ ആജന്മശത്രുക്കളായ അമേരിക്കക്കാർക്കും ജപ്പാൻകാർക്കും ഈ രാജ്യത്തു വരാൻ അനുവാദമുണ്ടെങ്കിലും ഇവിടെ താമസിക്കാൻ സാദ്ധ്യമല്ല. അവർക്കായി കുറച്ചു ദൂരെ ഒരു ഹോട്ടലുണ്ട്. ഞാൻ വടക്കൻ കൊറിയയിൽ ചെല്ലുന്ന സമയത്ത് അമേരിക്കൻ പൗരന്മാർക്ക് ഈ രാജ്യത്ത് പ്രവേശിക്കാൻ അവരുടെ സർക്കാർ തന്നെ നിയന്ത്രണം ഏർപ്പെടുത്തിയിരുന്നു. വന്നിട്ടുവേണമല്ലോ ഇവിടെ താമസിക്കാൻ.

എനിക്കായി അനുവദിച്ച 17-ാം നമ്പർ വീട്ടിൽ ചെല്ലുമ്പോൾ, വീട്ടുകാരിയായ Dongmu (സഖാവ്, കോമ്രേഡ്) ഗ്യല, കായ് കൂൺ വൃത്തിയാക്കിക്കൊണ്ടിരിക്കുകയായിരുന്നു. Matsutake Mushroom അഥവാ Pinetree Mushroom എന്നറിയപ്പെടുന്ന ഈ കൂൺ അതിവിശിഷ്ടമാണ്. ഇവിടെ മാത്രം ലഭ്യമായ ഇതിന് ജപ്പാനിലും മറ്റും സ്വർണ്ണത്തിന്റെ വിലയാണ്.

Sonamu എന്ന Korean Red Pine ന്റെ ചുവട്ടിൽ വളരുന്ന ഈ കൂണിനെ Songi എന്നാണ് നാട്ടുകാർ വിളിക്കുന്നത്. ഏകദേശം 8 സെന്റീ

മീറ്റർ നീളമുള്ള ആനക്കൊമ്പിന്റെ നിറമുള്ള ഒരുതരം കൂൺ ആണിത്. കുടയ്ക്കാകട്ടെ തവിട്ടുനിറവും.

പ്യോങ്യാങ്ങിൽ തിരിച്ചെത്തിയപ്പോൾ ഞാൻ കണ്ട ഈ കൂൺ വിശേഷം ചോയിയോട് പറഞ്ഞു. എന്നാൽ നിന്നെക്കൊണ്ടിത് കഴിപ്പിച്ചിട്ടുതന്നെ ബാക്കി കാര്യം എന്നായി അവൾ. ഈ കൂണിന്റെ പാചകം ഏതാണ്ട് ഇങ്ങനെയാണ്. അലൂമിനിയം ഫോയിലിൽ പൊതിഞ്ഞ് കല്ലടുപ്പിൽവച്ച് ചെറിയ ചൂടിൽ ഗ്രിൽ ചെയ്യും. പിന്നീട് ഇതിന്റെ പുറത്തുള്ള നേർത്ത തൊലി പൊളിച്ചു കളഞ്ഞാണ് കഴിക്കുന്നത്. എള്ളെണ്ണയിൽ മുക്കി ഈ കൂൺ കഴിക്കുമ്പോൾ മാംസത്തിന് അസാധാരണമായ മൃദുത്വം തോന്നും, കറുകപ്പട്ടയുടെയും സുഗന്ധവ്യഞ്ജനങ്ങളുടെയും സമ്മിശ്രമായ തീക്ഷ്ണ ഗന്ധവും, പോരാത്തതിന് നമുക്ക് അത്ര പരിചിതമല്ലാത്ത മറ്റേതോ സ്വാദും. ലോകത്തെ മറ്റൊരു കൂണിനും ഇത്തരം സ്വാദും ഗന്ധവും ഇല്ലപോലും, അതാണത്രേ ഇതിന്റെ പ്രത്യേകതയും.

ഹോംസ്റ്റേയിലെ 17-ാം നമ്പർ വീട്ടിലേക്ക് വീട്ടമ്മയായ കായ് നിറഞ്ഞ ചിരിയോടെ എന്നെ സ്വാഗതം ചെയ്തു. വീട്ടുകാരിയുമായി ചോയ് പഠിപ്പിച്ചുതന്ന് ഞാൻ ഹൃദിസ്ഥം ആക്കിയിരുന്ന കൊറിയൻ ഭാഷയിലെ എല്ലാ ആശംസകളും കൈമാറി. റോഡിൽനിന്നും 25 മീറ്റർ അകത്തേക്കാണ് ഒറ്റനിലയുള്ള ഈ വീട്. മുറ്റത്ത് നടപ്പാതയൊഴിച്ചാൽ ഇരുവശത്തും സമൃദ്ധമായി കൃഷിചെയ്തിരിക്കുന്നു, കാബേജ് ആണെന്നു തോന്നുന്നു. വീടിന്റെ ഒരുവശത്ത് പട്ടിക്കൂട്, മറുവശത്ത് ഏതോ വള്ളിച്ചെടി പടർത്തിയിരിക്കുന്നു. വീടിനകത്തേക്ക് പ്രവേശിച്ചാൽ എതിരേല്ക്കുന്നത് സ്വീകരണമുറിയാണ്. ഉത്തര കൊറിയയിൽ എല്ലായിടത്തുമെന്നപോലെ ഇവിടെയും, കോമ്രേഡിന്റെയും മകന്റെയും ഫോട്ടോകൾ ഏറ്റവും പ്രധാന

സ്ഥലത്തുതന്നെ സ്ഥാനമുറപ്പിച്ചിട്ടുണ്ട്. അതായത് വീടിനകത്തേക്ക് കയറുമ്പോൾതന്നെ ആദ്യം കാണുന്നത് ഈ ഫോട്ടോകൾ ആയിരിക്കണം എന്ന വിധമാണ് ക്രമീകരണം. ഡ്രോയിങ് റൂമിൽ കടും ചായത്തിലുള്ള ഒരു പരവതാനി വിരിച്ചിരിക്കുന്നു. ചുവരുകളിലാകെ വാൾപേപ്പർ ഒട്ടിച്ച് ഭംഗിയാക്കിയിരിക്കുന്നു. സോഫാ സെറ്റികൾ ടെലിവിഷൻ, ടേപ് റെക്കോഡർ, കളിപ്പാട്ടങ്ങളൊക്കെ കിറുകൃത്യമായി അവയ്ക്കുള്ള സ്ഥാനങ്ങളിൽ ഇരിപ്പുണ്ട്. ടി വിക്കും, ടേപ്പിനുമൊക്കെ പണ്ടുനമ്മുടെ നാട്ടിലുണ്ടായിരുന്നതുപോലെ തുണികൊണ്ടുള്ള കവർ തയ്പിച്ചിട്ടിരിക്കുന്നു.

ഇതിന് ഇടതുവശത്തുള്ളതാണ് എന്റെ മുറി. ബാത്ത് അറ്റാച്ച്ഡ്. കുളിമുറിയിൽ ഒരു ഡ്രമ്മിൽ വെള്ളം നിറച്ചിട്ടിരിക്കുന്നു. കൂട്ടത്തിൽ ഒരു ബക്കറ്റും വെള്ളം ചൂടാക്കാൻ ഒരു ഇമേർഷൻ ഹീറ്ററും. മുറിയിൽ ഫർണിച്ചർ ഒന്നുമില്ല. മതിലിൽ ഫിക്സ് ചെയ്ത അലമാരയാണ് ആകെയുള്ള ഒരു ഫർണിച്ചർ. സാധാരണ കൊറിയക്കാർ നിലത്തു കിടന്നാണ് ഉറങ്ങുന്നത്. Ondol എന്ന ചൂടാക്കിയ നിലത്തിനുമുകളിൽ ഥീ എന്ന കട്ടിയുള്ള പുതപ്പ് വിരിച്ചാണ് ഉറക്കം. രാവിലെ എഴുന്നേൽക്കുമ്പോൾ Yo അലമാരയിൽ എടുത്തുവെയ്ക്കും. വേനൽക്കാലമായതുകൊണ്ട് Ondol ഇല്ല. അതായത് കിടക്കുന്നയിടം ചൂടാക്കേണ്ട ആവശ്യമില്ല. വേനൽക്കാലത്ത് ഇവർ ചൂടുവെള്ളത്തിൽ കുളിക്കാറുമില്ല. അതാണ് എനിക്ക് കുളിക്കാൻ ചൂടുവെള്ളമുണ്ടാക്കാനുള്ള സംവിധാനം ഏർപ്പാടാക്കിയിരിക്കുന്നത്.

സ്വീകരണമുറിക്ക് വടക്ക് അടുക്കളയാണ്. അതിനുമപ്പുറം വീട്ടുകാരുടെ കിടപ്പുമുറിയും കുളിമുറിയും. ഇതാണ് വീടിന്റെ സംവിധാനം. നമ്മുടെ നാട്ടിലെ പോലെ ഇവരും വീടിനകത്ത് ചെരിപ്പ് ഉപയോഗിക്കില്ല.

ഐ പാഡിലെ ട്രാൻസ്ലേറ്റർ ആപ്പ് വഴി ശ്രീമതി കായ്യുമായി ചെറിയൊരു സൗഹൃദ സംഭാഷണമൊക്കെ നടത്തി ഞാൻ. വടക്കും തെക്കും കൊറിയകളിലെ ഭാഷ കൊറിയൻതന്നെ. പക്ഷേ, ഇരു രാജ്യങ്ങളിലെയും ഭാഷാപ്രയോഗങ്ങൾ തികച്ചും വ്യത്യസ്തമാണ്. മാത്രവുമല്ല ചിലപ്പോൾ നമ്മൾ പറയുന്നതും ഉദ്ദേശിക്കുന്നതുമായിരിക്കില്ല അവർ മനസ്സിലാക്കുന്നത്. അതുകൊണ്ട് ആപ്പ് ഉപയോഗിക്കുമ്പോൾ വളരെ ശ്രദ്ധിക്കണം, അവരെ ധർമ്മസങ്കടത്തിൽപ്പെടുത്തരുത് എന്നൊക്കെ ചോയ് വിശദമായി പറഞ്ഞു മനസ്സിലാക്കിത്തന്നിരുന്നു. തർജ്ജമ സഹായ ആപ്പുകളും ദക്ഷിണ കൊറിയൻ ഭാഷാരീതിയാണ് പിൻതുടരുന്നത്. ഇതാണ് ലോകത്ത് കൂടുതൽ സാർവ്വത്രികം. ചിലപ്പോഴെങ്കിലും ഇതിലെ ഭാഷാ പ്രയോഗങ്ങൾ വടക്കൻ കൊറിയയിൽ തെറ്റിദ്ധാരണയ്ക്ക് കാരണമായേക്കാം.

വടക്കൻ കൊറിയയിൽ വച്ച് നമ്മൾ എന്തെങ്കിലും ആവശ്യപ്പെടുകയാണെങ്കിൽ തീർച്ചയായും ആ വാചകം ദയവായി (Supnida) എന്ന ക്രിയയിൽ അവസാനിക്കണം. അതായത് പ്ലീസ് (Please) എന്ന് പറയുന്നതിന് സമം. അല്ലെങ്കിൽ നമ്മൾ മര്യാദകെട്ടവരെന്ന് (Rude and Arrogant) കരുതപ്പെടും. തർജ്ജമ സഹായിയിലാകട്ടെ ഈ വാക്കോ പ്രയോഗമോ കാണില്ല. കാരണം ദക്ഷിണ കൊറിയയിൽ സംസാരത്തിൽ ഇത്തരം പ്രയോഗം ഇല്ലേയില്ല. അവർ ഇത് വളരെ ഫോർമൽ ആയാണ് കരുതുന്നത്. വേണമെങ്കിൽ പട്ടാളത്തിൽ ഉപയോഗിക്കാം എന്നാണ് അവർ കളിയാക്കി പറയുന്നത്.

ദക്ഷിണ കൊറിയയിലെ റസ്റ്റോറന്റിൽ ഭക്ഷണം വിളമ്പുന്ന വെയിട്രസിനെ Chogiyo, Yogiyo എന്നൊക്കെയാണ് വിളിക്കാറ്. പക്ഷേ, വടക്കൻ കൊറിയയിൽ അവരെ ഇങ്ങനെയൊക്കെ കയറിവിളിച്ചാൽ വിവരമറിയും. അവിടെ അവരെ ബഹുമാനപുരസ്സരം ചോപ്തയ്വോൺ തോങ്മു (Choptaewon Tongmu) എന്നോ തോങ്ജി (Tongji) (സഖാവ്, വെയിട്രസ്) എന്നോ വേണം സംബോധന ചെയ്യാൻ. ദക്ഷിണ കൊറിയയിൽ ആകട്ടെ ചോപ്തേയ് (Choptae) എന്നത് വേശ്യാവൃത്തിയുമായി ബന്ധപ്പെട്ട വാക്കാണ്. അവിടെച്ചെന്ന് അവരെ ഇങ്ങനെയെങ്ങാനും വിളിച്ചാൽ.....

മുകളിൽ പറഞ്ഞതൊക്കെ വേണമെങ്കിൽ, ശ്രദ്ധിച്ചാൽ ഒഴിവാക്കാവുന്നതേയുള്ളൂ. പക്ഷേ, അതുപോലെയല്ലല്ലോ ടോയ്ലെറ്റ് (Toilet) എവിടെയാണെന്നു ചോദിക്കുന്നത്. ആർക്ക് എപ്പോൾ എവിടെവച്ച് ആവശ്യം വരുന്നതെന്ന് അറിയില്ലല്ലോ. തെക്കൻ കൊറിയയിൽ മൂത്രപ്പുരയ്ക്ക് Hwajang Shil എന്നു ചോദിച്ചാൽ ധാരാളമായി. എന്നാൽ യഥാർത്ഥത്തിൽ കൊറിയൻ ഭാഷയിൽ ഈ വാക്കിന്റെ അർഥം Make-up Room എന്നാണ്. സായിപ്പിന്റെ രീതി തെക്കൻ കൊറിയക്കാർ പകർത്തിയതാണ്. എന്നാൽ വടക്കൻ കൊറിയയിൽവന്ന് മൂത്രശങ്ക തീർക്കാൻ ഇങ്ങനെ ചോദിച്ചാൽ നമ്മളെ കൃത്യമായി മേക്കപ്പ് ചെയ്യുന്ന മുറിയിൽ കൊണ്ടുവിടും. അവിടെ മൂത്രമൊഴിക്കാനും അപ്പിയിടാനുമൊക്കെയുള്ള സ്ഥലം ഏതാണെന്നറിയണമെങ്കിൽ വൈസയങ് ഷിൽ (Wisaeng Shil) എന്നുതന്നെ ചോദിക്കണം. Wisaeng എന്നാൽ കൊറിയൻ ഭാഷയിൽ ശുചിത്വം എന്നാണ്. അതായത് ശുചിമുറി എവിടെയാണ് എന്നുതന്നെയായിരിക്കണം ചോദ്യം. അതായത് ചോദിക്കേണ്ടതുതന്നെ ചോദിക്കണം എന്നു സാരം.

പൊതുവേ ഹോംസ്റ്റേയിൽ വരുന്നവർ ആതിഥേയർക്കായി എന്തെങ്കിലും സമ്മാനങ്ങൾ കരുതും. ഞാൻ, ചോയ് പറഞ്ഞതനുസരിച്ച് സോജു എന്നറിയപ്പെടുന്ന ഒരു കുപ്പി ലോക്കൽ മദ്യവും സാധാരണ അസുഖങ്ങൾക്കുള്ള ഏതാനും മരുന്നുകളുമാണ് കൊണ്ടുചെന്നത്. മരുന്നുകളെക്കുറിച്ച് എന്തെങ്കിലുമൊരു ധാരണ ആ വീട്ടമ്മയ്ക്ക് ഉണ്ടാകുമെന്ന് ഞാൻ സ്വപ്നേപി കരുതിയുമില്ല. പക്ഷേ, എന്നെ അമ്പരപ്പിച്ചുകൊണ്ട് ഓരോ മരുന്നുമെടുത്ത് അത് ഇന്ന അസുഖങ്ങൾക്കുള്ളതാണെന്ന് ആയമ്മ മണിമണിയായി പറഞ്ഞുതന്നു. അത്ഭുതം! അവർ കഴിഞ്ഞ ജന്മത്തിൽ ഡോക്ടറോ ചുരുങ്ങിയത് നഴ്സെങ്കിലുമോ ആയിരുന്നിരിക്കണം.

ദൗർഭാഗ്യവശാൽ അവരുടെ ലോക പരിചയം തീരെ കുറവായിരുന്നു. ഇന്ത്യ എന്ന രാജ്യത്തെക്കുറിച്ച് കേട്ടിരുന്നുപോലുമില്ല. പലപ്പോഴായി ഏതാനും യൂറോപ്പിൽ നിന്നുള്ള സഞ്ചാരികൾ അവിടെ താമസിച്ചിട്ടുള്ളതുകൊണ്ട് ഏതാനും യൂറോപ്യൻ നഗരങ്ങളെക്കുറിച്ച് കേട്ടറിവുണ്ട്, അത്രമാത്രം.

ഇവിടെവന്ന് ഹോംസ്റ്റേയിൽ താമസിക്കുന്ന 90% സഞ്ചാരികളും ചൈനയിൽ നിന്നുള്ളവരാണ്. കായ്യും കുടുംബവും ഒരു ഇന്ത്യക്കാരനെ കറുത്ത തൊലിയുള്ള ഒരാളെ ആദ്യമായി കാണുകയാണ്. പൊട്ടിച്ചിരിച്ചുപോയി ഞാൻ.

ഞാൻ ഡോക്ടറാണ് എന്നു പറഞ്ഞപ്പോൾ, ആദ്യചോദ്യം ഞാൻ എന്തുകൊണ്ട് പട്ടാളത്തിൽ ചേർന്നില്ല എന്നതായിരുന്നു. ഒരുപക്ഷേ, അവർക്കറിയാവുന്ന ഏറ്റവും ഉയർന്ന ജോലി ഒരു പട്ടാളക്കാരന്റേതായിരിക്കണം. ഉത്തര കൊറിയയിൽ അത് സത്യവുമാണ്.

പിന്നെ ആ വീട്ടമ്മയ്ക്കറിയേണ്ടത് ഞാൻ എന്തിന് ഇത്രദൂരം താണ്ടി ഇവിടെ വന്നു എന്നതാണ്. ഒരുപക്ഷേ, ഇവിടെവന്ന വിദേശികളോടൊക്കെ അവർ ഈ ചോദ്യം ചോദിച്ചിരിക്കണം. ആരെങ്കിലും അവരെ തൃപ്തിപ്പെടുത്തുന്ന ഒരു മറുപടി പറഞ്ഞുകാണുമോ ആവോ!.

ഞാൻ കൊണ്ടുവന്ന വസ്ത്രങ്ങൾ വല്ലാതെ മുഷിഞ്ഞിരുന്നു. വാഷിങ് മെഷിൻ ഉണ്ടെങ്കിൽ ഒന്നു അലക്കാൻ കൊടുക്കാമെന്നു കരുതി അവരോട് കാര്യങ്ങൾ തിരക്കി. തുണികൾ തന്നോളൂ, ഞാൻ അലക്കിത്തരാം എന്നായി അവർ. ഞാൻ രാത്രിയിൽ തിരിച്ചെത്തുമ്പോൾ വസ്ത്രങ്ങളൊക്കെ കഴുകി വൃത്തിയായി മടക്കി എന്റെ മുറിയിൽ വച്ചിരിക്കു

ന്നു. സന്തോഷമായി ഏതാനും ചൈനീസ് യുവാൻ അവർക്ക് കൊടുക്കാൻ ഞാൻ ശ്രമിച്ചെങ്കിലും അവർ വാങ്ങിയില്ല. എന്റെ സന്തോഷം, എന്റെ സന്തോഷം എന്നു പറഞ്ഞ് ഒഴിഞ്ഞുകളഞ്ഞു.

ഈ വീട്ടിലെ താമസക്കാർ ആരൊക്കെയാണെന്നും യഥാർത്ഥത്തിൽ അവിടെ എത്രപേർ താമസിക്കുന്നുണ്ടെന്നും രണ്ടുദിവസം മുഴുവനും അവിടെയുണ്ടായിട്ടും എനിക്ക് മനസ്സിലായില്ല. രാവും പകലും ഇടയ്ക്കിടെ പലരും വന്നുപോകുന്നതുകാണാം. കായ്‌യുടെ ഭർത്താവ് സോങ്ങിന് മത്സ്യബന്ധനമാണ് പണി. നാലാം ക്ലാസിൽ പഠിക്കുന്ന 10/12 വയസ്സുള്ള ഒരു മകളുമുണ്ടവർക്ക്.

ഞാൻ ഉറങ്ങാൻ കിടന്നപ്പോൾ ജനലിലെ കർട്ടൻ മാറ്റിയിട്ടു. നല്ല കടൽക്കാറ്റ്. ദൂരെനിന്നും കടലിന്റെ ആരവവും. രാവിലെ എഴുന്നേറ്റ് പുറത്തേക്ക് നോക്കുമ്പോൾ വീട്ടമ്മ കോഴികൾക്കും പട്ടികൾക്കും തീറ്റ കൊടുക്കുന്നു. മകൾ സ്കൂളിൽ പോകാൻ യൂണിഫോം ഒക്കെയിട്ട് റെഡിയായി നില്ക്കുന്നു. അച്ഛൻ സൈക്കിളുമായി അവളെ അനുഗമിക്കാനും.

ഒരു ആദർശ ഗ്രാമമാണിത്. യാഥാർത്ഥ്യത്തിനുമേൽ കടുത്ത ചായങ്ങൾ വാരിക്കോരിപ്പെരട്ടി ഉണ്ടാക്കിയെടുത്ത മുഖം. ഇത്രയും വിദൂരമായ ഏകാന്തത്തുരുത്തിലെ ഈ സ്ഥലം ഭൂപടത്തിൽപ്പോലും അടയാളപ്പെടുത്തിയിട്ടില്ല.

1990 വരെ ഈ സ്ഥലത്തെ ജീവിതം നരകതുല്യമായിരുന്നു. കൃഷിയും കൃഷിസ്ഥലങ്ങളും ഈ മലയടിവാരത്ത് നാമമാത്രമാണ്. കൂനിൻമേൽ കുരു എന്ന മട്ടിൽ പ്രകൃതി ദുരന്തങ്ങളും, ഇടയ്ക്കിടെ ഉണ്ടാകുന്ന വെള്ളപ്പൊക്കവും കൃഷിചെയ്ത നെല്ലും ചോളവും ഒലിച്ചുപോകാൻ കാരണമാകും. പിന്നെ വറചട്ടിയിൽ നിന്നും എരിതീയിലേക്കാണ്. കൊടുംപട്ടിണി. വേനൽക്കാലത്ത് മീൻപിടിക്കാനെങ്കിലുംപോകാം. എന്നാൽ മഞ്ഞുകാലത്ത് അതും സാദ്ധ്യമല്ല.

വടക്കു കിഴക്കിനോട് വിട

ചിൽബോസാൻ ഹോംസ്റ്റേയിലെ അവസാന ദിവസമാണ്. നാളെ ഉച്ചയ്ക്കുള്ള വിമാനത്തിൽ ഞാൻ പ്യോങ്യാങ്ങിലേക്ക് മടങ്ങും. രാവിലെയുള്ള പരിപാടി വീണ്ടുമൊരു ട്രെക്കിങ് ആണ്. ഇത്തവണ യാത്ര Outer Chilbo യിലേക്കാണ്. ഇന്നലെ നടന്നുകണ്ട Inner Chilbo യെക്കാളും ഉയരത്തിലാണ് ഇന്ന് കയറാൻ പോകുന്ന പർവ്വത ഭാഗം. പക്ഷേ, ഈ ഭാഗത്ത് റോഡ് ഉള്ളതുകൊണ്ട് കയറ്റത്തിന്റെ കാഠിന്യം ഇന്നലെയുമായി താരതമ്യം ചെയ്യുമ്പോൾ കുറവാണ്. ഇന്നർ ചിൽബോ യിലെ കാഴ്ചകൾക്ക് സമാനമാണ് ഔട്ടർ ചിൽബോയിൽനിന്ന് നോക്കു മ്പോഴുള്ള കാഴ്ചകളും. അതിമനോഹരമാണ്. കുറച്ചുകൂടി പൊക്കത്തിൽ നിന്നായതുകൊണ്ട് വിശാല പ്രകൃതിയുടെ ദൃശ്യചാരുത അളവറ്റതാണ്.

മലകയറ്റം കഴിഞ്ഞശേഷം ഞങ്ങൾ എല്ലാവരും കടൽക്കരയിൽ ഒത്തുകൂടി. കടൽത്തീരത്ത് മാലിന്യത്തിന്റെ കണികപോലുമില്ല. പ്ലാസ്റ്റിക്കോ കുപ്പികളോ കടലാസുകഷണങ്ങളോ ഒന്നുമില്ലാത്ത മാലി ന്യമുക്തമായ കടൽത്തീരം. അതിന്റെ പ്രതിഫലനം കിഴക്കൻ കൊറിയ കടലിലും കാണാം. ശുഭ്രം. ശുദ്ധം. യഥാർത്ഥത്തിൽ ഈ കടൽ അറിയ പ്പെട്ടിരുന്നത് ജപ്പാൻ കടൽ (Sea of Japan) എന്നായിരുന്നു. ഈ പേര് മാറ്റണമെന്നും കിഴക്കൻ കടൽ എന്നാക്കണമെന്നും പറഞ്ഞ് ഇരു കൊറി യകളും സംയുക്തമായി ഐക്യരാഷ്ട്രസഭയെ സമീപിച്ചു. വടക്കൻ കൊറിയയാകട്ടെ ഒരു പടികൂടി മുന്നോട്ടു പോയി, പേര് East Sea of Korea എന്നുതന്നെ ആക്കണമെന്ന് നിർബ്ബന്ധം പിടിച്ചു. ഏതായാലും ഔദ്യോഗിക രേഖകളിലെ പേരുമാറ്റം ഇതുവരെ യാഥാർത്ഥ്യമായിട്ടില്ല.

വിശാലമായി നീണ്ടുകിടക്കുന്ന കടൽക്കരയിൽ ഞങ്ങളെകൂടാതെ ഏതാനും നാട്ടുകാരായ വിനോദ സഞ്ചാരികളുമുണ്ട്. അവർ കുറച്ചു ദൂരെ

മാറി കടലിലൊന്നും ഇറങ്ങാൻ മിനക്കെടാതെ ബാർബക്യൂ ഉണ്ടാക്കുന്നതിലും പാട്ടിലുമൊക്കെ മുഴുകിയിരിക്കുകയാണ്.

കടൽവെള്ളത്തിന് സാമാന്യം തണുപ്പുണ്ട്. അസഹനീയം എന്നൊന്നും പറയാനില്ല. പതിവുപോലെ ഇവിടെയും റിക്രിയേഷൻ സെന്ററുണ്ട്, ലഘുപാനീയങ്ങളും, ബീറും സുലഭം.

കടലിൽ, കുറച്ചുദൂരെ, കടൽഭിത്തിപോലെ പാറകളുടെ നീണ്ട നിര. പ്രകൃതിദത്തമായ ഉൾക്കടൽ ആണിവിടം. ആഴം അധികമില്ല. പാറക്കെട്ടുവരെ വേണമെങ്കിൽ നടന്നുപോകാം. നമ്മുടെ അറബിക്കടൽപോലെ ആർത്തലച്ച തിരമാലകളില്ല, ശാന്തമായ കടൽ.

വെയിലിനു പക്ഷേ, പൊള്ളുന്ന ചൂടാണ്. ഞങ്ങൾ കടലിൽ നീന്തിതുടിക്കുമ്പോഴേക്കും മുക്കുവർ വഞ്ചിയുമായി എത്തി. താല്പര്യമുള്ളവർക്ക് ചെറിയൊരു സമുദ്ര സഞ്ചാരമാവാം. ഞാൻ താമസിക്കുന്ന വീട്ടുടമസ്ഥയുടെ ഭർത്താവ് സോങ് ആണ് ഒരു വഞ്ചിയുടെ അമരക്കാരൻ. ശരിക്കും കടലിൽ നിന്നാണ് ചിൽബോസാൻ മലനിരകളുടെ അഭൗമ ഭംഗി പൂർണ്ണമായും ആസ്വദിക്കാൻ ആവുന്നത്. തട്ടുതട്ടായ് താഴേക്കിറങ്ങിവന്ന് നീല സാഗരത്തിൽ വിലയം പ്രാപിക്കുന്ന പച്ചയുടെ മഹാസാഗരം. വേണമെങ്കിൽ തിരിച്ചും പറയാം. കടലിൽനിന്ന് പറന്നുയരുന്ന പക്ഷിക്കൂട്ടങ്ങൾ ചിറകുവിടർത്തുന്നതുപോലെയാണ് മലനിരകൾ വിന്യസിച്ചിരിക്കുന്നത്. സാന്ധ്യസൂര്യന്റെ പശ്ചാത്തലംകൊണ്ടാവണം പർവ്വതഭാഗങ്ങൾ വർണ്ണവിസ്മയത്തിന്റെ ഇന്ദ്രജാലം പ്രത്യക്ഷമാവുന്നത്.

ഞങ്ങൾ തിരിച്ച് ഹോംസ്റ്റേയിലേക്ക് മടങ്ങുമ്പോഴും ഇരുട്ടിയിട്ടില്ല. ഇനി ഞങ്ങളും നാട്ടുകാരുമായി ഒരു വോളി ബോൾ മത്സരമാണ്. ഞങ്ങളിൽ പലർക്കും ഈ കളി ജീവിതത്തിൽ ആദ്യമായിട്ടാണ്. എട്ടുനിലയിൽ പൊട്ടാൻ പിന്നെ കാരണമൊന്നും വേണ്ടല്ലോ.

അതീവ രസകരമായ ഒന്നായിരുന്നു അടുത്ത പരിപാടി. Ssireum, സിറെയും എന്നറിയപ്പെടുന്ന കൊറിയൻ ഗുസ്തിപിടുത്തം (Wrestling). കൊറിയക്കാരുടെ ദേശീയ വിനോദമാണിത്. മണ്ണ് നിറച്ച് വൃത്താകൃതിയിലുള്ളതാണ് ഗോദ. മൽപിടുത്തത്തിന് ഇറങ്ങുന്നതിനുമുമ്പ് Satba എന്ന തുണികൊണ്ടുള്ള ബെൽറ്റ് അരയിലും തുടയിലുമായി കെട്ടുന്നു. ഇതിൽ പിടിച്ചാണ് ഗുസ്തിപിടുത്തം. മറ്റെല്ലാ ഗുസ്തിയിലുമെന്നപോലെ എതിരാളിയെ മലർത്തിയടിക്കുന്ന ആളാണ് വിജയി. തുടക്കക്കാരായിരുന്നുവെങ്കിലും കൊറിയക്കാർക്കെതിരായുള്ള ഞങ്ങളുടെ പ്രകടനം അതിഗംഭീരമായിരുന്നു. ഞങ്ങളിൽ പലരും എതിരാളികളെ നിഷ്പ്രഭരാക്കി മലർത്തിയടിച്ചു. അതിഥികളെ മനപ്പൂർവ്വം ജയിക്കാൻ അനുവദിച്ചതായിരിക്കണമെന്ന് ഞങ്ങൾക്കുതോന്നി.

അത്താഴത്തിനുശേഷം ഞങ്ങൾ വീണ്ടും ബീച്ചിലേക്ക് ചെന്നു. വഴിയിലെങ്ങും തെരുവുവിളക്കുകളോ മറ്റു വെളിച്ചമോ ഒന്നുമില്ലെങ്കിലും ഹോംസ്റ്റേകൾ ദീപപ്രഭയിൽ മുങ്ങിക്കുളിച്ചു നില്ക്കുന്നു. അർദ്ധരാത്രിയിൽ വിമാനം ലാന്റ് ചെയ്യുമ്പോൾ താഴെക്കാണുന്ന നഗര കാഴ്ച പോലെ.

കടൽത്തീരത്ത് സ്വച്ഛന്ദസുന്ദര പ്രകൃതി. ഞങ്ങൾ താമസിക്കുന്ന വീടുകൾക്കും ബീച്ചിനും ഇടയിലുള്ള പൈൻ മരക്കാടുകൾ അവിടെ നിന്നുള്ള നേർത്ത വെളിച്ചംപോലും പൂർണ്ണമായും തടഞ്ഞിരിക്കുന്നു. നിലാവെളിച്ചം മാത്രം, ആയിരവല്ലി പൂത്തിറങ്ങുന്ന അനന്തതയിൽ വിലയം പ്രാപിക്കുന്ന ആകാശം. ചന്ദ്രപ്രഭ കടലിൽ വെട്ടിത്തിളങ്ങുന്നു,

കടൽക്കരയിലെ ബോൺഫയർ ആഘോഷങ്ങൾ അസ്തമിക്കുമ്പോൾ, കിഴക്ക് വെള്ളകീറി തുടങ്ങിയിരുന്നു.

ഉത്തര ഹാംഗ്യോങ് പ്രവിശ്യയിലെ അവസാന ദിവസമാണ്. തിക്കിൽ നിന്നും തിരക്കിൽനിന്നും (അങ്ങനെയൊന്ന് ഉത്തര കൊറിയയിൽ കേട്ടുകേൾവിപോലും ഇല്ലെങ്കിലും) ഒഴിഞ്ഞ് സസ്ഥമായി മൂന്ന് ദിവസങ്ങൾ. ഹോംസ്റ്റേയിൽനിന്നും വിമാനത്താവളത്തിലേക്ക് 90 കിലോമീറ്റർ ദൂരമുണ്ട്, ഒന്നരമണിക്കൂർ യാത്രയും. ഞങ്ങളുടെ വിമാനം ഉച്ചയ്ക്ക് ഒന്നരയ്ക്കാണ്. കുറച്ചു കഴിഞ്ഞപ്പോൾ അറിഞ്ഞു, സമയമാറ്റം. രണ്ടുമണിക്കൂർ കൂടി കഴിഞ്ഞു മാത്രമേ യാത്രയുള്ളൂ.

യാത്രയിലുടനീളം പതിവു കാഴ്ചകൾതന്നെ. വയലും പർവ്വതങ്ങളും ഗ്രാമങ്ങളും. റോഡിൽ ഇടയ്ക്കിടെ പണികൾ നടക്കുന്നു. ഒരു യന്ത്രവല്കൃതവുമില്ല. എല്ലാം കായികാദ്ധ്വാനം കൊണ്ടുതന്നെ. നിരത്തിൽ വാഹനങ്ങൾ എന്നു പറയാവുന്നത് വല്ലപ്പോഴും പോകുന്ന ഒരു മിലിട്ടറി ട്രക്ക്, കൃഷിക്കാരേയും, കൃഷിപ്പണിക്കുള്ള ആയുധങ്ങളുമായി പോകുന്ന ഒരു ട്രാക്ടർ, കാളവണ്ടികൾ, സൈക്കിളുകൾ. കഴിഞ്ഞു.

ഞങ്ങളുടെ വണ്ടി കടന്നുപോകുന്നത് ഗ്രാമങ്ങൾ, ചെറുപട്ടണങ്ങൾ എന്നിവയിലൂടെതന്നെ. പക്ഷേ, ഒരിടത്തും ഒരാളെയും കാണാനില്ല. ഈ നാട്ടുകാരൊക്കെ എവിടെപോയി ഒളിച്ചിരിക്കുന്നു. കൗതുകത്തോടെ ഞാൻ ഓർത്തുപോയി.

സംശയം കലശലായപ്പോൾ സുൻജോഗിനോട് തിരക്കി. “ഓ, അതോ, അവരൊക്കെ ഇവിടെത്തന്നെയുണ്ട്. ഈ കൊട്ട വെയിലിൽ ആരാണ് പുറത്തിറങ്ങുന്നത്,” എന്നായി അയാളുടെ അഴകൊഴമ്പൻ മറുപടി.

12 മണിയോടെ ഞങ്ങൾ Changyon തടാകക്കരയിലെത്തി. ഒരു പിക്നിക് സ്പോട്ടാണിത്. തടാകത്തിൽ കൊതുമ്പുവഞ്ചി തുഴഞ്ഞ് മീൻ പിടിക്കുന്ന മുക്കുവർ. നെത്തോലി, കൊഴുവ പോലുള്ള ചെറു മീനുകളാണെന്നു തോന്നുന്നു ഈ തടാകത്തിൽനിന്നും പ്രധാനമായി ലഭിക്കുന്നത്. നമ്മുടെ വാർക്കപ്പണിക്കാർ കൊണ്ടുവരുന്ന ചരൽ അരിക്കാൻ ഉപയോഗിക്കുന്ന വലിയ അരിപ്പയില്ലേ, അതുപോലുള്ള അരിപ്പകളിൽ ചെറുമീനുകൾ ഉണക്കാൻ വച്ചിരിക്കുന്നു. തൊട്ടുമുന്നിൽ സർക്കാർ വക ഒരു ഫിഷ് കോ-ഓപ്പറേറ്റീവ് ഫാം പോലുമുണ്ട്.

ഒറാങ് വിമാനത്താവളം ഇവിടെ അടുത്താണ്. ഉച്ചഭക്ഷണത്തിനു ശേഷം അവിടെ എത്തുമ്പോൾ നല്ല തിരക്ക്. തലസ്ഥാനവുമായുള്ള ഈ പ്രദേശത്തിന്റെ പൊക്കിൾക്കൊടിയാണ് ഈ വിമാനം. ഇതുകൂടിയില്ലെങ്കിൽ ഈ സ്ഥലം വിസ്മൃതിയിലാണ്ടുപോകാൻ അധികം സമയമൊന്നും വേണ്ട.

തീരെ ചെറിയ വിമാനത്താവളമായതുകൊണ്ട് സൗകര്യങ്ങൾ പരിമിതമാണ്. ഞങ്ങൾ ഓരോരുത്തരെയായി വിളിച്ച് രണ്ടുമുറിമാത്രമുള്ള ടെർമിനലിൽ അകത്തുകയറ്റി മുൻകൂട്ടി പ്രിന്റ് ചെയ്തുവച്ചിരിക്കുന്ന ബോർഡിങ് പാസ് എടുത്തു കൈയിൽ തന്നു. ശേഷം ചെറിയൊരു സെക്യൂരിറ്റി ചെക്കും. പാടത്തിനു നടുവിലെ കൊച്ചു റൺവേയിൽ കിടക്കുന്ന വിമാനത്തിലേക്ക് ബസിൽ.

ഞാൻ വീണ്ടും നഗരത്തിന്റെ തിരക്കിലേക്കും ചോയ്‌യുടെ അടുത്തേക്കും മടങ്ങുകയാണ്.

DMZ ലേക്ക്
(കൊറിയകൾക്കിടയിലെ ശൂന്യസ്ഥലം)

"ആരും ഇനി ഫോട്ടോകൾ എടുക്കരുത്. നമ്മൾ സൈന്യരഹിത മേഖലയിലേക്ക് (DMZ De Militarized Zone) കടക്കുകയാണ്," ഗൈഡ് പറഞ്ഞുനിർത്തി. ഞങ്ങൾ അവസാനത്തെ മിലിട്ടറി ചെക്ക്പോയിന്റും കടന്നു. പ്യോങ്യാങ് നഗരത്തിൽ നിന്ന് DMZ വരെ 7 ചെക്ക്പോയിന്റുകളാണ്, അത് ആരോ കൃത്യമായി എണ്ണുന്നുണ്ടായിരുന്നു. കെയ്സോങ് നഗരത്തിൽ നിന്ന് ഇവിടേക്ക് വെറും 8 കിലോമീറ്റർ ദൂരം മാത്രമേയുള്ളൂ. സോൾ (Seoul) 70 KM എന്നൊരു സൈൻ ബോർഡ് വടക്കൻ കൊറിയയിൽ കാണുമ്പോൾ ഞങ്ങൾക്ക് വല്ലാത്ത കൗതുകം. നിത്യവൈരികളായ തെക്കൻ കൊറിയയുടെ തലസ്ഥാനമാണ് സോൾ. പക്ഷേ, സോൾ എന്നതിനുതാഴെ തെക്കൻ കൊറിയ എന്നെഴുതിയിട്ടില്ല. വടക്കൻ കൊറിയക്കാരെ സംബന്ധിച്ചിടത്തോളം കൊറിയ ഒന്നേയുള്ളൂ. അതിന്റെ തലസ്ഥാനമാകട്ടെ പ്യോങ്യാങ്ങും. ഈ സൈൻ ബോർഡ് നമ്മേ മറ്റൊരു കാര്യം കൂടി ഓർമ്മിപ്പിക്കും. നാം DMZ-ന്റെ വടക്കൻ അതിർത്തിയിൽ എത്തിയിരിക്കുന്നു.

DMZ-ൽ എത്തി വണ്ടിയിൽ നിന്നിറങ്ങുമ്പോൾതന്നെ ചൂണ്ടുവിരൽ മുകളിലേക്ക് ഉയർത്തിയ രീതിയിലുള്ള ഒരു മൊസൈക് ചിത്രം കാണാം. അതിനു താഴെ കൊറിയൻ ഭാഷയിൽ എഴുതിയിട്ടുണ്ട്, കൊറിയ ഒന്നാണ്. അടുത്തുതന്നെ മറ്റൊരു ചിത്രം കൂടിയുണ്ട്. ഇരു കൊറിയകളും ഒന്നിച്ചുള്ള ഒരു ഭൂപടവും അതിനുള്ളിൽ ഒരു ആൺകുട്ടിയും പെൺകുട്ടിയും നില്ക്കുന്ന ചിത്രവും. അതിലെ ആലേഖനം ഇങ്ങനെയാണ്, 'അടുത്ത തലമുറയ്ക്കായി നിങ്ങൾ ഒന്നായി ചേർക്കപ്പെട്ട രാജ്യത്തിന്റെ അനന്തരാവകാശികളായി തീരട്ടെ.'

ഇതിനുമുന്നിൽ വിശാലമായൊരു മുറ്റമാണ്. അതിന്റെ ഇടതുവശത്ത്

രണ്ടു ചെറിയ കെട്ടിടങ്ങളും. ആദ്യത്തേത് ഒരു സുവനീർ ഷോപ്പാണ് Panmun. ഉത്തര കൊറിയയിലെ ഏറ്റവും നല്ല പ്രൊപ്പഗാൻഡാ പോസ്റ്റർ കിട്ടുന്നത് ഇവിടെയാണ്. കൈകൊണ്ടു വരച്ചവ. അല്ലാതെ പ്രിന്റൊന്നു മല്ല. ഓരോന്നിനും രണ്ടായിരം മുതൽ നാലായിരം രൂപ വരെ വിലയുണ്ട്. ഇതിനോടടുത്തുള്ള മുറിയാണ് General Lecture Room. അതിന്റെ ഒരു ചുവർ മുഴുവനും DMZ ന്റെ വലിയൊരു ഭൂപടമാണ്. ഞങ്ങൾ എല്ലാ വരും ഹാജരായി എന്നുറപ്പായപ്പോൾ, KPA-Korean Peoples Army ലെ ഒരു ഉന്നത ഉദ്യോഗസ്ഥൻ വന്ന് ഞങ്ങളെ അഭിവാദ്യം ചെയ്ത് സംസാരിക്കാനാരംഭിച്ചു. തർജ്ജമ ഗൈഡുവക. DMZ-ൽ ഞങ്ങൾ എന്തൊക്കെയാണ് കാണാൻ പോകുന്നതെന്നും അതിന്റെയൊക്കെ പ്രാധാന്യമെന്താണെന്നും അദ്ദേഹം സാമാന്യം വിശദമായിത്തന്നെ വിവ രിച്ചുതന്നു.

വടക്കും തെക്കും കൊറിയകൾ തമ്മിലുള്ള, ഞങ്ങൾ നില്ക്കുന്ന ഈ അതിർത്തിയാണ് ലോകത്ത് ഏറ്റവും അധികം ആയുധവല്ക്കരി ക്കപ്പെട്ട സ്ഥലങ്ങളിൽ ഒന്ന്. മുൻ അമേരിക്കൻ പ്രസിഡന്റ് ബിൽ ക്ലിന്റൺ പറഞ്ഞതുപോലെ, “The Scariest Place on Earth,” ഈ ഭൂമിയിലെ ഏറ്റവും ഭയപ്പെടുത്തുന്ന സ്ഥലം.

അതിർത്തിക്ക് ഇരുവശത്തും ലക്ഷം വരുന്ന അടിമുടി ആയുധധാ രികളായ പട്ടാളക്കാർ. കാലൊന്നുവച്ചാൽ പൊട്ടിത്തെറിച്ച് ശരീരം ഛിന്ന ഭിന്നമാകുന്ന ആയിരക്കണക്കിന് കുഴിബോംബുകൾ (മൈനുകൾ) വിന്യ സിച്ചിരിക്കുന്ന ഭൂപ്രദേശം. അത്യാധുനിക മിലിട്ടറി യുദ്ധസാമഗ്രികളു ടെയും കവചിത വാഹനങ്ങളുടെയും ഒഴിയാത്ത കലവറ. ഇതൊക്കെ

യാണ് DMZ. എന്നിട്ടും പേരോ, De Militarized Zone-സൈന്യവല്ക്കരിക്കപ്പെടാത്ത സ്ഥലം. വൈരുദ്ധ്യം എന്നല്ലാതെ എന്തുപറയാൻ.

1950 മുതൽ 1953 വരെ അമേരിക്കയും ദക്ഷിണകൊറിയയും ഒരുവശത്തും വടക്കൻ കൊറിയ മറുവശത്തുമായി നടന്ന കൊറിയൻ യുദ്ധം ഒരു സമാധാന കരാർ ഒപ്പുവെയ്ക്കാതെയാണ് അവസാനിച്ചത്. അതുകൊണ്ട് ഇരുകക്ഷികളും ഇപ്പോഴും യുദ്ധത്തിലാണ്. പക്ഷേ, അവർ തമ്മിൽ ഒരു വെടിനിർത്തൽ ഉടമ്പടി ഒപ്പുവെച്ചിരുന്നു. ഇതനുസരിച്ച് ഇരുകൊറിയകൾക്കുമിടയിൽ 250 കിലോമീറ്ററോളം നീളത്തിലും 4 കിലോമീറ്ററോളം വീതിയിലും ഒരു Buffer Zone നിലനിർത്താൻ ധാരണയായി. ഇതിന്റെ കിഴക്കൻ അതിർത്തി Kosong പട്ടണത്തിന്റെ തെക്കും, പടിഞ്ഞാറൻ അതിർത്തി ഹാൻ നദി Yellow Sea-ൽ പതിക്കുന്ന സ്ഥലവുമാണ്. ഇതാണ് DMZ.

DMZ ന്റെ മദ്ധ്യഭാഗത്തെ നാമമാത്രമായ ഏതാനും കിലോമീറ്റർ സ്ഥലമൊഴിച്ച് മറ്റെല്ലായിടത്തും മൈൻ വിതറി കൊട്ടിയടയ്ക്കപ്പെട്ടിരിക്കുകയാണ്. അതുകൊണ്ട് ഈ മദ്ധ്യഭാഗത്തെയാണ് യഥാർത്ഥ അതിർത്തിയായി കണക്കാക്കുന്നത്. ഇതിനകത്താണ് MDL എന്ന Military Demarcation Line-നും, Panmunjom ഗ്രാമവും. Truce Village എന്നുവിളിക്കുന്ന ഈ ഗ്രാമത്തിൽ വെച്ചാണ് താല്ക്കാലിക യുദ്ധവിരാമം ഒപ്പിട്ടത്. ഇതിന്റെ മേൽനോട്ടം വഹിച്ച ഇപ്പോഴും വഹിക്കുന്ന JSA-Joint Security Area യും ഇതിനകത്തുതന്നെ.

DMZ, ഉത്തര കൊറിയയുടെ തലസ്ഥാനമായ പ്യോങ്യാങ്ങിൽ നിന്ന് 160 കിലോമീറ്റർ തെക്കുകിഴക്കു മാറിയാണ് സ്ഥിതിചെയ്യുന്നത്.

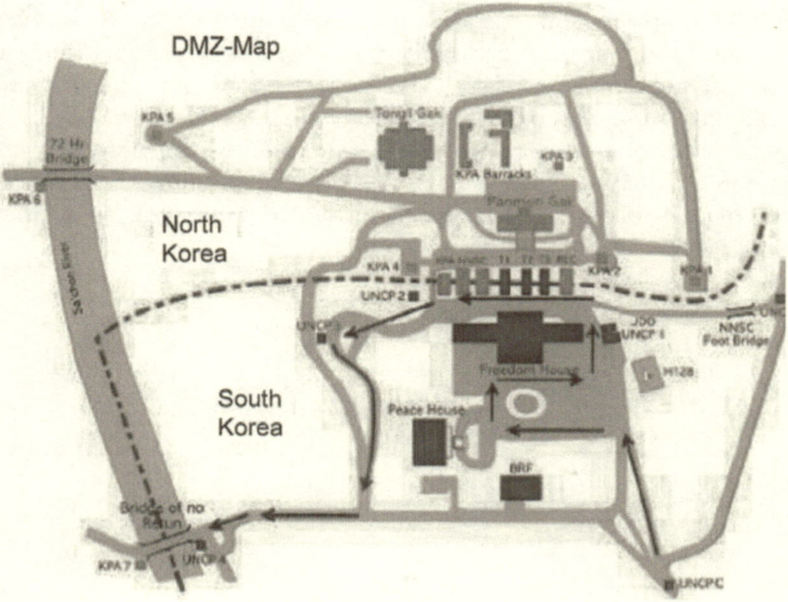

കെയ്സോങ് നഗരത്തിലേക്കുള്ള രാജവീഥിയിലൂടെ ഇവിടെ എത്താൻ മൂന്നു മണിക്കൂറെടുക്കും. ഇത്രയും വിശാലമായ റോഡിൽ ആകെയുള്ള വാഹനങ്ങൾ DMZ കാണാൻ ടൂറിസ്റ്റുകളുമായി എത്തുന്ന ഏതാനും ബസുകളും, അവശ്യം കുറച്ചു മിലിട്ടറി ട്രക്കുകളും മാത്രം.

റോഡിനിരുവശത്തും കാണുന്ന ഗ്രാമ്യ ജീവിതം അത്ര പ്രസന്ന മൊന്നുമല്ല. പൊള്ളുന്ന ചൂടിൽ നെൽവയലേലകളിൽ പണിയെടുക്കുന്ന സ്ത്രീകൾ, കാളവണ്ടികളിൽ ചാക്കിൽ കെട്ടിയ ചോളവും വൈക്കോലും പച്ചക്കറികളുമായി പോകുന്ന വൃദ്ധർ, വല്ലപ്പോഴും പോകുന്ന ഏതാനും സൈക്കിൾ സവാരിക്കാർ. ദൂരെയുള്ള ഓടിട്ട ഒറ്റനില വീടുകളും കൂടി യാകുമ്പോൾ ചിത്രം പൂർണ്ണം. വടക്കൻ കൊറിയയിലെ സർവ്വവ്യാപി യായ വിപ്ലവ പോസ്റ്ററുകളും ഹോർഡിങ്ങുകളും ഇവിടെയും കാണാമെ ങ്കിലും മറ്റു പ്രദേശങ്ങളെ അപേക്ഷിച്ച് തീരെ കുറവാണ്.

പണ്ട് കൊറിയകൾ ഒന്നായിരുന്ന കാലത്ത് പ്യോങ്യാങ്ങിൽ നിന്ന് സോളിലേക്ക് കെയ്സോങ് നഗരത്തിലൂടെ യാത്രചെയ്യാമായിരുന്നു. ഇംജിൻ നദിയുടെ പോഷക നദിയായ സാച്ചിയോൺ നദി കടക്കണം എന്നൊരു കടമ്പമാത്രം. ഇതിനായി പാൻമുൻ എന്ന സ്ഥലത്തൊരു പാല വുമുണ്ടായിരുന്നു. പക്ഷേ, വർഷകാലത്ത് നദിയിലെ വെള്ളപ്പൊക്കവും കുത്തൊഴുക്കും പലപ്പോഴും പാലവുംകൊണ്ടാണ് പോകുന്നത്. വെള്ള

മിറങ്ങാതെ യാത്രക്കാർക്ക് മറുകര പൂകാനാകില്ല. അങ്ങനെ പാൻമുനിൽ തമ്പടിക്കേണ്ടിവരുന്നവർക്കായി ഉണ്ടാക്കിയ സൗകര്യങ്ങൾ ക്രമേണ വളർന്ന് ഒരു ഗ്രാമമായി മാറിയതാണ് പാൻമുൻജോം. കൊറിയൻ യുദ്ധത്തിന്റെ മൂർദ്ധന്യത്തിൽ ഈ ഗ്രാമം തുടച്ചു നീക്കപ്പെട്ടു. യുദ്ധാനന്തരം പുനർനിർമ്മിക്കപ്പെട്ട ഈ ഗ്രാമം സമാധാന ചർച്ചകൾക്ക് വേദിയുമായി. ഉത്തര കൊറിയൻ ചരിത്രമനുസരിച്ച് അമേരിക്കൻ സാമ്രാജ്യത്വമോഹികളും അവരുടെ പാവകളായ സോളിലെ (തെക്കൻ കൊറിയ) ഭരണാധികാരികളും ഉത്തര കൊറിയയിലെ വീരപുത്രന്മാരുടെ മുന്നിൽ മുട്ടുമടക്കിയ സ്ഥലമാണ് ഇതെന്നാണ്.

DMZ ഉം പാൻമുൻജോമും

കെ പി എ (KPA) ഓഫീസറിന്റെ ലെക്ചർ കഴിഞ്ഞതോടെ ഞങ്ങളോട് പുറത്തിറങ്ങി രണ്ടുപേർ വീതമുള്ള വരിയായി നില്ക്കാൻ ആവശ്യപ്പെട്ടു. ഇനിയാണ് ഞങ്ങൾ നാലു കിലോമീറ്റർ മാത്രം വീതിയുള്ള No Man's Landആരുടെയും സ്വന്തമല്ലാത്ത യഥാർത്ഥ DMZലേക്ക് പ്രവേശിക്കാൻ പോകുന്നത്.

ഇതിനകം ഞങ്ങൾ വന്ന വാഹനം വലിയൊരു ഇരുമ്പു ഗേറ്റ് തുറന്ന് DMZ ന്റെ ഉള്ളിൽ പ്രവേശിച്ചു കഴിഞ്ഞു. അതിനു ഇടതുവശത്തുള്ള ചെറിയൊരു വഴിയിലൂടെ ഒറ്റ വരിയിൽ നടന്ന് DMZ ന്റെ അകത്തെത്തി ഞങ്ങളും വാഹനത്തിൽ കയറി. നേരത്തെ പ്രഭാഷണം നടത്തിയ മിലിട്ടറി ഉദ്യോഗസ്ഥനും അദ്ദേഹത്തിന്റെ രണ്ടു സഹായികളും ഞങ്ങളോടൊപ്പമുണ്ട്.

ഒരു ബസിന് കഷ്ടിച്ചു കടന്നുപോകാൻ മാത്രമുള്ള വഴി. അതിനിരുവശത്തുമുള്ള കൂറ്റൻ മതിലിൽ കോൺക്രീറ്റ് സ്ലാബുകൾ നിരത്തി അടുക്കിയിരിക്കുന്നു. ഇതിൽ പലതിലും സ്ഫോടക വസ്തുക്കൾ നിറച്ചിട്ടുണ്ട്. ഏതെങ്കിലും കാരണവശാൽ ദക്ഷിണ കൊറിയയുടെ ഭാഗത്തുനിന്നും ടാങ്കുകൊണ്ടോ മറ്റു കവചിത വാഹനങ്ങൾകൊണ്ടോ ഒരാക്രമണമുണ്ടായാൽ ഈ കോൺക്രീറ്റ് സ്ലാബുകൾ തള്ളിയിട്ടും പൊട്ടിച്ചും വഴിതടയാനാവും എന്നതാണ് ഉദ്ദേശ്യം.

കോൺക്രീറ്റ് സ്ലാബുകൾക്കപ്പുറം കമ്പിവേലിയാണ്. ഇലക്ട്രിക് ഫെൻസിങ്-വൈദ്യുതി പ്രവഹിക്കുന്ന വേലി. പിന്നെ നോക്കെത്താദൂരം പച്ച പുൽപ്പാടമാണ്. മരങ്ങളൊന്നുമില്ല. ഇതൊരു മൈൻ ഫീൽഡ് ആണ്. എല്ലായിടത്തും കുഴിബോംബുകൾ വിതറിയിരിക്കുകയാണ്. ഒന്നും രണ്ടുമല്ല, 30 ലക്ഷം മൈനുകളാണ് ഇവിടെ. അതുകൊണ്ട് ഈ മാർഗ്ഗത്തി

പീസ് മ്യൂസിയം

ലൂടെ ഒരു കരയാക്രമണം തീർത്തും അസാദ്ധ്യമാണ്.

ഈ കുഴിബോംബുകളൊക്കെ ഉത്തര കൊറിയയുടെ വകയാണ്. ഇതിലൂടെ കരമാർഗ്ഗമുള്ള ഒരു കടന്നുകയറ്റം അസാദ്ധ്യമാക്കിയിട്ട് അതിനെ പ്രതിരോധിക്കാനുള്ള മാർഗ്ഗവും അവർതന്നെ കണ്ടെത്തിയിട്ടുണ്ട്. അതാണ് ദക്ഷിണ കൊറിയയിലേക്കുള്ള ഭൂഗർഭ തുരങ്കങ്ങൾ. ഇതിൽ ഒരെണ്ണം ദക്ഷിണ കൊറിയൻ തലസ്ഥാനമായ സോളിന് വളരെ അടുത്തുവരെ എത്തുന്നതാണ് പോലും!

DMZന്റെ ഏതാണ്ട് മദ്ധ്യത്തിലാണ് പാൻമുൻജോം. ഇതൊരു ഗ്രാമമായിരുന്നുവെങ്കിലും ഇപ്പോൾ അതിന്റേതായ ഒന്നും അവശേഷിച്ചിട്ടില്ല. ഇപ്പോൾ ഇവിടെ ആകെയുള്ളത് രണ്ടു ചെറു കെട്ടിടങ്ങളും അതിനെ അനുബന്ധിച്ചുള്ള മനോഹരമായ ഒരു ഉദ്യാനവും മാത്രം. റോഡിൽ നിന്നും കയറുമ്പോൾ ആദ്യം കാണുന്ന ചെറിയ കെട്ടിടം Armistice Talks Hall ആണ്. ഇവിടെവച്ചാണ് 1950 മുതൽ 1953 വരെ നീണ്ടുനിന്ന കൊറിയൻ യുദ്ധം അവസാനിപ്പിക്കാനുള്ള യുദ്ധ വിരാമ ചർച്ചകൾ നടന്നത്. കെട്ടിടത്തിനകത്തെ ഒറ്റമുറിയിൽ ഏതാനും മേശകളും കസേരകളും നിരത്തിയിട്ടിട്ടുണ്ട്. പ്രത്യേകിച്ച് ഒന്നും കാണാനില്ലെങ്കിലും ഇതിന്റെ ചരിത്രപരമായ പ്രാധാന്യം ചെറുതല്ല.

ഇതിനു തൊട്ടടുത്തുള്ള രണ്ടാമത്തെ കെട്ടിടം നോർത്ത് കൊറിയൻ സമാധാന മ്യൂസിയമാണ് (പീസ് മ്യൂസിയം). "ഇതിനകത്തുവെച്ചാണ് വെടിനിർത്തൽ കരാർ ഒപ്പുവച്ചത്. ഒറ്റരാത്രികൊണ്ട് കൊറിയൻ തൊഴിലാളി പാർട്ടിയിലെ സഖാക്കൾ നിർമ്മിച്ചതാണിത്," ഗൈഡ് അഭി

മാനത്തോടെ അറിയിച്ചു. ഈ ഹാളിനുമുന്നിലെ ഫലകത്തിൽ സഖാവ് കിം-ന്റെ മകൻ കിം ജോങ് ഇൽ ഈ സ്ഥലം സന്ദർശിച്ചതായി രേഖപ്പെടുത്തിയിട്ടുണ്ട്.

സമാധാന മ്യൂസിയം കുറച്ചു വിശാലമാണ്. നടുക്ക് മൂന്നു മേശകൾ അടുപ്പിച്ച് ഇട്ടിട്ടുണ്ട്. അതിൽ ഒന്നിന്റെ മുകളിലെ ചില്ലിട്ട കൂട്ടിൽ ഐക്യരാഷ്ട്ര സഭയും ഉത്തര കൊറിയയും തമ്മിൽ ഒപ്പിട്ട വെടിനിർത്തൽ ഉടമ്പടി പ്രദർശിപ്പിച്ചിരിക്കുന്നു. അതിനടുത്ത് UNന്റെയും DPRKയുടെയും പതാകകൾ. 1953 ൽ ഒപ്പിട്ട സമയത്ത് എങ്ങനെയായിരുന്നോ അതുതന്നെയാണ് ഞങ്ങൾ കാണുന്നതെന്ന് ഗൈഡ്. ഉത്തര കൊറിയയുടെ പതാക ബ്രാൻഡ് ന്യൂ പോലെ തോന്നിപ്പിച്ചു. UN ന്റെ പതാകയാകട്ടെ നരച്ചുദ്രവിച്ചുതുടങ്ങിയിരിക്കുന്നു. വർഷം 70 തോടടുക്കുന്നു.

പീസ് മ്യൂസിയത്തിന്റെ മതിലിൽ ആകെ യുദ്ധകാല ചിത്രങ്ങളുടെ പെരുമഴയാണ്. അതിലെ പ്രധാന പ്രമേയം അമേരിക്കയുടെ പൈശാചികമായ സൈനിക ആക്രമണവും വടക്കൻ കൊറിയയുടെ മഹത്തായ ചെറുത്തുനില്പുമാണ്. ചിത്രങ്ങൾക്കുതാഴെ അന്ന് അമേരിക്കയിൽ നിന്നും പിടിച്ചെടുത്ത യുദ്ധ സാമഗ്രികളും പ്രദർശനത്തിനുണ്ട്. 1976 ൽ നടന്ന കുപ്രസിദ്ധമായ Axe Incident-se മഴുവും ഇക്കൂട്ടത്തിലുണ്ട്.

എന്താണ് ഈ സംഭവം. DMZന് അകത്ത്, ജോയിന്റ് സെക്യൂരിറ്റി ഏരിയയിൽ അമേരിക്കൻ ഭടന്മാരും കാവൽ നില്ക്കാറുണ്ട്. ഉത്തര കൊറിയയുടെ ഭാഗത്ത് വളർന്നുനില്ക്കുന്ന ഒരു പോപ്ലാർമരം അതിനപ്പുറത്തേക്കുള്ള കാഴ്ചയ്ക്ക് വിഘ്നാതം സൃഷ്ടിക്കുന്നു എന്ന് അമേരിക്കക്കാർക്കൊരു തോന്നൽ. അത് വെട്ടിക്കളയാനായി പിന്നെ ആലോചന. പക്ഷേ, അത് നില്ക്കുന്നത് ശത്രുരാജ്യമായ ഉത്തര കൊറിയയിലാണെന്നും അവരുടെ അനുവാദമില്ലതെ അങ്ങോട്ടു ചെല്ലുന്നത് അന്തർദ്ദേശീയ അതിർത്തി ലംഘനമാണെന്നും, അതീവ ഗുരുതരമായ പ്രശ്നങ്ങൾക്ക് വഴിവെയ്ക്കുമെന്നൊന്നും ഓർക്കാതെ അമേരിക്കൻ ഭടന്മാർ ചാടിപ്പുറപ്പെട്ടു. തങ്ങളുടെ പ്രദേശത്ത് വിദേശികൾ അതിക്രമിച്ചു കടക്കുന്നത് കണ്ട KPA സൈനികർ ആയുധവുമായി പാഞ്ഞടുത്തു. തുടർന്നുള്ള സംഘട്ടനം അവസാനിച്ചത് രണ്ട് അമേരിക്കൻ സൈനികരുടെയും അതിദാരുണമായ കൊലപാതകത്തിലായിരുന്നു. മഴുകൊണ്ടുള്ള ആക്രമണത്തിലാണ് ഇരുവരും കൊല്ലപ്പെട്ടത്.

മറ്റൊരു കൊറിയൻ യുദ്ധത്തിന് കാരണമാകുമായിരുന്ന ഈ സംഭവം എങ്ങനെയോ അധികം പ്രത്യാഘാതങ്ങളില്ലാതെ അവസാനിക്കുകയാണുണ്ടായത്.

മ്യൂസിയം മുഴുവൻ ഗ്രേറ്റ് ലീഡറിന്റെയും ഡിയർ ലീഡറിന്റെയും സന്ദർശനങ്ങളും സാന്നിദ്ധ്യവും വലിയ വലിയ ചിത്രങ്ങളായി രേഖപ്പെടുത്തിയിട്ടുണ്ട്. പീസ് മ്യൂസിയത്തിനു പുറത്തുള്ള സ്മാരക ഫലകത്തിൽ കൊറിയൻ ഭാഷയിൽ ഇങ്ങനെ കൊത്തിവച്ചിട്ടുണ്ട്. 'അമേരിക്കൻ സാമ്രാ

കിം ഇൽ സുംഗിന്റെ കൈയ്യൊപ്പ്

ജ്യത്വ മോഹികൾ 1950 ജൂൺ 25 ന് കൊറിയക്കാരുടെ മേൽ ആരംഭിച്ച യുദ്ധം 1953 ജൂലൈ 27 ന് ധീരരായ ഉത്തര കൊറിയക്കാർക്കുമുന്നിൽ മുട്ടുകുത്തി കീഴടങ്ങി, വെടിനിർത്തൽ കരാറിൽ ഒപ്പുവെച്ചു.'

ഞങ്ങൾ വാഹനത്തിൽ വീണ്ടും മുന്നോട്ട്. ഒരു 500 മീറ്റർ കഴിഞ്ഞതും ഒരു Y ജങ്ഷൻ കാണാം. വലത്തേക്കുള്ള വഴി ഇപ്പോൾ അടച്ചിരിക്കുന്നു. Bridge of No Return ലേയ്ക്കുള്ള വഴിയാണിത്. ഈ വഴിയിലൂടെയും പാലത്തിലൂടെയുമായിരുന്നു യുദ്ധത്തടവുകാരെയും മറ്റും കൈമാറിയിരുന്നത്. Axe സംഭവത്തിനുശേഷം ഈ വഴി എന്നന്നേക്കുമായി അടച്ചുകെട്ടി.

ഇടത്തോട്ടുപോയാൽ പാൻമുൻ തോടും അതിനുമുകളിലെ 72 മണിക്കൂർ പാലവും കാണാം. വലത്തേക്കുള്ള വഴി അടച്ചതിന് പ്രതികാരമായി ഉത്തര കൊറിയക്കാർ 72 മണിക്കൂർകൊണ്ട് നിർമ്മിച്ച പാലമാണിത്.

മുന്നോട്ടുപോയാൽ എത്തുന്നത് സോവിയറ്റ് ശൈലിയിൽ പണിത ഒരു കോൺക്രീറ്റ് അസ്ഥികൂടത്തിന് മുന്നിലാണ്, Panmungak. ചാര നിറത്തിലുള്ള വലിയൊരു നിർമ്മിതി. ദക്ഷിണ കൊറിയയിൽ നിന്നു നോക്കുമ്പോൾ ഇതിന്റെ മുൻവശം മാത്രമേ കാണുകയുള്ളൂ. ഡെപ്ത് മനസ്സിലാക്കാനാവില്ല. അതുകൊണ്ട് ഇതൊരു കെട്ടിടമല്ലെന്നും ഒരു ഫെയ്ക് നിർമ്മിതി ആണെന്നുമായിരുന്നു കുറേക്കാലം അമേരിക്കക്കാരും ദക്ഷിണകൊറിയക്കാരും പറഞ്ഞുനടന്നിരുന്നത്.

ജോയിന്റ് സെക്യൂരിറ്റി ഏരിയാ (JSA) യുടെ ആദ്യ ദർശനം തീർച്ച

യായും സന്തോഷപ്രദമാണ്. ശാന്തിയും വിശ്രാന്തിയുമൊക്കെ അനുഭവമാകുന്ന നിമിഷങ്ങൾ. പരിപൂർണ്ണ നിശ്ശബ്ദതയാണ് എങ്ങും.

തൊട്ടടുത്തുള്ള ഒരു സ്മാരകത്തിലേക്ക് പട്ടാള ഓഫീസർ ഞങ്ങളെ നയിച്ചു. അയാളുടെ ഭാവഹാവാദികളിൽനിന്നും വിധേയത്വത്തിൽനിന്നും അതിപ്രധാനമായ ഒരു കാഴ്ചയ്ക്കാണ് ഞങ്ങളുടെ യാത്രയെന്നത് തീർച്ചയായിരുന്നു. ഉത്തര കൊറിയയുടെ ആജീവനാന്ത പ്രസിഡന്റായ സഖാവ് കിം-ന്റെ ഓട്ടോഗ്രാഫിൽ നിന്നെടുത്ത വാചകങ്ങൾ കൊറിയൻ ലിപിയിൽ സ്വർണ്ണനിറത്തിൽ കൊത്തിവച്ചിരിക്കുന്നതാണ് കാഴ്ച. എഴുതിയ ദിവസം ജൂലൈ-7,1994. സഖാവ് മരിക്കുന്നതിന്റെ തലേദിവസം എഴുതിയതാണിത്. വിഷയം, ഇരു കൊറിയകളും ഒന്നാകേണ്ടതിന്റെ ആവശ്യകത. മരണത്തിന്റെ തലേദിവസംപോലും അദ്ദേഹം ചിന്തിച്ചിരുന്നത് കൊറിയകളുടെ ഏകീകരണം ആയിരുന്നു എന്ന് ഉത്തരകൊറിയൻ ഭാഷ്യം. ദക്ഷിണ കൊറിയൻ ജനങ്ങളെ സെന്റിമെന്റലാക്കാൻ ഇതിലും സ്റ്റൈലനായ ഒരു പ്രൊപ്പഗാൻഡാ ഉണ്ടാകുമോ?

പാൻമുൻഗാക് ഹാളിൽ കിം-ന്റെയും മകന്റെയും ഫോട്ടോകൾ ഒഴിച്ചാൽ വേറൊന്നുമില്ല. പ്രൊപ്പഗാൻഡാ സാധനങ്ങളോ, ബാനറുകളോ, സൂക്തങ്ങളോ പ്രചാരണ ലഘുലേഖകളോ ഒന്നുമില്ല. എന്തിന്, ദക്ഷിണ കൊറിയയുടെ ഭാഗത്തുനിന്നു നോക്കുന്നവർ കണ്ട് അത്ഭുതപ്പെടാനായി, ഉത്തര കൊറിയയിൽ എമ്പാടും കാണപ്പെടുന്ന കിം കുടുംബത്തിന്റെ പ്രതിമകൾപോലും പണിതുവച്ചിട്ടില്ല.

ഈ ഭാഗത്തൊന്നും ഫോട്ടോ എടുക്കുന്നതിന് യാതൊരു നിയന്ത്രണങ്ങളുമില്ല. എന്തിന്, കൂടെ വന്ന കൊറിയൻ പീപ്പിൾസ് ആർമിയിലെ ഉയർന്ന ഉദ്യോഗസ്ഥനോടൊപ്പം നിന്നുപോലും നമുക്ക് ഫോട്ടോകൾ എടുക്കാം. അത്രയ്ക്കും സ്വാതന്ത്ര്യം.

800 മീറ്റർ വ്യാസമുള്ള വൃത്താകൃതിയിലുള്ള, ഇരു കൊറിയകൾക്കും സംയുക്തമായി അവകാശപ്പെട്ടതും സാന്നിദ്ധ്യമുള്ളതുമായ സ്ഥലമാണ് JSA എന്ന Joint Security Area. ഇതിന്റെ നടുക്കായി ഉത്തരത്തിൽ നീല ചായമടിച്ച ഏതാനും ടെന്റുകളുണ്ട്. വെടിനിർത്തൽ കരാർ പാലിക്കപ്പെടുന്നുണ്ടോ എന്ന് നിരീക്ഷിക്കാനുള്ള ഐക്യരാഷ്ട്ര സഭയുടെ ഏജൻസികളുടെതാണ് ഇവ. അതിനുമപ്പുറം ദക്ഷിണ കൊറിയയും, അവിടെ കാണുന്ന ആധുനിക കൊറിയൻ വാസ്തുവിദ്യയിൽ പണിത കെട്ടിടം അവരുടെ Freedom House ഉം ആണ്.

പാൻമുൻജോമിലെ പ്രധാന കാഴ്ചകളാണ് ഈ നീല ടെന്റുകൾ. ഇതിനു നടുക്കുള്ള ടെന്റിനകത്തെ മേശയിൽ പച്ച വെൽവറ്റ് തുണി വിരിച്ചിരിക്കുന്നു. ഇതാണ് BDL എന്ന Border Demarcation Line. വടക്ക് തെക്ക് കൊറിയകളുടെ സാങ്കല്പിക അതിർത്തി രേഖയുടെ നേരെ മുകളിലാണ് ഈ മേശ. അതിന്റെ താഴെക്കൂടിപോകുന്ന മൈക്രോഫോൺ കേബിൾ ആണ് അന്തർദ്ദേശീയ അതിർത്തിയായി കണക്കാക്കുന്നത്.

ഈ മുറിക്കുള്ളിൽ വച്ച് ഉത്തര കൊറിയയുടെയും ദക്ഷിണ കൊറി

പാന്മുന്ദലിക്ക്

യയുടെയും ഭടന്മാരുമായി നിന്ന് ഫോട്ടോ എടുക്കുന്നതിനൊന്നും യാതൊരു വിലക്കുകളുമില്ല. സന്ദർശകരായി തെക്കൻ കൊറിയയിൽനിന്നുവന്നാലും വടക്കൻ കൊറിയയിൽനിന്നുവന്നാലും ഇവിടെ പ്രവേശിക്കാം.

നീല ടെന്റിൽ പ്രവേശിക്കുമ്പോൾ ഒറ്റക്കാര്യത്തിൽ മാത്രമേ പരിപൂർണ്ണശ്രദ്ധ ആവശ്യപ്പെടുന്നുള്ളൂ. അത് പുറത്തിറങ്ങുന്നതിലാണ്. നമ്മുടെ മുന്നിലൂള്ള വാതിലിൽക്കൂടിത്തന്നെ വേണം പുറത്തിറങ്ങാൻ. ഏതെങ്കിലും കാരണവശാൽ അറിയാതെ പുറകിലുള്ള വാതിലിലൂടെ ആണ് പുറത്തിറങ്ങുന്നതെങ്കിൽ എത്തുന്നത് മറ്റേ കൊറിയയിലായിരിക്കും. അനധികൃതമായ പ്രവേശം.

ഞങ്ങൾ ഈ സ്ഥല സന്ദർശനത്തിന് വന്നത് ഉത്തര കൊറിയയിൽ നിന്നായതുകൊണ്ട് ഉത്തര കൊറിയൻ പട്ടാളക്കാർ ഡ്യൂട്ടിയിൽ നില്ക്കുന്നത് കാണുന്നുണ്ട്. പക്ഷേ, മറുഭാഗത്ത് ദക്ഷിണ കൊറിയയുടെ പട്ടാളക്കാർ ആരുംതന്നെയില്ല, എന്തിന്, ഏതെങ്കിലും തരത്തിലുള്ള ഒരാളനക്കത്തിന്റെ ലാഞ്ഛനപോലുമില്ല, അവിടെ.

ഞാനിവിടെ പ്രതീക്ഷിച്ചത് നമ്മുടെ വാഗ അതിർത്തിയിലെ ഇന്ത്യ-പാക് സൈനികർ നേർക്കുനേർ നിന്ന് പോർവിളിക്കുന്നതുപോലെയുള്ള ഒരു സീൻ ആണ്. ഉത്തര-ദക്ഷിണ കൊറിയ പട്ടാളക്കാർ നേർക്കുനേർ നിന്ന് പല്ലിറുമ്മുന്ന, വീരരസം അഭിനയിക്കുന്ന കാഴ്ച. പിന്നീടാണറിയുന്നത്, ഉത്തര കൊറിയൻ ഭാഗത്തുള്ള സന്ദർശകർ വരുമ്പോൾ, ആ സമയങ്ങളിൽ, ദക്ഷിണ കൊറിയൻ ഭടന്മാർ നമ്മുടെ ദൃഷ്ടിയിൽനിന്നും മാറിനില്ക്കും. അവർ അവിടെ ഉണ്ടാകും എന്നത് നേര്. ദക്ഷിണ കൊറിയയിൽനിന്നുള്ള സന്ദർശകർ വരുമ്പോൾ തിരിച്ചും. അല്ലാതെ തോക്കും

പിടിച്ച് ഗ്വാ ഗ്വാ വിളിക്കുന്നതൊക്കെ ഫോട്ടോകളിൽ മാത്രം കാണാനേ പറ്റൂ.

കടുത്ത ശത്രുതയിൽ കഴിയുന്ന രണ്ടു രാജ്യങ്ങളുടെ അതിർത്തിയിൽ പ്രക്ഷുബ്ധതയും ത്രാസവുമൊക്കെ സ്വാഭാവികമായി നമ്മൾ പ്രതീക്ഷിക്കുന്നുണ്ട്. എന്നാൽ നേർ വിപരീതമാണ് യാഥാർത്ഥ്യം. DMZ കണ്ടുകഴിയുമ്പോൾ നമ്മുടെ മനസ്സിലുണ്ടാവുക ഒരുതരം നിസ്സംഗതയാണ്. രണ്ടു കൊറിയകളും തമ്മിൽ ഇപ്പോഴുള്ള വൈരമൊക്കെ വെടിഞ്ഞ്, മറന്ന് ഒന്നായില്ലെങ്കിൽക്കൂടി സൗഹൃദത്തിലെങ്കിലും ആവണമെന്ന നിറഞ്ഞ ആഗ്രഹം ഞാനുൾപ്പെടെ അവിടെയുണ്ടായിരുന്ന എല്ലാവരുടെ മനസ്സിലും അലയടിക്കുന്നുണ്ടായിരുന്നു. ഞാൻ പാൻമുൻഗാക് കെട്ടിടത്തിന്റെ മൂന്നാം നിലയിൽനിന്ന് കഴുത്ത് ഒന്നുകൂടി ഉയർത്തി ദൂരേക്ക് നീട്ടി നോക്കി. വെറും 56 കിലോമീറ്റർ മാത്രം അകലെയുള്ള ദക്ഷിണ കൊറിയയുടെ തലസ്ഥാനമായ സോൾ മഹാനഗരത്തിന്റെ സ്കൈലൈൻ കാണുന്നുണ്ടോ?

കെയ്സോങ്

ഞങ്ങൾ DMZ-ൽനിന്നും മടങ്ങുകയാണ്. വായുവിൽപ്പോലും യുദ്ധം മണക്കുന്ന ഈ സ്ഥലത്തിന് അപൂർവ്വമായ മറ്റൊരു പ്രത്യേകത കൂടിയുണ്ട്. 250 കിലോമീറ്റർ നീളത്തിലും 4 കിലോമീറ്റർ വീതിയിലും ഇരു കൊറിയകൾക്കും ഇടയിലായി കിടക്കുന്ന ഈ ബഫർ സോൺ കഴിഞ്ഞ 7 പതിറ്റാണ്ടായി മനുഷ്യ സ്പർശമേൽക്കാത്ത ഇടമാണ്. സ്വാഭാവികമായും ലോകത്തിലെ ഏറ്റവും നന്നായി സംരക്ഷിക്കപ്പെടുന്ന വന്യമൃഗ സംരക്ഷണമേഖലയാണിവിടം. വംശനാശം വന്നു എന്നു കരുതപ്പെട്ടിരുന്ന അമൂർ പുള്ളിപ്പുലിയും മഞ്ചൂറിയൻ കൊക്കും ശുദ്ധജലത്തിൽ വളരുന്ന അപൂർവ്വമായൊരു ആമയുമൊക്കെ ഈ ന്യൂട്രൽ സോണിൽ കണ്ടെത്താൻ ആയിട്ടുണ്ട്.

കെയ്സോങ് നഗരം സുന്ദരനാണ്. നോർത്ത് കൊറിയയിൽ നഗരങ്ങൾ ഒക്കെ പുരുഷന്മാരാണ്. തെക്കൻ കൊറിയയുടെ ഏറ്റവും അടുത്തുകിടക്കുന്ന വടക്കൻ കൊറിയൻ നഗരം എന്ന പ്രാധാന്യവും ഈ നഗരത്തിനുണ്ട്.

എ ഡി 932 മുതൽ 1392 വരെ കൊറിയ ഭരിച്ചിരുന്ന അതിപ്രശസ്തമായ കൊറ്യോ രാജവംശത്തിന്റെ തലസ്ഥാനമായിരുന്നു കെയ്സോങ്. ഈ വാക്കിന്റെ കൊറിയൻ ഭാഷയിലെ അർത്ഥം - കോട്ടവാതിൽ എന്നാണ്. കൊറിയ എന്ന പേരുപോലും കൊറ്യോ രാജവംശത്തിന്റെ പേരിൽനിന്നും ഉരുത്തിരിഞ്ഞതാണ്.

ഇവരുടെ 400 വർഷത്തെ ഭരണകാലം കൊറിയൻ സംസ്കാരത്തിന്റെയും കലകളുടെയും സുവർണ്ണകാലഘട്ടമായാണ് കരുതപ്പെടുന്നത്. കെയ്സോങ് വെറും രാജ്യതലസ്ഥാനം മാത്രമായിരുന്നില്ല, വിദ്യാഭ്യാസത്തിന്റെയും വ്യാപാരത്തിന്റെയും വിശ്രുതകേന്ദ്രം കൂടിയായിരുന്നു.

ബുദ്ധമതമായിരുന്നു ഔദ്യോഗിക മതം. അതുകൊണ്ടുതന്നെ അനേകം ബുദ്ധ വിഹാരങ്ങളും ക്ഷേത്രങ്ങളും പാഠശാലകളും സന്ന്യാസിമഠങ്ങളും കൊണ്ട് സമ്പന്നമായിരുന്നു ഇവിടം. വാസ്തു വിദ്യയിലും കളിമൺ വ്യവസായത്തിലും കടലാസു നിർമ്മാണത്തിലുമൊക്കെ അദ്വിതീയരായിരുന്നു ഇവർ. കാലാവസ്ഥ പഠനം, ജ്യോതിശാസ്ത്രം എന്നിവയുടെ വിശ്രുത കേന്ദ്രമായിരുന്നു കെയ്സോങ്. .

പക്ഷേ, 13-ാം നൂറ്റാണ്ടോടുകൂടി കാര്യങ്ങൾ മാറി മറിഞ്ഞു. അപ്പോ ഴേക്കും മംഗോളുകളായ ചെങ്കിസ്ഖാനും പൗത്രൻ കുബ്ലായ്ഖാനും ചൈന കീഴടക്കി ചക്രവർത്തി പദത്തിൽ ഏറിയിരുന്നു. ചൈന കഴിഞ്ഞപ്പോൾ മംഗോളുകളുടെ അടുത്തലക്ഷ്യം കൊറിയയായി. അവരുടെ നിരന്തരമായ ആക്രമണത്തിൽ കൊറ്യോ രാജവംശം നാമാവശേഷമായി. കൊറിയക്കാർ മംഗോളുകളുടെ സംസ്കാരവും ആചാരങ്ങളും സ്വീകരിക്കാൻ നിർബ്ബന്ധിതരുമായി.

കെയ്സോങ്ങിലെ കൊറ്യോ രാജവംശത്തിന്റേതായുള്ള 12-ഓളം സ്മാരകങ്ങൾ യുനെസ്കോ അവരുടെ ലോക പൈതൃകപ്പട്ടികയിൽ ഉൾപ്പെടുത്തിയിട്ടുണ്ട്. സമയക്കുറവുമൂലം എനിക്ക് കൊറ്യോ ഹിസ്റ്ററി മ്യൂസിയം മാത്രമേ കാണാൻ സാധിച്ചുള്ളൂ. Songgyungwan എന്ന് നാട്ടുകാർ വിളിക്കുന്ന ഈ ചരിത്ര സ്മാരകം നഗരത്തിൽനിന്നും 3 കിലോമീറ്റർ മാറി Songak മലയുടെ താഴ്വരയിലാണ്. ക്രിസ്തുവർഷം എ ഡി 992 ൽ പണിത 20-ഓളം സ്മാരകങ്ങളുടെ ഈ സമുച്ചയം വടക്കൻ കൊറിയയിലെ ഏറ്റവും പ്രശസ്തമായ ചരിത്ര സഞ്ചയിക ആണ്. Kukjagam എന്നറിയപ്പെട്ടിരുന്ന പാഠശാലയായിരുന്നു അക്കാലത്തെ

കൊറ്യോ ചരിത്ര മ്യൂസിയം

രാജ്യത്തെ ഏറ്റവും പ്രശസ്തമായ വിദ്യാഭ്യാസ സ്ഥാപനം.

കൊറ്യോ രാജവംശത്തിന്റെ പതനത്തിനുശേഷം എ ഡി 1392 ൽ ജനറൽ Yi, King Taejo എന്ന പേരിൽ അധികാരമേറി, Choson/Joseon രാജവംശം സ്ഥാപിച്ചു. ഇവർ പക്ഷേ, ചൈനയുടെ രീതിയിൽ കൺഫ്യൂഷ്യൻ മതവിശ്വാസികളായിരുന്നു. ഈ പുതു മതവിശ്വാസം ബുദ്ധമതത്തിന്റെ പ്രതാപത്തിന് മങ്ങലേല്പിച്ചു.

കൊറ്യോ രാജവംശത്തിന്റെ വേരുകൾ ധാരാളമുള്ള കെയ്സോങ് നഗരം ചൊസോൺ രാജാവായ തയ്ജോന് സുരക്ഷിതമായി തോന്നിയില്ല. അതുകൊണ്ട് തലസ്ഥാനം തെക്ക് Hanseong നഗരത്തിലേക്ക് മാറ്റി സ്ഥാപിച്ചു. ഈ നഗരമാണ് പിന്നീട് വളർന്ന് ദക്ഷിണ കൊറിയൻ തലസ്ഥാനമായ സോൾ ആയി മാറിയത്. അടുത്ത 5 നൂറ്റാണ്ടുകൾ കൊറിയൻ ഉപഭൂഖണ്ഡത്തിന്റെ ഭാവി ഈ രാജവംശത്തിന്റെ കരങ്ങളിലായിരുന്നു. 1910 ൽ ജപ്പാൻ ചക്രവർത്തിയുടെ ഇംപീരിയൽ ആർമി കൊറിയ കീഴടക്കി. അതോടെ ചൊസോൺ രാജവംശം അന്യംവന്നു.

വർത്തമാനകാല കൊറിയയുടെ സാംസ്കാരിക തനിമയും നേട്ടങ്ങളുമെല്ലാം ചൊസോൺ രാജവംശത്തിന്റെ സംഭാവനയാണ്. ഈ വംശാവലിയിലെ മഹാനായ Sejong രാജാവിന്റെ കാലത്താണ് Hangul എന്ന കൊറിയൻ ഭാഷയ്ക്ക് ലിപി ഉണ്ടാകുന്നതും, എഴുതുന്ന രീതി, ചൈനീസ് ചിത്രലിപിയിൽനിന്നും വേർപിരിയുന്നതും.

തലസ്ഥാനം മാറിയെങ്കിലും കൊറിയൻ ജനതയുടെ ബൗദ്ധികവും വിദ്യാഭ്യാസപരവുമായുള്ള എല്ലാകാര്യങ്ങളും കെയ്സോങ്ങിൽത്തന്നെ നിലനിർത്താനും പരിപോഷിപ്പിക്കാനും ജോസോൺ രാജവംശം അതീവ ശ്രദ്ധാലുക്കളായിരുന്നു. 16-ാം നൂറ്റാണ്ടിലെ ജാപ്പനീസ് ആക്രമണത്തിൽ കെയ്സോങ് നഗരത്തിലെ ചരിത്രസ്മാരകങ്ങൾക്ക് കാര്യമായ കേടു

പാടുകൾ സംഭവിച്ചു. AD 1602 മുതൽ 1610 വരെയുള്ള കാലഘട്ടത്തിൽ പുനർനിർമ്മിച്ചവയാണ് ഇന്നു കാണുന്ന സ്മാരകങ്ങൾ എല്ലാം.

കൊറ്യോ ചരിത്ര മ്യൂസിയത്തിലേക്ക് ഔട്ടർ ഗേറ്റ് കടന്നെത്തുന്ന നമ്മളെ എതിരേല്ക്കുന്നത് രണ്ട് വൃക്ഷ മുത്തശ്ശിമാരാണ്. പ്രായം ഒരാൾക്ക് 900 വർഷം, മറ്റേയാൾക്കാകട്ടെ 500 വർഷവും. ഇന്നും പ്രായത്തിന്റേതായ കാര്യമായ അവശതകളേതുമില്ലാതെ ഇരുവരും സുഖമായിട്ടങ്ങനെ നില്ക്കുന്നു. മുന്നിലുള്ള നീണ്ട ഇടവഴി ചെന്നെത്തുന്നത് Myongrun ഹാളിലും ഇന്നർ ഗേറ്റിന്റെ മുന്നിലുമാണ്. ഇതിനകത്താണ് പ്രധാന കാഴ്ചകൾ.

കൊറ്യോ കാലഘട്ടവുമായി ബന്ധപ്പെട്ട 1000 ത്തോളം ശേഷിപ്പുകൾ കാലഗണനയനുസരിച്ച് പ്രദർശിപ്പിച്ചിരിക്കുന്നു. പ്രതിമകൾ, കളിമൺ പാത്രങ്ങൾ, ആഭരണങ്ങൾ, വസ്ത്രങ്ങൾ തുടങ്ങി അന്നത്തെ സംസ്കാരത്തിന്റെ പരിച്ഛേദങ്ങൾ എല്ലാം. എന്തിനധികം, ആ കാലഘട്ടത്തിലെ ഒരു ശവക്കല്ലറപോലും ഇവിടെ കൊണ്ടുവന്ന് സ്ഥാപിച്ചിട്ടുണ്ട്. കൊറിയയുടെ സുവർണ്ണകാലത്തിലേക്കൊരു എത്തിനോട്ടമാണ് മ്യൂസിയം നമുക്കായി കരുതിവച്ചിരിക്കുന്നത്.

കൊറ്യോ രാജവംശത്തിലെ പുരാവസ്തുക്കൾ ഇത്രയും ശ്രദ്ധയോടെ വടക്കൻ കൊറിയ പരിപാലിക്കുന്നതിന് മറ്റൊരു കാരണവും ഉണ്ട്. അതായത് കൊറിയൻ സംസ്കാരം ഉയിർക്കൊണ്ടത് ഇപ്പോൾ ഉത്തര കൊറിയയുടെ കൈവശമുള്ള പ്രദേശങ്ങളിൽനിന്നാണെന്നും എന്നെങ്കിലും രണ്ടു കൊറിയകളും ഒന്നിക്കുകയാണെങ്കിൽ, അതിന്റെ സാംസ്കാരികവും ചരിത്രപരവുമായ നേരവകാശികൾ തങ്ങളാണെന്ന് ലോകത്തെ ബോദ്ധ്യപ്പെടുത്താനുള്ള ഒരു ഉത്തര കൊറിയൻ തന്ത്രവും ഇതിന്റെ പിന്നിലുണ്ടെന്ന് പറയപ്പെടുന്നു.

മൂന്നുവർഷം നീണ്ട ഭീകരമായ കൊറിയൻ യുദ്ധത്തിൽ ഏതാണ്ട് എല്ലാ വടക്കൻ കൊറിയൻ നഗരങ്ങളും ബോംബേറിൽ പൂർണ്ണമായും തകർക്കപ്പെട്ടു. ദക്ഷിണകൊറിയയുടെ തൊട്ടടുത്തായിട്ടുപോലും കെയ്സോങ് നഗരത്തിന് ഒരു പോറൽപോലും ഏറ്റില്ല. അതുകൊണ്ടാണ് ഈ പുരാതന സ്മാരകങ്ങളൊക്കെ ചെറിയൊരു കേടുപാടുപോലുമില്ലാതെ ഇത്രയും ഭദ്രമായി ഇപ്പോഴും നിലനില്ക്കുന്നത്.

ലോകത്തിലെ ഏറ്റവും പ്രശസ്തവും, ഗുണമേന്മയുള്ളതുമായ ജിൻസെങ് (കൊറിയൻ ഭൂപ്രദേശത്ത് കാണപ്പെടുന്ന ജിൻസെങ്-Panax Ginseng എന്ന സസ്യത്തിന്റെ വേര് സവിശേഷ ഔഷധഗുണമുള്ളതാണെന്നാണ് പരക്കെ വിശ്വസിക്കപ്പെടുന്നത്. പ്രതിരോധശേഷി വർദ്ധിപ്പിക്കുന്നതിനുള്ള സിദ്ധൗഷധമാണത്രേ ഇത്. അവരുടെ മൃതസഞ്ജീവനി) വരുന്നത് കെയ്സോങ്ങിൽ നിന്നാണ്. നമ്മുടെ മൃതസഞ്ജീവനിയാണ് കൊറിയക്കാരുടെ ജിൻസെങ്. അവരുടെ അമൃതിന് സമാനമായ സിദ്ധൗഷധം. ദൗർഭാഗ്യവശാൽ വടക്കൻ കൊറിയയ്ക്ക് പുറത്ത്, ഒരുപക്ഷേ, മാർക്കറ്റിംഗിലെ അപര്യാപ്തതകൊണ്ടാവാം, ഇവിടെ നിന്നുള്ള ജിൻസെ

ജിൻസെങ്

ങ്-ന്റെ ലഭ്യത വളരെ കുറവാണ്. ചോയ്യുടെ നിർബ്ബന്ധംമൂലം ഒരു പായ്ക്കറ്റ് ജിൻസെങ് ഞാനും വാങ്ങി. പക്ഷേ, പിന്നീടാണ് അവൾ എന്തുകൊണ്ടാണ് എന്നെ ഇതു വാങ്ങാൻ ഇത്ര നിർബ്ബന്ധിച്ചതെന്ന് മനസ്സിലായത്. ചൈനയിൽ എത്തിയപ്പോൾ പലരും എന്റെ കൈവശമുള്ള ജിൻസെങ്ങിന് വാങ്ങിയതിന്റെ പത്തിരട്ടി വിലനല്കാൻ സന്നദ്ധരായിരുന്നു!

ഇവിടത്തെ സുവനീർ ഷോപ്പും പ്രസിദ്ധമാണ്. ഉത്തര കൊറിയയുടെ സ്റ്റാമ്പുകളും പോസ്റ്ററുകളും മറ്റും വാങ്ങാൻ കിട്ടുന്ന ഇടം. നാട്ടിലുള്ള സുഹൃത്തുക്കളെ ചെറുതായി ഒന്നമ്പരപ്പിക്കണമെങ്കിൽ ഇവിടെനിന്നും ഒരു കാർഡ് വാങ്ങി വിശേഷങ്ങൾ എഴുതി സ്റ്റാമ്പ് ഒട്ടിച്ച് കടയിൽത്തന്നെ ഏല്പിച്ചാൽ മതി. അവർ പോസ്റ്റ് ചെയ്തുകൊള്ളും. ഒറ്റ അസൗകര്യം മാത്രം. ചുരുങ്ങിയത് മൂന്ന് മാസമെങ്കിലും എടുക്കും നിങ്ങളുടെ കാർഡ് മേൽവിലാസക്കാരന്റെ കൈകളിൽ എത്താൻ.

ഉത്തര കൊറിയയുടെ തനത് വിഭവങ്ങൾ കഴിച്ചുനോക്കാനുള്ള ഒരിടം കൂടിയാണ് കെയ്സോങ്. അതിൽ ഏറ്റവും പ്രശസ്തം Pansangi ആണ്. കൊറ്യോ കാലഘട്ടത്തിലെ ഒരു വിഭവമാണിത്. ചെറിയ ചെറിയ അടപ്പുള്ള പിച്ചളപാത്രങ്ങളിലാണ് വിഭവങ്ങൾ വിളമ്പുന്നത്. ഇത് ചോറിനും സൂപ്പിനും സോജു എന്ന മദ്യത്തിനുമൊപ്പം ചേരുമ്പോൾ പൻസാൻഗി ആയി. നമ്മുടെ സദ്യതന്നെ. നമ്മൾ ഓരോ വിഭവവും ഇലയിൽ വിളമ്പുമ്പോൾ ഇവിടെ കൊച്ചു കൊച്ചു പാത്രങ്ങളിലാണെന്ന വ്യത്യാസം മാത്രം. സാധാരണയായി 9 മുതൽ 12 വിഭവങ്ങളാണ് പതിവ്. ടോഫു, മുട്ട, മീൻ, ഇറച്ചി, കിംചി എന്ന അച്ചാർ, വെള്ളരി, വഴുതന

ങ്ങ. എല്ലാ വിഭവങ്ങളും നമുക്ക് ആസ്വാദ്യകരമായി തോന്നിയില്ലെങ്കിൽപ്പോലും ഇതെല്ലാം കൂടി ഒരുമിച്ചിരിക്കുന്ന കാഴ്ച കാണുമ്പോൾതന്നെ വയറുനിറയും.

കൊറിയയുടെ ഈ ഭാഗത്തുമാത്രം ലഭിക്കുന്ന മറ്റൊരു വിശിഷ്ട വിഭവമാണ് Ginseng Chicken Soup. Samgyetang എന്ന് കൊറിയൻ ഭാഷയിൽ. ഗ്രീഷ്മഋതുവിന്റെ മൂർദ്ധന്യത്തിലാണ് ഈ സൂപ്പ് കഴിക്കുന്നത്. സൂപ്പ് എന്ന് പേരേയുള്ളു. ഒരു ചെറിയ കോഴിക്കകത്ത് ചോറും ജിൻസെങ് വേരുകളും, വെളുത്തുള്ളിയും നിറച്ച് പുഴുങ്ങിയെടുക്കുന്നതാണിത്. പല കൊറിയക്കാരുടെയും പ്രിയപ്പെട്ട ഭക്ഷണമാണിത്. എനിക്ക് ഒരുതരം ചവർപ്പാണ് ഇത് കഴിച്ചപ്പോൾ തോന്നിയത്. ജിൻസെങ്ങിന്റെയും വെളുത്തുള്ളിയുടെയും ചുവ മുഴച്ചു നില്ക്കുന്നൊരു വിഭവം. Yi Yeol Chi Yeol, Fight Fire with Fire എന്നതാണത്രേ ഇത് കഴിക്കുമ്പോഴുള്ള പ്രമാണം, ഉഷ്ണത്തെ ഒരു ഉഷ്ണവിഭവം കൊണ്ടുതന്നെ നേരിടണം.

കെയ്സോങ്ങിൽ വന്നാൽ Bosintang എന്ന Sweet Meat Soup കഴിക്കാതെ പോകരുതെന്നാണ്. പട്ടിയിറച്ചി സൂപ്പാണ് പ്രതി. ഒരു ചൈനീസ് സൂപ്പിന്റെ മട്ടും മാതിരിയും ഭാവവും ഒക്കെതന്നെ ഇതിനും. ഒരുപക്ഷേ, എന്താണെന്ന് വെളിപ്പെടുത്താതെ തന്നാൽ ആസ്വദിച്ചു കഴിച്ചുപോകുന്ന രുചി. പക്ഷേ, ഞാൻ ഏതാനും കവിൾ കുടിച്ച് മാറ്റിവച്ചു. ഇത്തരം വൈമുഖ്യങ്ങളിൽനിന്ന് എനിക്ക് പൂർണ്ണമായും മോചിതനാവാനായിട്ടില്ല എന്നു തോന്നുന്നു.

മറ്റൊന്നും കഴിക്കാനില്ലാത്തതുകൊണ്ട്, പട്ടിണികിടന്നു മരിക്കാതിരിക്കാൻ ഉത്തര കൊറിയയിലെ ജനങ്ങൾ പട്ടിയിറച്ചി കഴിച്ചു തുടങ്ങിയതാണെന്ന് പറയുന്നത് ശുദ്ധ അസംബന്ധം. പട്ടിയിറച്ചി വിഭവങ്ങൾ

Sweet Meat Soup

കൊറിയൻ സംസ്കാരത്തിന്റെ തന്നെ ഭാഗമാണ്. ക്രിസ്തുവർഷം നാലാം നൂറ്റാണ്ടിലെ ഒരു ശവക്കല്ലറയിൽ കാണപ്പെട്ട ഒരു ചിത്രത്തിൽ ഭക്ഷണ ത്തിനായി കൊന്ന ഒരു നായയുടെ ചിത്രമുണ്ട്. 1800 കളിൽ ജോസോൺ കാലഘട്ടത്തിൽ എഴുതപ്പെട്ട പല കൊറിയൻ കൃതികളിലും, പ്രത്യേ കിച്ചും കവിതകളിൽ, പട്ടിയിറച്ചി കഴിക്കുന്നതിനെക്കുറിച്ച് ധാരാളം പരാ മർശങ്ങളുണ്ട്.

വിരുന്നുകാരനും വഴികാട്ടിയും

ഞാൻ വടക്കൻ കൊറിയയുടെ തലസ്ഥാനത്ത് കാലെടുത്ത് കുത്തിയതുമുതൽ എയർപോർട്ടിൽ നിന്ന് യാത്രയാകുന്നതുവരെ, വടക്ക് കിഴക്കൻ പ്രദേശങ്ങൾ സന്ദർശിച്ച ഏതാനും ദിവസങ്ങളൊഴിച്ചാൽ, എന്റെ ഉത്തര കൊറിയൻ ജീവിതത്തിലെ നിറസാന്നിദ്ധ്യമായിരുന്നു ചോയ് എന്ന ഗൈഡ്. രാവിലെ ആറരയ്ക്കോ, ഏഴിനോ ഡൈനിങ് ഹാളിൽ വച്ച് കണ്ടു മുട്ടുന്നതുമുതൽ ചോയ്‌യുടെയും എന്റെയും ദിവസം തീരുന്നത് പാതി രാവ് കഴിഞ്ഞോ, ബ്രാഹ്മമുഹൂർത്തത്തിലോ ആയിരിക്കും. യാത്രാവേള കളിൽ എപ്പോഴെങ്കിലും എവിടെയെങ്കിലും വച്ച് ഏതെങ്കിലും ഒരു സ്ത്രീ ഇത്രമാത്രം എന്റെ ദൈനംദിന ജീവിതത്തിന്റെ ഭാഗമായത് ഓർമ്മയി ലില്ല. ചോയ് എന്നിൽ ഉളവാക്കിയ സ്വാധീനവും അതിശക്തമായിരുന്നു.

ഒരു ദിവസം രാത്രി അന്യോങ് ഹി, Annyong Hi, കൊറിയൻ ഭാഷ യിലെ Good bye പറഞ്ഞ് പിരിയാൻ തുടങ്ങുമ്പോൾ ചോയ് പറഞ്ഞു. "സ്വാതന്ത്ര്യ ദിനാഘോഷങ്ങളൊക്കെ അവസാനിച്ചിരിക്കുന്നു. വിശിഷ്ടാ തിഥികളും സന്ദർശകരുമൊക്കെ പ്യോങ്യാങ് നഗരം വിട്ടുപോയ്ക്കഴി ഞ്ഞു. നഗരം വീണ്ടും ശാന്തിയിലേക്ക് മടങ്ങുകയാണ്. നമുക്ക് നാളെ അധികം സഞ്ചാരികൾ ചെന്നെത്താത്ത ഒന്നു രണ്ട് ചെറു നഗരങ്ങൾ സന്ദർശിച്ചാലോ?"

എന്താണിത്ര സംശയം? വന്നത് അതിനല്ലേ എന്ന് എന്റെ മറുപടി. പകലും അർദ്ധരാത്രിവരേയും ഓട്ടമാണ്. ചോയ് കൂടെയുള്ളതുകൊണ്ട് സമയം പോകുന്നത് അറിയില്ല. പക്ഷേ, രാത്രിയുടെ അന്ത്യയാമങ്ങളാണ് പ്രശ്നം. മുറിയിലെ ഏകാന്തതയിൽ വീട്ടിലെ ഓർമ്മകൾ മലവെള്ളപ്പാ ച്ചിൽപോലെ ആർത്തലച്ച് എത്തും. അച്ഛനും അമ്മയും പ്രായമായിരി ക്കുന്നു. മക്കളും അനിയനും വിദേശത്താണ്. ലത മാത്രമാണ് അവർ

വഴികാട്ടിയോടൊപ്പം

ക്കൊപ്പം. അവന്റെ ഫോണും മെയിലുമൊക്കെ വരുന്നുണ്ടല്ലോ അല്ലേ എന്ന് മാതാപിതാക്കൾ ചോദിക്കുമ്പോൾ വിങ്ങുന്ന ഹൃദയവുമായിട്ടായിരിക്കണം ലത മറുപടി പറയുന്നത്, ഇന്നലേയും വിളിച്ചിരുന്നു, അവിടെ സുഖമായിരിക്കുന്നു എന്നൊക്കെയുള്ള കള്ളങ്ങൾ.

നാട്ടിൽവച്ച് ഞാൻ ഉത്തര കൊറിയയിലേക്ക് പോകുന്നു എന്നറിഞ്ഞ പല സുഹൃത്തുക്കളും പ്യോങ്യാങ്ങിലുള്ള ഇന്ത്യൻ എംബസിയിലെ അംബാസിഡർ ശ്രീ. അതുൽ ഗോട്സുർവേയെയും, അവിടത്തെ എംബസി ഉദ്യോഗസ്ഥരെയും പരിചയപ്പെടുത്തി തന്നിരുന്നു. എന്റെ അന്വേഷണങ്ങൾക്ക് ഊഷ്മളവും സൗഹൃദപരവുമായിരുന്നു അവരുടെ മറുപടികളും. പ്യോങ്യാങ്ങിൽ എവിടെയാണ് താമസം എന്നു മാത്രം അവരെ അറിയിച്ചാൽ മതി. ബാക്കിയൊക്കെ ഞങ്ങൾ നോക്കിക്കൊള്ളാം എന്ന വാക്കുകൾ മനസ്സിൽ ധൈര്യം തന്നു.

ഉത്തര കൊറിയയിൽ ഫോണും ഇന്റർനെറ്റും ഒന്നുമില്ലെങ്കിലും ഇന്ത്യൻ എംബസിയിൽ ചെല്ലുമ്പോഴെങ്കിലും വീട്ടിലേക്ക് വിളിച്ചില്ലെങ്കിലും ഒരു മെയിൽ അയയ്ക്കുകയെങ്കിലും ചെയ്യാമല്ലോ എന്ന ആശ്വസത്തിലായിരുന്നു. ഞാനും എംബസിയുമായുള്ള എഴുത്തുകുത്തുകൾ ലതയ്ക്കും അറിയാവുന്നതാണ്. പക്ഷേ, ഞാൻ പ്യോങ്യാങ്ങിൽ എത്തിയപ്പോൾ താമസം വിദേശ ടൂറിസ്റ്റുകൾ സ്ഥിരമായി താമസിക്കുന്ന Yanggakdo Hotel ലിൽനിന്നും സയിന്റിസ്റ്റ് ക്വാർട്ടേഴ്സിലേക്ക് മാറിയതോടെ നേരത്തെ നിശ്ചയിച്ചുറച്ചതൊക്കെ തകിടംമറിഞ്ഞു. ഈ വിവരം

എംബസിയിലും വീട്ടിലും അറിയിക്കാനാവാതെ വല്ലാത്ത സമ്മർദ്ദത്തിൽപ്പെട്ടു.

ചോയ്ക്കും ഈ വീർപ്പുമുട്ടലുകളും എന്നെക്കുറിച്ചുള്ള മറ്റുകാര്യങ്ങളും നന്നായി അറിയാം. പക്ഷേ, അവളും നിസ്സഹായയയാണ്. ഇന്ത്യൻ എംബസിയിലേക്ക് ഫോൺ ചെയ്യാനോ എന്നെ അവിടെകൊണ്ടുപോകാനോ അവൾക്കാവില്ല. അവൾക്കതിന് അനുവാദമില്ല. അവളുടെ സ്വന്തം നാട്ടിൽ ഇത്രപോലും ചെയ്യാനാവാത്ത സ്ഥിതിക്ക് പിന്നെ ഇന്ത്യയിലെ എന്റെ വീട്ടിൽ എങ്ങനെ അറിയിക്കാനാണ്.

രാത്രി ഉറക്കമേയില്ല. അർദ്ധരാത്രിവരെ നീളുന്ന പാനോപചാരങ്ങളിൽ, അതിന്റെ ലഹരിയിൽ ഒന്നു മയങ്ങിയാലായി. മിക്കവാറും ബാൽക്കണിയിലിരുന്ന് നഗരത്തിന്റെ സ്കൈലൈൻ കാണുകയും ദീപപ്രഭയിൽ മുങ്ങിനില്ക്കുന്ന ആറ്റംസെന്റർ നോക്കി ഇരിക്കുകയും, തയ്ദോങ് നദിയുടെ പുളിനങ്ങളിൽ കണ്ണുനട്ടിരിക്കുകയും ഒക്കെ ചെയ്താണ് സമയം കൊല്ലുന്നതും നേരം വെളുപ്പിക്കുന്നതും.

നാട്ടിലെത്തിയശേഷം ഇന്ത്യൻ എംബസിക്ക് എന്തുകൊണ്ട് എനിക്കവിടെ വരാനായില്ല തുടങ്ങിയ കാര്യങ്ങൾ വിശദമാക്കിക്കൊണ്ട് ഒരു കത്ത് എഴുതിയിരുന്നു. അവരുടെ മറുപടി കുറച്ചൊന്നുമല്ല എന്നെ അത്ഭുതപ്പെടുത്തിയത്. എംബസിയിലേക്ക് ഫോൺ ചെയ്യാനോ അവിടെ ചെല്ലാനോ ഉള്ള സാദ്ധ്യതകൾ കുറവാണെന്ന് നേരത്തെതന്നെ അവർക്കറിയാമായിരുന്നുപോലും. എന്നെ നിരാശപ്പെടുത്തേണ്ട എന്നു കരുതിയാണ് ആ പ്രയാസങ്ങൾ അവർ അറിയിക്കാതിരുന്നത്.

ഉത്തര കൊറിയയിലെ ടൂറിസ്റ്റ് ഗൈഡുകളെ മറ്റു രാജ്യങ്ങളിലെ ഇതേ ജോലിചെയ്യുന്നവരുമായി താരതമ്യം ചെയ്യാനാവില്ല. ഈ രാജ്യത്തെ മറ്റു തൊഴിൽ മേഖലകളെ അപേക്ഷിച്ച് വളരെ ഉയർന്ന വേതനം പറ്റുന്നവരും ജീവിത നിലവാരം പുലർത്തുന്നവരും ആണിവർ. ഈ ഗൈഡുകളുടെ അകമ്പടിയില്ലാതെ ഒരു സഞ്ചാരിക്കും ഉത്തര കൊറിയ കാണാനാവില്ല. അവർ മടങ്ങുമ്പോൾ ഗൈഡുകൾക്ക് ദിവസത്തിന് അഞ്ചോ, പത്തോ യൂറോ വീതം ടിപ് നല്കുകയും ചെയ്യും. ഈ നാട്ടിൽ ഇത് സാമാന്യം വലിയൊരു തുകയുമാണ്.

പ്യോങ്യാങ്ങിലെ Foreign Language Institute-ൽനിന്നും പഠനം പൂർത്തിയാക്കിയവരാണ് ഗൈഡുകൾ. ഈ കോഴ്സ് പ്രശസ്ത നിലയിൽ പൂർത്തിയാക്കുന്നവർക്ക് മുന്നിൽ തെരഞ്ഞെടുക്കാൻ രണ്ടു മാർഗ്ഗങ്ങളുണ്ട്. ഒന്നുകിൽ ഉത്തര കൊറിയയുടെ വിദേശകാര്യ വകുപ്പിൽ ജോലിക്ക് കയറാം, അല്ലെങ്കിൽ ഉത്തര കൊറിയയുടെ ടൂറിസം നിയന്ത്രിക്കുന്ന KITC എന്ന സ്ഥാപനത്തിൽ ഗൈഡ് ആയി ജോലി സ്വീകരിക്കാം. പല വിദേശ ഭാഷകളിലും പ്രാവീണ്യമുള്ള ഗൈഡുകൾ ഉണ്ടെങ്കിലും ഇംഗ്ലീഷ് ഭാഷ കൈകാര്യം ചെയ്യുന്നവർക്കാണ് ഏറ്റവും പ്രാമുഖ്യം.

ഉത്തര കൊറിയയുടെ വിദേശകാര്യ വകുപ്പിലെ ജോലി നമ്മൾ കരു

തുംപോലെ എല്ലാവരും ആഗ്രഹിക്കുന്ന ഒന്നൊന്നുമല്ല. ഈ രാജ്യം അഭിമുഖീകരിക്കുന്ന പലവിധ അന്താരാഷ്ട്ര വിലക്കുകൾ കൊണ്ടും വിദേശനാണ്യത്തിന്റെ കുറവുകൊണ്ടും പല രാജ്യത്തുമുള്ള ഇവരുടെ എംബസികളുടെ നടത്തിപ്പുതന്നെ ബുദ്ധിമുട്ടിലാണ്. എംബസി ജീവനക്കാർ അരിഷ്ടിച്ചാണ് ജീവിക്കുന്നത്. ഇതുവെച്ചുനോക്കിയാൽ ഗൈഡുകളുടെ സ്ഥിതി അനേകമടങ്ങ് മെച്ചമാണ്. പലരും ഗൈഡായി ജോലികിട്ടാൻ ആഗ്രഹിക്കുന്നതിന്റെ കാരണവും മറ്റൊന്നല്ല.

എനിക്ക് ചോയ്‌യുടെ കുടുംബത്തെക്കുറിച്ച് അറിയാനാഗ്രഹമുണ്ടായിരുന്നു. പലതവണ ചോദിക്കാൻ ഒരുങ്ങിയിട്ടും ഞാൻ പിൻവലിഞ്ഞുകളഞ്ഞു. ഒരുപക്ഷേ, വ്യക്തിപരമായ ചോദ്യങ്ങൾക്ക് മറുപടി പറയാൻ അവൾക്കാവില്ലെങ്കിലോ! പക്ഷേ, എന്റെ ഊഹം പൂർണ്ണമായും തെറ്റായിരുന്നു. ഞാൻ ചോദിക്കാതെതന്നെ ഒരു ദിവസം അവൾ എന്നോട് അവളുടെ കഥ പറഞ്ഞു: "സർക്കാർ നല്കിയ ഒരു ബെഡ്റൂം അപ്പാർട്ടുമെന്റിലാണ് താമസം. ഭർത്താവ് കമ്പ്യൂട്ടർ എഞ്ചിനീയറാണ്. നാലുവയസ്സുള്ള ഒരു മകനുണ്ട്. ഇപ്പോൾ ഭർത്താവുമായി അകന്നാണ് കഴിയുന്നത്. താമസിയാതെ വിവാഹമോചനം നേടും. തല്ക്കാലം കുട്ടിയെ നോക്കുന്നത് തന്റെ അമ്മയാണ്."

ഗൈഡിന്റെ ജോലി, ഈ രാജ്യത്തെങ്കിലും അത്ര നിസ്സാരമല്ല. സന്ദർശകർ കാണിച്ചുകൂട്ടുന്ന ചെറിയ ചെറിയ പിഴവുകൾക്കുപോലും ഉത്തരം പറയേണ്ടിവരുന്നത് പാവം ഗൈഡുകളാണ്. അതുകൊണ്ടുതന്നെ ടൂർ ഏജൻസികൾ ഉത്തര കൊറിയ യാത്രയുടെ പ്രത്യേകതകൾ വിവരിക്കുമ്പോൾ ഏറ്റവും പ്രാധാന്യം കൊടുത്തു പറയുന്ന കാര്യങ്ങളിൽ ഒന്നിതാണ്, "ദയവായി ഗൈഡുകൾ പറയുന്നത് അക്ഷരംപ്രതി അനുസരിക്കുക. നിങ്ങൾ എന്തെങ്കിലും കുരുത്തക്കേടുകൾ ചെയ്ത്, ആ പാവം ഗൈഡുകളുടെ ജീവിതം തുലയ്ക്കരുത്."

സാമാന്യമായി എന്തെങ്കിലും കുറ്റം ചെയ്താൽ സന്ദർശകർക്ക് കിട്ടാവുന്ന പരമാവധി ശിക്ഷ രാജ്യത്തുനിന്നും പുറത്താക്കുകയാണ്. രാജ്യത്തെയോ കിം കുടുംബത്തെയോ പരസ്യമായി അവഹേളിച്ചാൽ മാത്രമേ ജയിൽവാസവും തുടർ വിദ്യാഭ്യാസ ലേബർ ക്യാമ്പിൽ അയയ്ക്കുന്നതുൾപ്പെടെയുള്ള കഠിന ശിക്ഷകൾ വിധിക്കുകയുള്ളു.

സഞ്ചാരികൾ എന്തു തെറ്റുചെയ്താലും അത് ഗൈഡിന്റെ പിഴവുകൊണ്ടാണ് സംഭവിച്ചതെന്നാവും ഔദ്യോഗിക വിശദീകരണം. തെറ്റിന്റെ ഗൗരവം അനുസരിച്ച് ആ പാവം ഗൈഡിന്റെ സ്ഥിതി ദയനീയവും ചിലപ്പോൾ പരമ ദയനീയവുമായി മാറും.

തങ്ങളുടേതുപോലെയുള്ള ഒരു മൂന്നാം ലോക രാജ്യത്തുനിന്നും വരുന്ന ഒരാൾ എന്ന അപൂർവ്വതകൊണ്ടാണോ, അതോ ഇന്ത്യക്കാരെ, അതും ഒരു കറുമ്പനെ കണ്ടിട്ടില്ലാത്തതുകൊണ്ടാണോ എന്നറിയില്ല ചോയ്‌യുടെ എന്നോടുള്ള പെരുമാറ്റം എല്ലായ്പ്പോഴും ആർദ്രവും സ്നേഹപൂർവ്വവുമായിരുന്നു.

പ്യോങ്സോങ്

ഞങ്ങളുടെ ഇന്നത്തെ യാത്ര പ്യോങ്സോങ് നഗരത്തിലേക്കാണ്. South Pyongan District-ന്റെ തലസ്ഥാനമാണ് ഈ ചെറുനഗരം. പ്യോങ്യാങ്ങിന്റെ ഒരു ഉപനഗരം (സാറ്റ്ലൈറ്റ് നഗരം) എന്ന വിശേഷണമാണ് ഇതിന് കൂടുതൽ അനുയോജ്യം, കാരണം തലസ്ഥാനത്തുനിന്ന് വെറും 30 കിലോ മീറ്റർ ദൂരം മാത്രമേ ഈ നഗരത്തിലേക്കുള്ളു. ഉത്തര കൊറിയയിലെ മിക്കവാറും എല്ലാ നഗരങ്ങളിലേയും ജനസംഖ്യ ഏകദേശം മൂന്ന് ലക്ഷമാണ്. തലസ്ഥാനമായ പ്യോങ്യാങ് ഒഴിച്ച് മറ്റു നഗരങ്ങളിലെ ജനസംഖ്യ ആ രീതിയിൽ ക്രമീകരിച്ചിരിക്കുന്നു എന്നു പറയുന്നതാണ് കൂടുതൽ ശരി.

എല്ലാ ഉത്തര കൊറിയൻ നഗരങ്ങളിലേയും സ്ഥിരം കാഴ്ചകളാണ് ഇവിടെയും. വിശാലമായ നഗര ചത്വരം, കിം പ്രതിമകൾ, വൃത്തിയായി ശ്രദ്ധയോടെ പരിപാലിക്കപ്പെടുന്ന ഉദ്യാനങ്ങൾ, നീണ്ടുനിവർന്നു കിടക്കുന്ന നഗരവീഥികൾ. വാഹനങ്ങളും ജനങ്ങളും മാത്രം എങ്ങുമില്ല.

പ്യോങ്സോങ് നഗരത്തിന് മാത്രമായുള്ള ഏതാനും പ്രത്യേകതകളാണ് മറ്റു നഗരങ്ങളിൽനിന്നും ഇതിനെ വ്യത്യസ്തമാക്കുന്നത്. ഉത്തര കൊറിയയുടെ ബഹിരാകാശ ഗവേഷണത്തിന്റെയും ആണവോർജ്ജ വികസനത്തിന്റെയും കേന്ദ്രം ഇവിടെയാണ്.

ഏതു സ്കൂളിൽ ചെന്നാലും, കിന്റർ ഗാർട്ടൺ മുതൽ ഹൈസ്കൂൾ വരെ, സാറ്റലൈറ്റുമായി പറന്നുപൊങ്ങാൻ നില്ക്കുന്ന ഉത്തര കൊറിയൻ റോക്കറ്റിന്റെ ചിത്രം വലിയ പ്രാധാന്യത്തോടെ പ്രദർശിപ്പിച്ചിട്ടുണ്ടാവും. "യഥാർത്ഥത്തിൽ ഉത്തര കൊറിയയ്ക്ക് ഒരു Space Programme ഉണ്ടോ?"

പ്യോങ്സോങ്ങിലെ Kim Jung Suk Middle School സന്ദർശിച്ച

പ്യോങ്സോങ്ങിലെ കിം ജുങ് സുക് സ്കൂൾ

പ്പോൾ പറന്നുയരാൻ നില്ക്കുന്ന റോക്കറ്റിന്റെ ഈ ചിത്രം അവിടെയും കണ്ടപ്പോൾ സ്കൂളിലെ പ്രധാന അദ്ധ്യാപികയോട് ഒരു കൗതുകത്തിന് ചോദിച്ചതാണ് മുകളിലെ ചോദ്യം. അത് അവരെ വല്ലാതെ വാചാല യാക്കി. എന്താ സംശയം? എന്നായി അവർ. ഒരു സാറ്റലൈറ്റിന് ഭൂമി യുടെ ഭ്രമണപഥത്തിൽ എത്തിച്ച ലോകത്തെ പത്താമത്തെ രാജ്യമാണ് ഞങ്ങളുടെത്. 2016 ൽ ആയിരുന്നു അത്. അവർ തുടർന്നു. KMS 4 (Kwang Myong Song എന്ന കൊറിയൻ വാക്കിന്റെ അർത്ഥം തിളങ്ങുന്ന നക്ഷത്രം എന്നാണ്) എന്ന Earth Observation Satellite നെ ഒരു UNHA 3 റോക്കറ്റ് ഉപയോഗിച്ച് Sohae റോക്കറ്റ് ലോഞ്ച് കേന്ദ്രത്തിൽ നിന്നാണ് വിക്ഷേപിച്ചത്. ആ ദൗത്യം പരിപൂർണ്ണ വീജയമാണെന്നറിഞ്ഞ ഉടൻ ഉത്തര കൊറിയൻ ബഹിരാകാശ ഗവേഷണകേന്ദ്രമായ NADA-National Aerospace Development Administration (അമേരിക്കയുടെ NASA യുമായുള്ള പേരിലെ സാമ്യം ശ്രദ്ധിക്കുക) ന്റെ ഡയറക്ടർ പറഞ്ഞു, "ഞങ്ങൾ അടുത്ത പത്തുവർഷത്തിനകം ഉത്തരകൊറിയൻ പതാക ചന്ദ്ര നിൽ ഉയർത്തിയിരിക്കും."

ബഹിരാകാശ ഗവേഷണവും സാറ്റലൈറ്റ് വിക്ഷേപണവുമൊക്കെ അഭിമാനത്തോടെ തലയുയർത്തിനിന്ന് വിളിച്ചു പറയാം. എന്നാൽ അണു വിസ്ഫോടനത്തിന്റെ സ്ഥിതി അതല്ല. അണുപരീക്ഷണം അണുബോംബ് ഉണ്ടാക്കുന്നതിന്റെ ആദ്യപടിയാണ് എന്നതുകൊണ്ടു തന്നെ ഏതു രാജ്യം ഈ പ്രവർത്തനങ്ങളിൽ ഏർപ്പെട്ടാലും സംശയ ദൃഷ്ടിയോടെ മാത്രമേ മറ്റ് ലോകരാജ്യങ്ങൾ വീക്ഷിക്കുകയുള്ളു.

ഉത്തര കൊറിയ 2006 ൽതന്നെ അണുപരീക്ഷണവും അണുവി

സ്ഫോടനവും നടത്തിയിരുന്നു. ക്രമേണ അത് വികസിച്ച് തെർമോന്യൂക്ലിയർ ബോംബ് എന്ന ഹൈഡ്രജൻ ബോംബിന്റെ സാങ്കേതികവിദ്യ സ്വായത്തമാക്കി. സർക്കാരിന്റെ ഇത്തരം പരീക്ഷണങ്ങളും അത് നടപ്പിലാക്കിയ സ്ഥലങ്ങളും സാധാരണ ജനങ്ങൾക്ക് അറിയില്ലെങ്കിലും ലോകരാജ്യങ്ങൾക്ക് നല്ല നിശ്ചയമാണ്. വടക്കൻ കൊറിയയുടെ Punggye-Ri Nuclear Test Site ഞങ്ങൾ സഞ്ചരിച്ച ചിൽബോ മലനിരകൾക്ക് വളരെ അടുത്താണ്. ഞങ്ങൾ ആ വഴി സഞ്ചരിച്ചപ്പോൾ ഞാൻ അത് ഓർക്കുകയും ചെയ്തിരുന്നു.

പ്യോങ്സോങ്ങിലെ കിം ജുങ് സുക് സ്കൂൾ അറിയപ്പെടുന്നത് കിം ജോങ് ഇൽ-ന്റെ അമ്മയുടെ പേരിലാണ്. ഉത്തര കൊറിയയിലെ അതിസമർത്ഥരായ വിദ്യാർത്ഥികളാണ് ഇവിടെ പഠിക്കുന്നത്. ഒന്ന് രണ്ട് കാര്യങ്ങൾകൊണ്ട് ഈ സ്കൂൾ സവിശേഷ ശ്രദ്ധ അർഹിക്കുന്നുണ്ട്. അതിൽ ഏറ്റവും പ്രധാനം ഇവിടത്തെ എല്ലാ കുട്ടികളും സാമാന്യം നന്നായിത്തന്നെ ഇംഗ്ലീഷ് സംസാരിക്കും എന്നതാണ്. നമ്മുടെ ഇംഗ്ലീഷ് മീഡിയം സ്കൂളിലെ കുട്ടികളുടെ ഇംഗ്ലീഷ് സ്റ്റാൻഡേർഡ് ഇവർക്കുമുണ്ട് എന്ന് ചുരുക്കം. ഒരു ദ്വിഭാഷിയുടെയും ട്രാൻസ്ലേറ്റർ ആപ്പിന്റെയും സഹായം ആവശ്യമില്ല ഇവിടെ. ഞങ്ങൾ കൊറിയയുടെ വടക്ക് കിഴക്കൻ ഭാഗത്ത് പോയപ്പോൾ ഇംഗ്ലീഷ് പഠിപ്പിക്കുന്ന ഒരു സ്കൂൾ സന്ദർശിച്ചിരുന്നു. ഭാഷാ പ്രാവീണ്യത്തിൽ ഇവിടത്തെ വിദ്യാർത്ഥികളുടെ ഏഴയലത്തുപോലും വരില്ല അവർ. മറ്റു സ്കൂളുകൾ സന്ദർശിച്ചപ്പോൾ എന്ന

വിദ്യാർത്ഥിനിക്കൊപ്പം

പോലെ ക്ലാസ് നടക്കുന്ന സമയത്താണ് ഇവിടെയും ഞങ്ങൾ എത്തിയത്. അവരുടെ ഇംഗ്ലീഷ് ക്ലാസ് ശ്രദ്ധിക്കാൻ ക്ഷണിച്ചു. ഓഡിയോ വിഷ്വൽ മാധ്യമം വഴിയാണ് പഠനം. സാമാന്യം നല്ല നിലവാരമുള്ള പഠനരീതിയും അദ്ധ്യാപകരും.

താല്പര്യമുള്ള പക്ഷം ആ ക്ലാസിലെ ഏതു വിദ്യാർത്ഥിയുമായി വേണമെങ്കിലും സംസാരിക്കാനും സംവദിക്കാനും പ്രിൻസിപ്പാൾ ഞങ്ങളെ ക്ഷണിച്ചു. 15 വയസ്സുകാരി Kong Hye Song എന്ന വിദ്യാർത്ഥിനി എന്നോട് സംസാരിക്കാൻ പ്രത്യേക താല്പര്യം കാണിച്ചു. അവളുടെ ഇംഗ്ലീഷ് പരിജ്ഞാനം നമ്മുടെ സ്കൂളിൽ പഠിക്കുന്ന സമർത്ഥരായ വിദ്യാർത്ഥിയുടേതിന് തുല്യമാണ്. അവൾ എന്നോട് ഇന്ത്യയെക്കുറിച്ചും മഹാത്മാഗാന്ധിയെക്കുറിച്ചും വീടിനെക്കുറിച്ചും ജോലിയെക്കുറിച്ചുമൊക്കെ വിശദമായി അന്വേഷിച്ചു. അത്യാവശ്യം നല്ല ലോകവിവരവും അവൾക്കുണ്ട്. അടുത്തത് ചോദ്യങ്ങൾക്കുള്ള എന്റെ ഊഴമായിരുന്നു. അവൾ മറുപടി പറയുന്ന രീതിയും, അതിലെ സത്യസന്ധതയും ഉള്ളിൽത്തട്ടി എന്നു പറയാതെ വയ്യ. ഉത്തര കൊറിയൻ യാത്രയിലെ ഏറ്റവും മനോഹരമായ ഓർമ്മകളിൽ ഒന്നായിരുന്നു ഈ പെൺകുട്ടിയുമായുള്ള സൗഹൃദം പങ്കിടൽ.

Kong Hye-യുടെ അമ്മ ഡോക്ടറും അച്ഛൻ ശാസ്ത്രജ്ഞനുമാണ്. ഭാവിയിൽ ആരായിത്തീരാനാണ് ആഗ്രഹം എന്ന എന്റെ ചോദ്യത്തിന് ഞാൻ പ്രതീക്ഷിച്ച മറുപടി ഡോക്ടർ എന്നായിരുന്നു. എന്നാൽ അവൾ പറഞ്ഞത് തനിക്കൊരു Botanist സസ്യശാസ്ത്രജ്ഞ ആകണമെന്നായിരുന്നു. അമ്മയെപ്പോലെ ഡോക്ടറാവുന്നതല്ലേ കൂടുതൽ നല്ലത് എന്ന എന്റെ എടുത്തുള്ള ചോദ്യത്തിന്, ഞങ്ങളുടെ നാടിന് ബൊട്ടാണിസ്റ്റുകളെയും വേണം എന്നായിരുന്നു മറുപടി.

തെരഞ്ഞെടുക്കപ്പെട്ട വിദ്യാർത്ഥികൾ നമ്മൾ ചോദിക്കുന്ന ചോദ്യങ്ങൾക്ക് മുൻകൂട്ടി പഠിച്ചുവച്ച മറുപടികൾ പറയുന്നതാണെന്നും ഇതൊക്കെ വെറുമൊരു സർക്കാർ ഡ്രാമ മാത്രമാണെന്നും അതുകൊണ്ടാണ് ഗൈഡുകൾ അടുത്തുണ്ടാകാത്തതെന്നുമുള്ള ആരോപണങ്ങളൊക്കെ ഞാനും കേട്ടിരുന്നു. അതുകൊണ്ടുതന്നെ സാധാരണ ചോദിക്കാൻ സാദ്ധ്യതയുള്ള ചോദ്യങ്ങളൊക്കെ ഞാൻ ബോധപൂർവ്വം ഒഴിവാക്കിയിരുന്നു. ബുദ്ധിമതിയായ ആ പെൺകുട്ടിയോട് ഏകദേശം ഒരു മണിക്കൂർ ഞാൻ സംസാരിച്ചിരുന്നു. അവൾ പറഞ്ഞുപഠിച്ച മറുപടിയാണ് ഏതെങ്കിലും ചോദ്യത്തിന് പറയുന്നതെന്നോ, അല്ലെങ്കിൽ ഏതെങ്കിലും ചോദ്യത്തിന് മറുപടി പറയാൻ വൈമുഖ്യം കാണിക്കുന്നു എന്നോ തോന്നിയതേയില്ല. തീർച്ചയായും 15 വയസ്സുള്ള ഒരു പെൺകുട്ടിയോട് ചോദിക്കാവുന്ന ചോദ്യങ്ങൾക്ക് പരിമിതിയുണ്ട്. അതിനകത്ത് നിന്നുകൊണ്ട് അവൾ പറഞ്ഞ മറുപടികളും പ്രകടിപ്പിച്ച ആശയങ്ങളും അങ്ങേയറ്റം തൃപ്തികരമായിരുന്നു. അവളുടെ ഹൃദയമായിരുന്നു സംസാരിച്ചത്.

തികച്ചും ആഹ്ലാദപൂർണ്ണവും ഹൃദയനിർഭരവുമായിരുന്നു ആ സ്കൂൾ സന്ദർശനം. സ്ഥിരം കാഴ്ചകളിൽ നിന്നൊക്കെ മാറി വേറിട്ട അനുഭവം തികച്ചും ആസ്വദിച്ചു. ചോയ്യും സംതൃപ്തയായിരുന്നു. അവളുടെ തിളങ്ങുന്ന മുഖം അത് വിളിച്ചോതുന്നുമുണ്ടായിരുന്നു.

സരിവോൺ നഗരവും കൊറിയൻ ഭാഷയും

രാജ്യത്തെ ഏറ്റവും നല്ല ഹൈവേകളിൽ ഒന്നാണ് റീയുണിഫിക്കേഷൻ ഹൈവേ. ഈ പേരിന്റെ അടിസ്ഥാനം കൊറിയകൾ ഒന്നാകാനുള്ള ആഗ്രഹത്തിന്റെ ബഹിർസ്ഫുരണമാണ്. വടക്ക് തെക്ക് കൊറിയകൾ തമ്മിൽ ഒന്നായാൽ, അതുമല്ലെങ്കിൽ അതിർത്തി തുറന്നുകൊടുക്കുകയെങ്കിലും ചെയ്താൽ ഈ രാജവീഥിയാണ് ഇരു തലസ്ഥാനങ്ങളെയും ബന്ധിപ്പിക്കുന്നത്.

തലസ്ഥാനത്ത് നിന്ന് പുറപ്പെട്ട് 10 കിലോമീറ്റർ ആകുമ്പോൾ National Reunification Monument കാണാം. റോഡിനിരുവശത്തുമായി

റീയുണിഫിക്കേഷൻ മോണിമെന്റ്

സരിവോൺ നഗരക്കാഴ്ച

കൊറിയൻ ദേശീയ വസ്ത്രം ധരിച്ച രണ്ടു പെൺകുട്ടികൾ കൈകൾ ഉയർത്തി നില്ക്കുന്നു. ആ കൈകളിൽ ഇരു കൊറിയകളും ഒന്നിച്ച ചിത്രമുള്ള ഒരു ഗ്ലോബ് കാണാം. 30 മീറ്റർ പൊക്കവും 61.5 മീറ്റർ വീതിയുമുള്ള ഈ പ്രതിമ 2001 ൽ ആണ് രാഷ്ട്രത്തിനായി സമർപ്പിച്ചത്.

ഈ വഴി ഒരു മണിക്കൂർകൂടി തെക്കോട്ട് യാത്രചെയ്താൽ സരിവോൺ നഗരത്തിലെത്തും. പ്യോങ്യാങ്ങിൽനിന്നും ഏകദേശം 60 കിലോമീറ്റർ അകലെ മൂന്നുലക്ഷം പേർ താമസിക്കുന്ന ഒരു ഗ്രീൻ സിറ്റിയാണിത്. ഏകദേശം 10 സർവ്വകലാശാലകൾ ഇവിടെയുണ്ട്. സ്വാഭാവികമായും വലിയൊരു സംഘം വിദ്യാർത്ഥികളുടെ താമസസ്ഥലം കൂടിയാണിത്. മറ്റു വടക്കൻ കൊറിയ നഗരങ്ങളെ അപേക്ഷിച്ച് ജനജീവിതം അതീവ സുഖപ്രദമാണിവിടെ.

ജങ്ബാങ് മലയുടെ താഴ്‌വരയിൽ കിടക്കുന്ന ഈ പ്രദേശം ജപ്പാൻ അധിനിവേശത്തിനുമുമ്പ്, 1906 ൽ തെക്കൻ കൊറിയയുടെ സോൾ നഗരത്തിൽനിന്ന് ചൈനീസ് അതിർത്തിയായ സിനുയിജുവരെ തീവണ്ടിപ്പാത നിർമ്മിച്ചപ്പോൾ അനുബന്ധമായി വികസിച്ച നഗരമാണ്.

ഒരു സഞ്ചാരിയെ സംബന്ധിച്ചിടത്തോളം ഈ നഗരത്തിലുള്ള താല്പര്യം പുരാതന കൊറിയൻ സംസ്കാരത്തനിമ ഇപ്പോഴും നിലനില്ക്കുന്ന അപൂർവ്വം സ്ഥലങ്ങളിൽ ഒന്നാണിതെന്നതാണ്. ഇവിടത്തെ Kyongam കുന്നും അതിന് താഴെയുള്ള Folk Customs Street മൊക്കെ ഇതിന്റെ ഇപ്പോഴും സ്പന്ദിക്കുന്ന തെളിവുകളാണ്.

കുന്നിന്റെ താഴ്‌വാരത്തിൽ പ്രാചീന കൊറിയൻ വാസ്തുവിദ്യയിൽ പണിത Kyongam പവിലിയൻ കടന്ന് ചെങ്കുത്തായ കുന്നു കയറിയാൽ

പാരമ്പര്യ സംസ്കാരവീഥി

ഏറ്റവും മുകളിലെ Songun പവിലിയനിൽ എത്താം. പുറത്തേക്ക് തള്ളിനില്ക്കുന്ന ഈ നിർമ്മിതി വലിയ കോൺക്രീറ്റ് തൂണുകൾകൊണ്ട് പാറയിൽ ഉറപ്പിച്ചിരിക്കുകയാണ്. സരിവോൺ നഗരത്തിന്റെയും ജങ്ബോങ് മലനിരകളുടെയും തെക്ക് പടിഞ്ഞാറ് കിടക്കുന്ന നെല്ലും ചോളവും കൃഷി ചെയ്യുന്ന പാടങ്ങളുടെ വിശാല മനോഹര കാഴ്ചകളും ഇവിടെനിന്ന് നോക്കിയാൽ കാണാം.

Folk Customs Street ൽ രണ്ടു ചെറിയ തടാകങ്ങളും ഏതാനും പൗരാണിക കെട്ടിടങ്ങളും കാണാം. ഈ തെരുവിന്റെ ഒരുവശത്തുള്ള മതിലിൽ മുഴുവൻ കൊറിയൻ ചരിത്രത്തിൽ നിന്നുള്ള ഏടുകൾ മ്യൂറലുകളായി വരച്ചുവെച്ചിരിക്കുന്നു. തടാകത്തിൽ ഒരു പുരാതന യുദ്ധക്കപ്പൽ കിടപ്പുണ്ട്, Geobukseon എന്നറിയപ്പെടുന്ന കൊറിയൻ Turtle Ship. ജോസിയോൺ രാജവംശത്തിന്റെ കാലത്ത് കൊറിയൻ അഡ്മിറൽ ആയിരുന്ന Yi Sun Sin രൂപകല്പനചെയ്ത് നിർമ്മിച്ചതാണത്രേ ഈ യുദ്ധക്കപ്പൽ.

കൊറിയൻ ഭാഷയ്ക്ക് 24 അക്ഷരങ്ങളേയുള്ളു. 10 സ്വരാക്ഷരങ്ങളും 14 വ്യഞ്ജനാക്ഷരങ്ങളും. ഓരോ അക്ഷരവും വായും നാവും പല്ലും ഉപയോഗിച്ച് എങ്ങനെയാണ് ഉച്ചരിക്കുന്നത് എന്നതിന്റെ ചിത്രരൂപമാണ് കൊറിയൻ ഭാഷയിലെ ഓരോ അക്ഷരവും. അതുകൊണ്ട് ലോകത്തിലെ ഏറ്റവും യുക്തിഭദ്രമായ എഴുത്ത് രീതിയായി ഇതു കണക്കാക്കപ്പെടുന്നു. മുമ്പ് മുകളിൽനിന്നും താഴേക്ക് എഴുതുന്ന രീതിയായിരുന്നു. ഇന്നിപ്പോൾ ഇടതുനിന്നും വലത്തോട്ട് തന്നെയാണ് എഴുതുന്നത്. ക്രിസ്തുവർഷം 1446 ൽ നിലവിൽ വന്നുവെങ്കിലും 1894 ൽ മാത്രമേ ഈ ലിപി ഔദ്യോഗികമായി അംഗീകരിക്കുകയും സാർവ്വത്രികമായി ഉപയോഗിക്കുവാനും തുടങ്ങിയുള്ളു. ലോകത്തിൽ ഒരു ഭാഷാഗോത്രങ്ങളിലും പെടാതെ ഒറ്റയ്ക്ക് നില്ക്കുന്ന അപൂർവ്വം ഭാഷകളിൽ ഒന്നാണിതെന്ന

ഖ്യാതിയും കൊറിയൻ ഭാഷയ്ക്കുണ്ട്.

ലോകത്ത് എട്ടുകോടി ജനങ്ങൾ കൊറിയൻ ഭാഷ സംസാരിക്കുന്നു. വടക്ക് തെക്ക് കൊറിയകളിൽ സംസാരഭാഷ കൊറിയൻതന്നെ എന്നത് ശരി, 70 വർഷങ്ങൾ നീണ്ട അകൽച്ച ഒരേ ഭാഷതന്നെ വ്യത്യസ്തമായ രീതിയിൽ വികസിക്കുവാൻ ഇടയാക്കി. എന്തിനധികം പറയുന്നു, കൊറിയ എന്ന രാജ്യത്തെ വടക്കൻ കൊറിയക്കാർ Choson എന്നു വിളിക്കുമ്പോൾ, തെക്കൻ കൊറിയക്കാർ വിളിക്കുന്നത് Hanguk എന്നാണ്. ഇരു രാജ്യങ്ങളിലേയും എഴുത്തുരീതി ഏതാണ്ട് ഒരുപോലെ തന്നെയാണ്. ചില്ലറ വ്യത്യാസങ്ങൾ ഇല്ലാതിരിക്കില്ലല്ലോ.

മാക്ഗലി (Makgeolli)

തെക്കൻ കൊറിയയുടെ അമേരിക്കയുമായുള്ള അടുത്ത സൗഹൃദം ധാരാളം ഇംഗ്ലീഷ് വാക്കുകൾ ഭാഷയിൽ കടന്നുകയറാൻ വഴിയൊരുക്കി. എന്നാൽ വടക്കൻ കൊറിയയാകട്ടെ ഭാഷയുടെ തനിമയും പൗരാണികത്വവും അതേപടി നിലനിർത്തുകയും ചെയ്തു. എന്തിന്, ചൈനീസ് ഭാഷയിൽനിന്നും കടംകൊണ്ട വാക്കുകൾ പോലും തത്തുല്യമായ കൊറിയൻ വാക്കുകൾ ഉണ്ടായതുകൊണ്ട് ഉപേക്ഷിച്ചു. ഉത്തര കൊറിയയിൽ നിലനില്ക്കുന്ന കൊറിയൻ ഭാഷ, ഔദ്യോഗിക കൊറിയൻ ഭാഷാരീതിയായി ലോകസമക്ഷം അറിയപ്പെടേണ്ടതായിരുന്നു. ദൗർഭാഗ്യവശാൽ ദക്ഷിണകൊറിയയിൽ സംസാരിക്കുന്ന കൊറിയൻ ഭാഷയാണ് പ്രചുരപ്രചാരം നേടിയതും ആധുനിക കൊറിയൻ ഭാഷയായി അറിയപ്പെടാൻ തുടങ്ങിയതും. ദക്ഷിണ കൊറിയൻ രാഷ്ട്രീയ നയങ്ങളാൽ അത് തികച്ചും സ്വാഭാവികം.

സരിവോണിലെ കുന്നുകയറിയും കണ്ടും ക്ഷീണിച്ചെങ്കിൽ, കൊറി

യയുടെ തനത് നാടൻ മദ്യമായ മാക്ഒലി (Makgeolli) തണുപ്പിച്ചത് കുടിക്കാം. നമ്മുടെ കള്ള് തന്നെ സാധനം. നിറത്തിനുപോലും ഒരു മാറ്റ വുമില്ല. സ്വാദും ഏതാണ്ടൊക്കെ അതുതന്നെ. പക്ഷേ, ഇത് തെങ്ങോ പനയോ ചെത്തി എടുക്കുന്നതല്ല. അരി വാറ്റി ഉണ്ടാക്കുന്നതാണ് 6 ശത മാനം വീര്യമുള്ള ഈ മദ്യം. കർഷകരുടെ മദ്യം എന്നാണ് ഇത് പരക്കെ അറിയപ്പെടുന്നത്. കള്ള് മാട്ടത്തിൽനിന്നും ചട്ടിയിൽ ഒഴിച്ചാണ് നമുക്ക് കുടിക്കാൻ തരുന്നതുപോലും.

ഉത്തര കൊറിയ അകവും പുറവും

കാലാകാലങ്ങളായി പാശ്ചാത്യലോകവും മാധ്യമങ്ങളും ഈ രാജ്യത്തെ കാണുന്നത് അശരണരും ആലംബഹീനരുമായ അടിമകൾ നിറഞ്ഞ നാടാണെന്നാണ് (Monolithic Gulag). പട്ടിണിയും പരിവട്ടവുമായി പേക്കോലങ്ങൾ ജീവിക്കുന്ന നാടാണിതെന്നാണ് ലോകത്തെ അവർ പറഞ്ഞു വിശ്വസിപ്പിച്ചിരിക്കുന്നത്. മൂടുപടത്തിനുള്ളിലെ ഉത്തര കൊറിയയുടെ യഥാർത്ഥമുഖം മറ്റൊന്നാണ്. ഈ രാജ്യത്ത് കഴിഞ്ഞ രണ്ടു പതിറ്റാണ്ടിൽ സംഭവിച്ച സാമൂഹ്യ സാമ്പത്തിക മാറ്റങ്ങൾ അവർ അറിഞ്ഞതായി നടിക്കുന്നില്ല. അവർക്കത് വാർത്താ പ്രാധാന്യമുള്ളതല്ല.

വലിയ തോതിലല്ലെങ്കിലും സ്വകാര്യസംരംഭകരുടെ ഉദയവും അതുവഴി ഉത്തര കൊറിയയിൽ നിലനില്ക്കുന്ന സോങ്ബുൺ പോലുള്ള ജാതി വ്യവസ്ഥയെ ഭേദിച്ച് മുന്നേറാൻ താഴെത്തട്ടിലുള്ളവരെ പ്രാപ്തരാക്കിയതും, അവരിൽ പലരും രാഷ്ട്രീയ മിലിട്ടറി തലങ്ങളിൽ ഗണ്യമായ സ്വാധീനശക്തിയുള്ളവരായി മാറിയതും കഴിഞ്ഞ രണ്ടു പതിറ്റാണ്ടിലെ വിജയഗാഥയാണ്.

പഴയ, കർക്കശമായ രാഷ്ട്രീയ സംവിധാനങ്ങൾ അടിയോടെ കടപുഴകി വീണതും, രാഷ്ട്രീയ കുറ്റങ്ങൾക്ക് പിടിക്കപ്പെടുന്നതും ശിക്ഷിക്കപ്പെടുന്നതും നാമമാത്രമായതുമൊക്കെ ഈ കാറ്റിൽ സംഭവിച്ചതാണ്. മുൻപൊക്കെ നിസ്സാര രാഷ്ട്രീയ കുറ്റങ്ങൾക്കുപോലും പിടിക്കപ്പെട്ടാൽ കുറ്റവാളിയുടെ മൂന്നു തലമുറകൂടി ആ ശിക്ഷ ഏറ്റുവാങ്ങണമായിരുന്നു. അതായത് മുത്തച്ഛൻ മുതൽ മക്കൾ വരെ അകത്താകുമെന്ന് ചുരുക്കം. വധിക്കപ്പെടുകയോ പുനർപഠന ക്യാമ്പിൽ അടയ്ക്കപ്പെടുകയോ ആയിരുന്നു മിനിമം ശിക്ഷകൾ. ആ കാലത്തെക്കുറിച്ച് അറിഞ്ഞാൽ മാത്രമേ ഇന്നത്തെ മാറ്റം വലുതാണ് എന്ന് മനസ്സിലാവൂ.

പ്യോങ്യാങ്ങിലെ ഒരു രാത്രികാഴ്ച

പത്തു ദിവസം നീണ്ടുനിന്ന എന്റെ ഉത്തര കൊറിയൻ യാത്രയിൽ ആ രാജ്യത്തിന്റെ തെക്കുമുതൽ വടക്കെ അറ്റം വരെ ഞാൻ സഞ്ചരിച്ചു. ഒരു സ്ഥലത്തും Kotjebi (Flowering Swallows) യെ കണ്ടില്ല. തെരുവിലെ അനാഥക്കുട്ടികളെ വിളിക്കുന്ന കൊറിയൻ പേരാണ് കോട്ജെബി. ഇത്തരം കുട്ടികളാണ് ഒരു രാജ്യത്തെ ദാരിദ്ര്യാവസ്ഥയുടെയും സാമൂഹ്യ അസമത്വങ്ങളുടെയും ഏറ്റവും നല്ല അളവുകോൽ എന്നാണ് പറയപ്പെടുന്നത്.

സാമാന്യമായി ചില സംശയങ്ങൾ ഉയരുന്നു. വടക്കൻ കൊറിയ മാത്രമാണോ ഏകാധിപത്യത്തിൽ ഞെരിഞ്ഞമരുന്ന ഒരേയൊരു രാജ്യം? ഏഷ്യയിലേയും ആഫ്രിക്കയിലേയും എത്രയോ രാജ്യങ്ങൾ ക്രൂരരായ ഏകാധിപതികളാൽ നിയന്ത്രിക്കപ്പെടുന്നു. അതിൽ പല രാജ്യങ്ങളുടെയും സാമ്പത്തിക സ്ഥിതിയാകട്ടെ വടക്കൻ കൊറിയയെക്കാളും വളരെ മോശവും. ഇന്ത്യയിലേയും ചൈനയിലേയും എത്രയോ സ്ഥലങ്ങളിൽ ദാരിദ്ര്യവും അറപ്പിക്കുന്ന ജീവിതവും ഞാൻ കണ്ടിട്ടുണ്ട്. എങ്കിൽ പിന്നെ എന്തിന് ഉത്തര കൊറിയയെമാത്രം ഒറ്റപ്പെടുത്തണം.

ഒരു മുൻവിധികളുമില്ലാതെ ഈ രാജ്യത്തെ സമീപിക്കുകയാണെങ്കിൽ കുറച്ചുകൂടി നന്നായി കാര്യങ്ങൾ മനസ്സിലാക്കാം എന്നാണ് തോന്നുന്നത്.

ലോകത്തിലെ ഏറ്റവും സുരക്ഷിതമായ രാജ്യമാണ് ഉത്തര കൊറിയ. ഏതെങ്കിലും തരത്തിലുള്ള കുറ്റകൃത്യങ്ങളോ, അത് സംഘം ചേർന്നുള്ള ആക്രമണങ്ങളോ, സ്ത്രീകൾക്കും കുട്ടികൾക്കും എതിരെയുള്ള അതിക്രമങ്ങളോ ആവട്ടെ, കേട്ടുകേൾവി പോലുമില്ല. പാതിരാത്രിപോലും സ്ത്രീകളും കുട്ടികളും റോഡിലിറങ്ങി നടക്കുന്നതും

സ്ത്രീകൾ തനിച്ചുപോലും ബാറിൽ വന്നിരുന്ന് മദ്യം കഴിച്ചിരിക്കുന്നതുമൊക്കെ സാധാരണ കാഴ്ചകൾ മാത്രം.

അങ്ങേയറ്റം സ്നേഹ സൗഹൃദ സമ്പന്നരായ രണ്ടരക്കോടി ജനങ്ങളുണ്ട് ഉത്തര കൊറിയയിൽ. അവിടത്തെ ബഹുഭൂരിപക്ഷം സാധാരണക്കാർക്കും, അവരുടെ നേതാക്കന്മാരോ വരേണ്യവർഗ്ഗത്തിൽപ്പെട്ട അധികാരികളോ ചെയ്യുന്നതുമായി യാതൊരു ബന്ധവുമില്ല. നമ്മെപോലെയൊക്കെ ശാന്തമായി സമാധാനത്തോടെ ജീവിച്ചുപോകുന്നവരാണ് അവരും.

തികച്ചും മാലിന്യമുക്തമായ രാജ്യമാണ് ഉത്തരകൊറിയ. ശുദ്ധവായു, ശുദ്ധജലം. ഒച്ചയില്ല, ബഹളമില്ല. കടും നീലനിറമുള്ള ആകാശവും കടും പച്ച നിറമുള്ള പ്രകൃതിയും. അതിമനോഹരമായ പ്രകൃതിസ്നേഹികളുടെ പറുദീസയാണീരാജ്യം. ഇത്രയും പരിശുദ്ധമായ പ്രകൃതി ഒരുപക്ഷേ, അന്റാർട്ടിക്കയിൽ മാത്രമേ ഉണ്ടാവുകയുള്ളൂ. പച്ചപുതച്ച പർവ്വതങ്ങളും താഴ്വരകളും കണ്ണാടി പോലെ തിളങ്ങുന്ന നീല ജലമുള്ള തടാകങ്ങളും സ്വർണ്ണവർണ്ണമണിഞ്ഞ പഞ്ചാരമണൽ നിറഞ്ഞ കടൽത്തീരങ്ങളും ഇന്ദ്രനീലം കലക്കിയൊഴിച്ച ലഗൂണുകളും നിറഞ്ഞതാണ് ഉത്തര കൊറിയ.

കൊറിയയുടെ തനതായ സംസ്കാരം പിൻതുടരുന്നവരാണ് ജനങ്ങളിൽ ഏറെപ്പേരും. ഒരു മഹത്തായ സംസ്കാരത്തിന്റെ പിൻതുടർച്ചക്കാരാണ് തങ്ങളെന്ന ബോധവും അഭിമാനവും അവർക്കുണ്ട്.

ഉത്തര കൊറിയയിലെ സാമൂഹ്യ പരിരക്ഷകൾ എടുത്തുപറയേണ്ട ഒന്നാണ്. ആരോഗ്യസംരക്ഷണം എല്ലാവർക്കും സൗജന്യമാണ്. ഒരാൾക്കും ഒരു കാരണവശാലും ചികിത്സ നിഷേധിക്കപ്പെടില്ല. ഇവി

അശ്വാരൂഢരായ സഖാവ് കിം-ഉം, മകനും

പച്ചയുടെ മഹാസാന്നിദ്ധ്യമായി പ്യോങ്‌യാങ്

ടത്തെ ചികിത്സയുടെ നിലവാരം മറ്റുപല മൂന്നാം ലോക രാജ്യങ്ങളെ അപേക്ഷിച്ച് വളരെ വളരെ മെച്ചമാണ്. ഐക്യരാഷ്ട്ര സഭയുടെ കണക്കു പ്രകാരം തന്നെ ലോകത്തിലെ ഏറ്റവും വിദ്യാസമ്പന്നരായ ജനതയാണ് ഉത്തരകൊറിയക്കാർ. സാക്ഷരതയാകട്ടെ നൂറു ശതമാനമാണ്. വിദ്യാഭ്യാസം നിർബ്ബന്ധവും സൗജന്യവും. എല്ലാവർക്കും വീട് എന്നത് സർക്കാർ നയമാണ്. തലചായ്ക്കാൻ ഒരു കൂരയില്ലാത്ത ആരും ഈ രാജ്യത്തില്ല., ഉണ്ടാവരുത് എന്നാണ്. ഭിക്ഷക്കാരും ഭിക്ഷാടനവും ഉത്തര കൊറിയയ്ക്ക് തീർത്തും അന്യമാണ്.

സാമൂഹ്യസുരക്ഷ പോലെതന്നെ സാമൂഹ്യ ബോധവും ഈ രാജ്യത്തെ ജനതയുടെ അടിസ്ഥാന പ്രമാണമാണ്. കുടുംബത്തിന് വലിയ പ്രാധാന്യമാണ് സമൂഹത്തിൽ. അതുകൊണ്ടുതന്നെ പുരുഷമേൽക്കോയ്മ നിലനില്ക്കുന്ന സമൂഹം വിവാഹേതര ബന്ധങ്ങളും അതിനോടനുബന്ധിച്ചുള്ള കാര്യങ്ങളുമൊക്കെ, ഏതുരീതിയിൽ ന്യായീകരിച്ചാലും അംഗീകരിക്കില്ല.

ഉത്തര കൊറിയയിൽനിന്ന് കൂറുമാറിയവർപോലും തങ്ങൾക്ക് ജന്മം നല്കിയ നാടിന്റെ പ്രകൃതിഭംഗിയെക്കുറിച്ചും തങ്ങൾ അനുഭവിച്ചിരുന്ന സ്നേഹം, വാത്സല്യം, കൂട്ടായ്മ എന്നിവയെക്കുറിച്ചുമൊക്കെ വല്ലാത്ത നഷ്ടബോധം അനുഭവിക്കുന്നവരാണ്. അവരുടെ എഴുത്തുകളിലും സംസാരത്തിലുമൊക്കെ ഇത് സ്പഷ്ടമാണ്.

എനിക്ക് ഹൃദയത്തിൽ കൈവച്ചു പറയാനാവും, പാശ്ചാത്യലോകം കരുതുകയും പറഞ്ഞുണ്ടാക്കുകയും ചെയ്യുന്ന ഭീകരതയൊന്നും ഉത്തര കൊറിയയിലെ സാധാരണ ജനജീവിതത്തിൽ കണ്ടില്ല. ഒരു ഏകാധിപതിയും, കൂട്ടാളികളും ഉരുക്കുമുഷ്ടിയോടെ ഭരിക്കുന്ന രാജ്യം. ജൂച്ചേ,

സ്വയം പര്യാപ്തത എന്ന സാമ്പത്തിക തത്ത്വശാസ്ത്രവും, ലോകത്തെ നമുക്ക് അസൂയയോടെ നോക്കാനായി ഒന്നുമില്ല എന്ന് വടക്കൻ കൊറിയയിലെ ആകമാനമുള്ള കിന്റർഗാർട്ടനിലെ കുരുന്നുകൾ ചൊല്ലുന്ന നേഴ്സറി പാട്ടും, അതിൽ അടങ്ങിയിരിക്കുന്ന ലോകത്തോടുള്ള കാഴ്ചപ്പാടും, മറ്റു രാജ്യങ്ങളുമായുള്ള സന്ധിബന്ധങ്ങളിൽ നിന്ന് ഒഴിഞ്ഞ് ഒറ്റപ്പെട്ടു നില്ക്കാൻ തീരുമാനിച്ച രാഷ്ട്രീയ നയവും കഴിഞ്ഞ എഴുപത് വർഷമായി പിന്തുടരാൻ വിധിക്കപ്പെട്ട ഒരു രാജ്യം. അതുകൊണ്ടുതന്നെ നമ്മൾ, വിദേശികളോടുള്ള അവരുടെ കാഴ്ചപ്പാട് വിഭിന്നമാണ്. അത് ആ അർത്ഥത്തിൽത്തന്നെ മനസ്സിലാക്കാൻ സാധിക്കുമെങ്കിൽ നാം കാണുന്ന ഉത്തര കൊറിയ, മനസ്സിൽ രൂപപ്പെടുത്തിയ ഉത്തര കൊറിയ ആയിരിക്കില്ല, തീർച്ച.

പ്യോങ്‌യാങ്ങിനും ചോയ്ക്കും വിട

ഇന്ന് പ്യോങ്‌യാങ്ങിൽനിന്ന് ചൈനയുടെ തലസ്ഥാനമായ ബെയ്ജിങ്ങിലേക്ക് മടങ്ങുകയാണ്. മടക്കയാത്രയാകട്ടെ വിമാനത്തിലും. എയർ കൊറ്യോ എന്ന വടക്കൻ കൊറിയയുടെ ദേശീയ വിമാനക്കമ്പനിയുടെ റഷ്യൻ നിർമ്മിത തുപ്പലോവ്-204/100 വിമാനം. ഞാൻ ഒറാങ്ങിലേക്ക് പോയ റഷ്യൻ വിമാനംപോലെയൊന്നുമല്ല ഇത്. ഏത് പാശ്ചാത്യ വിമാനത്തിനോടും കിടപിടിക്കുന്ന സൗകര്യങ്ങൾ, സംവിധാനങ്ങൾ.

ചോയ് എന്നെ യാത്ര അയയ്ക്കാൻ വിമാനത്താവളത്തിൽ വന്നിരുന്നു. സ്വാഭാവികമായും വികാരനിർഭരമായ വിടവാങ്ങലായിരുന്നു അത്, പുറത്ത് പ്രകടിപ്പിച്ചില്ലെങ്കിൽക്കൂടി. ഇത്രയും ദിവസം ഉറങ്ങിയ സമയമൊഴിച്ചാൽ അവൾ എന്റെ കൂടെയുണ്ടായിരുന്നു. ഒരു സാധാരണ ടൂറിസ്റ്റിൽനിന്നും വ്യത്യസ്തമായി ഒരു പുതിയ ജോഡി കണ്ണുകൾ തന്ന് എന്നെ ഒരു പുതിയ ഉത്തര കൊറിയ കാണാൻ പ്രാപ്തനാക്കിയത് അവളാണ്. മാറ്റ് പറഞ്ഞിരുന്ന കർശന നിയന്ത്രണങ്ങളൊക്കെ നിലവിലുണ്ടായിരുന്നിരിക്കണം, പക്ഷേ, എനിക്കതൊന്നും അറിയേണ്ടി വരാതിരുന്നതും ചോയ് കാരണമാണ്.

ഉത്തര കൊറിയ ഒഴിച്ച് മറ്റ് ഏത് രാജ്യമായിരുന്നു എങ്കിലും കെട്ടിപ്പിടിച്ച് കവിളിൽ ചുംബിച്ചായിരുന്നേനെ ഈ വിടവാങ്ങൽ. ദൗർഭാഗ്യവശാൽ ഇത്തരം പരസ്യമായ സ്നേഹ പ്രകടനങ്ങൾ ഈ രാജ്യത്ത് നിഷിദ്ധമാണ്. ഇമിഗ്രേഷനിലേക്ക് പോകുന്നതിനുമുമ്പ് അവസാനമായി ഒരിക്കൽക്കൂടി ഞാൻ അവളോടു ചോദിച്ചു, "ഏതെങ്കിലും രീതിയിൽ എനിക്കുനിന്നെ Contact ചെയ്യാൻ സാധിക്കുമോ?" എല്ലാ തവണയുമെന്ന പോലെ ഇപ്രാവശ്യവും അവൾ പതുക്കെ കണ്ണടച്ചു. പതിവിൽനിന്നും വ്യത്യസ്തമായി ആ കൺതടത്തിൽ ഒരിറ്റു കണ്ണുനീരിന്റെ നനവുണ്ടാ

പ്യോങ്യാങ് വിമാനത്താവളത്തിൽ ചോയ്ക്കും, പാർക്കിനും ഒപ്പം

യിരുന്നുവോ? അതോ എന്റെ തോന്നൽ മാത്രമായിരുന്നുവോ!

ഇമിഗ്രേഷനിൽ പാസ്പോർട്ടും ഉത്തര കൊറിയയുടെ വിസാപേപ്പറും കൊടുത്തു. ആ ഉദ്യോഗസ്ഥൻ എന്റെ പാസ്പോർട്ടിലെ പേരും വിസയിലെ പേരും ഒത്തുനോക്കി, പാസ്പോർട്ട് മാത്രം തിരികെ തന്നു. ഇമിഗ്രേഷൻ കഴിഞ്ഞു. പതിവുപോലെ എല്ലായിടത്തുമുള്ള സെക്യൂരിറ്റി പരിശോധനയൊക്കെ കഴിഞ്ഞ് സാമാന്യം വലിയ International Departure Hall-ൽ എത്തി. ഒരു രാജ്യതലസ്ഥാനത്തെ അന്തർദ്ദേശീയ വിമാനത്താവളത്തിൽ നിന്ന് ആകെ പുറപ്പെടുന്നത് വെറും മൂന്നു വിമാനങ്ങൾ മാത്രമാണെന്നത് നമുക്കൊരു അത്ഭുതമായി തോന്നാം. ബെയ്ജിങ്ങിന് പുറമെ മറ്റു രണ്ടു വിമാനങ്ങൾ ചൈനീസ് നഗരമായ ഷെൻയാങ്ങിലേക്കാണ്.

ടെർമിനലിനകത്ത് ധാരാളം കടകളുണ്ട്. അത്യാവശ്യം ഉത്തര കൊറിയയിൽ നിർമ്മിക്കുന്ന സാധനങ്ങളൊക്കെ ഇവിടെ വാങ്ങാൻ കിട്ടും. ജിൻസെങ്, സോജു, തുണിത്തരങ്ങൾ, കളിപ്പാട്ടങ്ങൾ.

ബെയ്ജിങ്ങിലേക്ക് പോകാൻ വിമാനം നിറയെ ആളുകളുണ്ട്. ഏകദേശം രണ്ടു മണിക്കൂർ സമയമെടുക്കും ഇവിടെനിന്നും ചൈനയുടെ തലസ്ഥാനത്തേക്ക്. വിമാനത്തിൽ കഴിക്കാൻ തരുന്നത് ഒരു മിസ്റ്ററി സാന്റ്വിച്ച് (Mystery Sandwitch) ആണത്രേ. കാരണം ഇതിൽ വച്ചിരി

ക്കുന്ന ഇറച്ചി എന്താണെന്ന് ആർക്കുമറിയില്ല. എന്തെങ്കിലുമാകട്ടെ, ഞാൻ കഴിച്ചു. അറിയാതിരിക്കുന്നിടത്തോളം പ്രശ്നമൊന്നുമില്ല.

വിമാനത്തിനകത്ത് മൊബൈൽ ഫോൺ ഓൺ ചെയ്യരുത്, അഥവാ ചെയ്താൽത്തന്നെ ഫ്ളൈറ്റ് മോഡിലായിരിക്കണം, എന്നാണ് കർശന നിബന്ധന. എന്റെ മനസ്സിൽ വീട്ടിലേക്ക് ഫോൺ വിളിക്കാനാവുന്നതിന്റെ, സന്തോഷത്തിന്റെ വസന്തോത്സവമായതുകൊണ്ടാവും അറിഞ്ഞുകൊണ്ടുതന്നെ ഞാൻ ആ നിയമം ലംഘിച്ചു. ബെയ്ജിങ്ങിന്റെ ആകാശത്തു വച്ചു തന്നെ ശക്തിയേറിയ സിഗ്നലുള്ള ചൈനയുടെ ടെലികോം സർവ്വീസ് വീട്ടിലേക്ക് കോൾ കണക്ട് ചെയ്തു. ലതയുടെ ശബ്ദം. ജീവിതം ധന്യമായി എന്നുതോന്നിയ നിമിഷം. ഉത്തര കൊറിയയുടെ നിശ്ശബ്ദമായിരുന്ന ഓർമ്മകൾക്ക് മുകളിലേക്ക് ശബ്ദായമാനമായ ലോകം ഇരമ്പിക്കയറി.

www.ingramcontent.com/pod-product-compliance
Lightning Source LLC
LaVergne TN
LVHW090348051026
849518LV00006B/2071

* 9 7 8 8 1 1 9 1 3 1 1 7 4 *